ஆயுள் தண்டனை

முதற்பதிப்பு: 2023

First Edition: 2023

Aayul Dhandanai

ஆயுள் தண்டனை

Sivasankari

சிவசங்கரி

ISBN: 978-93-5695-683-4

Pustaka Digital Media Pvt. Ltd.
#7-002, Mantri Residency,
Bannerghatta Main Road, Bengaluru - 560 076
Karnataka, India

+91 7418555884

ஆயுள் தண்டனை

சிவசங்கரி

அத்தியாயம்

1

பரத் புரண்டு படுத்தான்.

கீழே ஸந்த்யா எதற்காகவோ வீரிட்டு அழுவது கேட்டது.

கூடவே அம்மாவின் சமாதானக் குரல்.

"என் தங்கமோன்னோ... என் ராஜாத்தியோன்னோ... எதுக்குடிம்மா இப்படி காலங்கார்த்தால அழறே? ஸந்த்யா... ஸந்த்யாக் கண்ணு... பாட்டியப் பாரு..."

கீச்கீச்சென்று அணில் பொம்மையை அழுக்கும் சப்தம். தடதடவென்று ரயிலைத் தரையில் தேய்த்து ஓட்டும் சப்தம். இரண்டு கைகளையும் லேசாய் தட்டிக்கொண்டு, "பேபி... பேபி... இதப்பாரு... பொம்மை பாரு..." என்று ஆயா செய்யும் சப்தம்.

தலையைத் திருப்பி தலைகாணியில் முகத்தை அழுந்தப் புதைத்துக்கொண்டான் பரத்.

ஒண்ணேகால் வயசுகூட ஆகாத ஸந்த்யாவின் அட அழுகையை, காரணமில்லாத அழுகையை நினைக்கையில், சட்டென்று எரிச்சல் மண்டியது.

என்ன அழுகை, என்ன பிடிவாதம்! சதா சர்வகாலமும் இப்படிக் கத்தலும் அமர்க்களமுமாய்... என்ன வீடு! சே! டிஸ்கஸ்டிங்!

மூடியிருந்த கண்களைத் திறக்கப் பிடிக்கவில்லை. தலை பாரமாய் இருந்தது.

முதல் நாள் இரவு ட்ரிங்க்ஸ் வழக்கத்தைவிட அதிகம்தான்!

இந்த ஷ்யாம் வீட்டு பார்ட்டிக்கு எப்போது போனாலும் இப்படித்தான்.

"இன்னும் ஒண்ணு... ஒண்ணே ஒண்ணு..." என்பான்.

"லாஸ்ட்... சாப்பிடப் போறதுக்கு முன்னால கடைசியா ஒண்ணு..." என்பான்.

"ஹேய்... லெட் அஸ் ஹாவ் ஒன் ஃபார் தி ரோட்!" என்பான்.

ஹனுமார் வால் மாதிரி இன்னும், இன்னும் என்று நீண்டுபோய், ஆறி அவலாய்ப்போன சாப்பாட்டை வாயில் வைக்கும்போது, மணி விடிகாலை மூன்றோ நான்கோ ஆகிவிடுவது நிச்சயம்.

நேற்றும் அப்படித்தான்...

ஷ்யாமுக்குப் பிறந்த நாள்.

பணக்காரன், ஊரில் அந்தஸ்தானவன், முக்கியமாய் பணத்தைத் தண்ணீராய்ச் செலவழிக்க பிரியமுள்ளவன். அப்புறமென்ன!

நெருக்கமான பத்துப் பன்னிரண்டு நண்பர்களோடு எட்டு மணிக்கு ஆரம்பித்த குடி-விருந்து முடிந்து, பரத் வீட்டுக்கு வந்தபோது மணி மூன்றே கால்!

காரை ஷெட்டில் நிறுத்திவிட்டு, தன் சாவியைப் போட்டு வாசற்கதவைத் திறந்துகொண்டு, அம்மாவை எழுப்பிவிடக் கூடாது என்ற ஜாக்கிரதையுடன் அவன் உள்ளே நுழைந்து மாடிப்படிகளில் ஏறினால்... பாதி படிகள்கூட ஏறியிருக்க மாட்டான்...

லைட்டைப் போட்டுவிட்டு அம்மா!

அம்மா நின்ற விதமும் அந்தப் பார்வையும் மனசைக் குறுகுறுக்க வைக்க, பரத் கண்களை பூமியில் படரவிட்டான்.

அம்மா ஒன்றும் பேசவில்லை.

கண்டபடி குடிப்பதும், அகாலமாய் வீடு திரும்புவதும்... என்னப்பா இதெல்லாம்? உனக்கே நன்றாக இருக்கிறதா?

என்கிற தினுசில் தீர்க்கமாய் பார்த்துக்கொண்டே நின்றாள். அவ்வளவுதான்.

எதுவும் பேசாமல் பரத்தும் மேலே வந்து உடைகளைக் கழட்டி, வேஷ்டியைச் சுற்றிக்கொண்டு படுக்கையில் விழுந்துவிட்டான்.

ஸந்த்யாவின் கத்தல் திடீரென்று பலமானது.

பக்கத்திலிருந்த இன்னொரு தலைகாணியை எடுத்து மண்டைமேல் வைத்து அழுக்கிக்கொண்டான் பரத்.

ஹா... இப்போது பரவாயில்லை.

தலை பாரத்துக்கும் ஸந்த்யாவின் கத்தலுக்கும், இந்தப் பஞ்சின் அணைப்பு இதமாய் இருக்கிறது.

எழுந்திருக்காமல், தலை வலிக்கிறது, வலி மண்டையை உடைக்கிறது என்று முணுமுணுத்துக்கொண்டே, முகம் அலம்பித் தயாராகாமல், கீழே போய் அம்மாவின் பேச்சைக் கேட்காமல், ஆபீஸுக்குப் போகாமல், இப்படியே படுத்துவிட்டால் எத்தனை நன்றாய் இருக்கும்!

ம்ஹூம்... அதெல்லாம் நடக்கிற காரியமில்லை.

மணி என்ன?

மணிக்கட்டைத் திருப்பி கடிகாரத்தைப் பார்த்தான்.

எட்டரை என்றது அது.

நாழியாகிவிட்டது. இப்படி அசமஞ்சமாய்க் கிடக்க இனி நேரமில்லை.

மெதுவாய் எழுந்து உட்கார்ந்தான்.

தலை விறுவிறுவென்று சுற்றியது.

பாறாங்கல்லைக் கட்டிவிட்ட மாதிரி கனத்தது.

கழுத்தில் நிற்கமாட்டேன், திரும்ப தலைகாணியில்தான் சாய்வேன் என்று அடம்பண்ணியது.

போர்வையை உதறித் தள்ளியவன், நிதானமாய் பாத்ரூமுக்குள் போனான்.

உடைகளைக் களைந்து, ஷவரைத் திருப்பிவிட்டு, அதன் கீழ் நின்றான்.

ஊசி ஊசியாய் இறங்கின நீர், முதலில் தலைவலியை அதிகமாக்கினாலும், இரண்டு நிமிஷங்கள் ஆவதற்குள் ஜில்லென்று இதமாய் வருடிக்கொடுக்கத் தொடங்கியது.

நீர் விழவிழ, மண்டைக்குள் இருந்த கனம் குறைந்தமாதிரி இருந்தது. மூளையைச் சுற்றி போர்த்தியிருந்த போர்வை விலகின மாதிரி இருந்தது. மசமசத்த கண்களை நன்றாய்ப் பிரிக்க முடிந்தது. தெளிவாய்ச் சிந்திக்க முடிந்தது.

கையை எட்டி, அருகில் பேஸின் மேல் இருந்த பிரஷ்ஷையும் டூத் பேஸ்ட்டையும் எடுத்தான். குளித்துக்கொண்டே பற்களைத் தேய்த்து வாயைக் கொப்பளித்தான்.

பதினைந்து நிமிஷங்கள்போல நீரில் ஊறிக் குளித்து, தன் மயக்கத்தையும் சோர்வையும் விரட்டின பிறகு, டவலால் அழுந்தத் துடைத்துக்கொண்டான். அந்த டவலையே இடுப்பில் சுற்றிக்கொண்டு ஈரத் தலை முடியை ஒரு கையால் தட்டின வண்ணம் வெளியே வந்தான்.

ட்ரெஸ்ஸிங் டேபிள் முன் சென்று அமர்ந்தவன் கண்களில் நளினி விழுந்தாள்.

இவன் படும் அவஸ்தைகளை, வேதனைகளையெல்லாம் ரசித்துப் பார்க்கிற தினுசில், வாய்கொள்ளாத சிரிப்புடன் அந்த ஃப்ரேமுக்குள் போட்டோவாக மாறி உட்கார்ந்திருந்தாள்.

நளினியின் ட்ரேட் மார்க் சிரிப்பு இது. வரிசை வரிசையாய்த் தெரிந்த வெள்ளைப் பற்கள் அத்தனையையும் காட்டிக்கொண்டு, முகமும் கண்களும் மலரமலர அப்படியொரு சிரிப்பு சிரிப்பாள். அரை வினாடியில் அவள் சிரிப்பு எதிரில் நிற்கும் எந்த உம்மணா

மூஞ்சியையும் தொற்றிக்கொண்டு சிரிக்க வைத்துவிடும்... அப்படியொரு சிரிப்பு!

ஈரம் சொட்டும் தலையைத் துடைக்கத் தெரியாதவனாய், நளினியின் புகைப்படத்தைக் கையில் எடுத்தான் பரத்.

நளினி ஒரு காட்டாறு. சப்தத்தோடு, அழகோடு, சுற்றுப்புறத்தையெல்லாம் ஒரே நொடியில் தன் கவர்ச்சியால் துச்சமாக்கிவிடும் காட்டாறு.

ஒன்றுமேயில்லாத மலைப்பிரதேசத்தில் திடீரென்று ஒருநாள் காட்டாறு தோன்றுவது போல பரத் வாழ்க்கையிலும் நளினி நுழைந்தாள். நாலு நாட்களுக்கு ஆர்ப்பாட்டத்தோடு மலையில் வாழ்ந்துவிட்டு, ஐந்தாம் நாள் வந்த தினுசிலேயே திடுதிப்பென்று வற்றிப்போகும் காட்டாறு போலவே நளினியும் மறைந்துதான் போய்விட்டாள்.

பரத் நளினியை மணக்கும்போது அவனுக்கு இருபத்தியெட்டு வயசு... அவளுக்கு இருபது.

வக்கீலுக்குப் படித்துவிட்டு, வளமான வாழ்வுக்கு அது மட்டும் போதாதென்ற உந்துதலோடு சி.ஏ. படிப்பையும் முடித்துவிட்டு, சக்ரவர்த்தி அண்ட் அஸோஸியேட்ஸில் ஓர் ஆலோசகனாய் பரத் சேர்ந்த சமயத்தில்தான், நண்பர் ஒருவர் வீட்டில் நளினியைச் சந்தித்தான்.

நளினியின் பெற்றோர் சிங்கப்பூரில் இருந்தனர். இவள் மட்டும் இங்கே பி.எஸ்.ஸி கடைசி வருஷம் படித்துக்கொண்டிருந்தாள்.

அப்பா அம்மாவுக்கு அவள் ஒரே பெண். அழகானவள். நாசூக்கு, நாகரிகம் தெரிந்தவள்.

கண்டதும் உண்டான காதல், மேற்கொண்டு ஒரு வருஷம் போவதற்குள் கல்யாணத்தில் வந்து நின்றது.

நளினி எத்தனைக்கெத்தனை விநோதமான பெண்ணாய் இருந்தாளோ, அத்தனைக்கத்தனை அவள் ஆசைகளும் அப்படியே இருந்தன.

'முதல் திருமண நாளுக்குள் குழந்தை பிறக்க வேண்டும்' என்று விரும்பும் பெண் ஜகத்தில் அதிசயம்தானே! நளினி இருந்தாள்.

கல்யாணமான பதினோராம் மாசம் கையில் ஸந்த்யா தவழ்ந்ததும், நளினியை யாராலும் கட்டிப்பிடிக்கத்தான் முடியவில்லை.

"ஸந்த்யா பிறந்ததையும், நம்ப வெட்டிங் ஆனிவர்ஸரியையும் சேர்த்துக் கொண்டாடலாம்!" என்றவள், முழு மூச்சுடன் ஏற்பாடுகளில் இறங்கினாள்.

அத்தனையும் தானே முன் நின்று கவனிக்க வேண்டுமென்ற ஆர்வம். கவனித்தாள்.

"பச்சை உடம்புக்காரி, நளினி... இப்படி அலையாதே..." என்று அம்மா சொன்னால், சிரிப்பாள்.

"அமெரிக்கால பிள்ளை பெத்த மூணாம் நாளே காரியத்தைக் கவனிக்க ஆரம்பிச்சுடறா... இங்க பதினைஞ்சு நாள் ஆகியும் என்னை எழுந்திருக்கக் கூடாதுன்னா எப்படி? காலம் மாறிடுத்தும்மா..."

குழந்தை பிறந்த இருபத்தி நாலாம் நாள், அவர்களின் முதல் திருமண நாளுக்கு இன்னும் சரியாய் எட்டு நாட்கள் இருக்கையில்... காரைத் தானே ஓட்டிக்கொண்டு நளினி கடைத்தெருவுக்குப் போனாள்.

சாலையின் ஓரத்தில் வண்டியை நிறுத்திவிட்டு, கடைப் பையன் துணி பார்சல்களைக் காரில் கொண்டு வைப்பதற்காகக் காத்திருந்த நிமிஷத்தில், அரக்கத்தனமாய் வந்த லாரி ஒன்று, குறுக்கே பாய்ந்த குழந்தையைத் தவிர்ப்பதற்காக ஒரு பக்கமாய் ஓடிக்க, ஸ்டிரிங் வீல் கட்டுப்பாடு மீறிப்போக, பாரமான இரும்புத் தகடுகளுடன் வேகமாய் வந்த லாரி, நிறுத்தியிருந்த நளினியின் கார் மேல் நேர் மோதலாய் மோத... சரியான 'ஹெடு ஆன் கொலிஷன்'.

ஒரு பொட்டு ரத்தம்...? ஓர் அசிங்கமான காயம்...? ஒரு கோரமான காட்சி...?

ம்ஹூம்... ஒன்றுமில்லை. நளினி போய்ச் சேர்ந்துவிட்டாள்.

பானடு அப்பளமாய் நொறுங்கின வேகத்தில், ஸ்டீரிங் வீல் நெஞ்சில் அழுத்திய அதிர்ச்சியில், வாழைத்தண்டு போன்ற வழவழப்பான கழுத்து மளுக்கென்று சின்ன சப்தத்துடன் முறிந்துபோகவே, மனசில் ஓராயிரம் ஆசைகளுடன் காருக்குள் உட்கார்ந்திருந்த ஒரு பாவமுமறியாத நளினி செத்துப்போனாள்.

அவ்வளவுதான்... அவ்வளவேதான்.

நளினி போய்விட்டாளா?

என் நளினியா?

கல்யாண நாளைத் தடபுடலாய்க் கொண்டாடத் திட்டம் போட்ட நளினியா?

அன்றும் பரத்தால் அதை நம்ப முடியவில்லை... நளினி போய் ஒண்ணேகால் வருஷமாகிவிட்ட இன்றும் நம்பத்தான் முடியவில்லை.

தலையிலிருந்து நீர் நளினியின் புகைப்படத்தில் கொட்டி கோடாக ஓடத் தொடங்கியதும், பரத் தன்னை உலுக்கிக்கொண்டான்.

படத்தை டேபிள் மேல் வைத்தான். சீப்பை எடுத்து சிரத்தையில்லாமல் தலையை வாரிக்கொண்டான். அலமாரியைத் திறந்து கையில் அகப்பட்ட பேண்டு, ஷர்ட், டையை எடுத்து அணிந்துகொண்டான்.

ஆபீஸுக்குப் புறப்பட ப்ரீஃப்கேஸைக் கையில் எடுக்கக் குனிந்தபோது, ஸந்தியாவின் அழுகை கொஞ்சம் ஓய்ந்திருப்பதை அவனால் உணர முடிந்தது.

பாவம் அம்மா... வயசான காலத்தில் சின்னக் குழந்தையுடன் மன்றாட வேண்டுமென்று அவள் தலையில் எழுதியிருக்கிறதே! ஒருநாளைப்போல அலுக்காமல் சலிக்காமல்

ஸந்தியாவின் கத்தல்களுக்கு ஈடுகொடுத்து, அவளோடு ராக்கண் முழித்து, அவளுக்குப் பால் கொடுத்து, விளையாட்டுக் காட்டி, தாலாட்டுப் பாடி...

அடங்கியிருந்த ஆயாசம் மீண்டும் தலை தூக்க, படுக்கையில் உட்கார்ந்தான் பரத். இப்போது கீழே இறங்கிப் போனால், நடக்கப்போவது என்ன என்பது அவனுக்கு நன்றாகவே தெரியும்.

டிபன் பரிமாறிக்கொண்டே அம்மா, பரிதாபமாக ஒரு பார்வை பார்ப்பாள்.

கண்களில் நீர் மல்க பேச்சைத் துவக்குவாள்.

'இன்னும் எத்தனை நாளைக்கு இப்படி இருக்கப்போறே, பரத்?' என்பாள்.

'உனக்காக வேண்டாம், எனக்காக வேண்டாம்... ஆனா, குழந்தைக்காக நீ கண்டிப்பா ஒத்துண்டுதான் ஆகணும்...' என்பாள்.

'வாழ்க்கையில பிடிப்பில்லாம சந்நியாசி மாதிரி வாழற வயசா இது? முப்பதுகூட ஆகலை... அதை நீ நினைச்சுப்பாக்கணும்...' என்பாள்.

நளினி செத்துப்போய் ஒரு வருஷம் ஆகும்வரை வாயை மூடிக்கொண்டிருந்த அம்மா, இப்போதெல்லாம் இதைப்பற்றி நிறைய பேசுகிறாள்.

முதலில் அம்மா இந்தப் பேச்சை எடுத்ததும், 'கல்யாணமாம்மா? எனக்கா? நளினி எடத்துல இன்னொருத்தியாம்மா?' என்று கேட்ட பரத், நாள் ஆக ஆக இப்படிப் பேசுவது சினிமா வசனம் மாதிரி செயற்கையாய் இருக்கிறது என்பதைப் புரிந்துகொண்ட பிறகு, மெளனமாய் இருக்க முற்பட்டான்.

நிதானமாய் ஒரு நாள் யோசித்தபோது இன்னொரு கல்யாணம் யாருக்காக? ஸந்த்யாவுக்காகவா, அம்மாவுக்காகவா... இல்லை, எனக்காகவா? என்ற கேள்வி நெஞ்சை நெருடியபோது, பரத் கொஞ்சம் அதிர்ந்துதான் போனான்.

அதற்குள்ளா? இத்தனை சுருக்காகவா? என் மனசு பலவீனப்பட்டு வருவதை அம்மா உணர்ந்துவிட்டாளா?

அவனுக்குத் தன் மேலேயே ஆத்திரம் எழுந்தது.

அம்மா தன்னிடம், விடாமல் கெஞ்சிப் பேசும் பேச்சை இன்றும் நிச்சயம் பேசவே போகிறாள் என்று சலிப்புடன் நினைத்த பரத்தின் மனசுக்குள், திடுமென மோஹனா வந்து எட்டிப்பார்த்தாள்.

அத்தியாயம்

2

மோஹனா...

நாலு மாசங்களுக்கு முன் சக்ரவர்த்தி அண்ட் அஸோஸியேட்ஸில் கடைக்குட்டி பார்ட்னர் பதவி அளிக்கப்பட்ட பிறகு, தனக்கென திறமையான காரியதரிசி வேண்டும் என்ற எண்ணத்துடன் பத்திரிகைகளில் விளம்பரம் கொடுத்து, நூற்றுக்கணக்கில் வந்த விண்ணப்பங்களில் பதினொன்றைத் தேர்ந்தெடுத்து, நேர்முகப் பேட்டிக்கு அவர்களை வரச்சொன்ன போதுதான், பரத் முதல் முறையாக அவளைச் சந்தித்தான்.

மோஹனா...

நெடுநெடுவென்ற உயரம். சாதாரணமாய் ஒரு தென்னிந்தியப் பெண்ணிடம் காணப்படாத உயரம். திட்டமான உடல்வாகு. மலபார் பெண்களுக்குரிய பளபளப்பான, மாசு மருவு இல்லாத தோல்... மாநிறத்திற்கும் வெளுப்புக்கும் மத்தியமாய் ஒரு நிறம். பட்டுப் போல மிருதுவாய்த் தோன்றிய கறுப்புத் தலைமுடி. அதை நாசூக்குடன் உயரே தூக்கிக் கொண்டை போட்டிருந்த அழகு. அந்தப் பெரிய கண்கள். கொஞ்சம் விரிந்த மொட்டுப் போன்ற வாய்... இன்னும்... ஓ! எதைக் கவனிக்க, எதை விட!

விண்ணப்பத்திலிருந்த போட்டோவைக் காணும்போது உண்டாகாத சிலிர்ப்பு, அவள் சதையும் ரத்தமுமாய் உள்ளே நுழைந்தபோது பரத்துக்கு உண்டானது நிஜம்.

எனக்கு முன்னால் பேட்டி கண்ட பெண்களைப் பூ என்று ஊதித்தள்ளிவிடுவேன் என்ற அலட்சியத்துடனும், ஒருவிதத் தன்னம்பிக்கையுடனும் மோஹனா சீட்டில் அமர்ந்தது பரத்துக்குப் பிடித்தது.

சில பெண்கள் தங்கள் அழகை உணர்ந்தவர்களாக, காண்பவர்களுக்கும் அதை உணர்த்துபவர்களாகக் கவர்ச்சியாக சிரிப்பதையும், கண்ணிமைகளைப் படபடவென்று வெகுளித்தனமாய் கொட்டுவதையும், உதடுகளைச் சற்று பிரித்து வைத்துக்கொண்டு குழந்தைத்தனமான பாவத்தை முகத்தில் கொண்டுவர பிரயத்தனப்படுவதையும் பாத்துப் பழகியிருந்த பரத்தால், மோஹனா வித்தியாசமானவள் என்பதை சில நிமிஷங்களிலேயே புரிந்துகொள்ள முடிந்தது.

ஒரு சிரிப்பு...? ஒரு தலையைச் சாய்த்தல்...? ஒரு கண்ணை விரித்தல்...? ம்ஹூம்,

ஒன்றுமில்லை.

நான் இப்படித்தான் இருப்பேன், நான் நானாக இருப்பதுதான் எனக்குப் பிடிக்கும் என்று பறை சாற்றுகிற தினுசில் மோஹனா அமர்ந்திருப்பதாய் பரத்துக்குத் தோன்றியது.

மோஹனாவின் விண்ணப்பத்தில் கண்களை ஓடவிட்ட வண்ணம் பரத் கேள்விகளைக் கேட்டான்.

"பி.ஏ. முடித்தது போன வருஷமா?"

"எஸ்..."

"எந்த காலேஜ்?"

"காலேஜ் இல்லை... கரஸ்பாண்டன்ஸ் கோர்ஸ்..."

"ஓ! அப்பறம்தான் செக்ரடேரியல் கோர்ஸா?"

"ம்..."

ஒரு லெட்டர் டிக்டேட் செய்து டைப் அடிக்கச் சொன்னான். கச்சிதமாய் செய்தாள். ஆபீசில் திடீரென்று ஓர் இக்கட்டான

நிலைமை உண்டானால் எப்படிச் சமாளிப்பாள் என்று அறிய, அது சம்பந்தமாய் சில கேள்விகள் கேட்டான். பெரிய கண்களை லேசாய் விரித்து யோசனை பண்ணி ஒரே நிமிஷத்தில் 'டாண்' என்று தெளிவாய் பதில் சொன்னாள்.

எல்லாம் சரிதான்... ஆனால், அவள் இதுவரை வேறு எங்குமே வேலை பார்த்த அனுபவம் இல்லாதவளாய் இருந்ததுதான் கொஞ்சம் உதைத்தது.

சக்ரவர்த்தி அண்ட் அஸோஸியேட்ஸ், கிள்ளுக்கீரை நிறுவனம் அல்ல. அகில இந்தியாவிலும் தன் கிளைகளைப் பரப்பிக்கொண்டு நல்ல செல்வாக்கோடு செயல்பட்டுவரும் ஒரு ஸ்தாபனம்.

சட்டமா, கணக்கா, பொறியியல் துறையா, மார்க்கெட் நிலவரமா, விற்பனையா எதில் உதவி வேண்டும்? மணி மணியான யோசனையைச் சொல்லி, அதை நிறைவேற்றக்கூடிய வக்கீல்கள், சார்ட்டர்ட் அக்கெளண்டண்டுகள், என்ஜினியர்கள், ஆர்க்கிடெக்டுகள், பிஸினெஸ் வல்லுனர்கள் என்று ஒரு துறைவிடாமல் அத்தனையிலும் நிபுணர்களைத் தன்னிடம் வேலைக்கு வைத்துக்கொண்டு, இந்தியா முழுவதும் பல புள்ளிகளுக்குத் தன் ஆலோசனையை வழங்கிவரும் அந்த அலுவலகத்தில் வேலைக்குச் சேரும் ஒரு சாதாரண ஸ்டெனோ, கிளார்க்கூட, திறமைசாலியாய் இருக்க வேண்டும் என்பது கம்பெனியின் முக்கியமான குறிக்கோள்களில் ஒன்று. அப்படியிருக்க, பார்ட்னர்களில் ஒருவனான பரத் அது சீனியரோ, கடைக்குட்டி ஜூனியரோ தன்னுடைய அந்தரங்கச் செயலாளரும் அதிபுத்திசாலியாய் இருக்க வேண்டுமென்று விரும்பியதில் ஆச்சர்யமென்ன?

வேலைத் திறமை, கேள்விகளுக்குப் பதில் என்று பார்க்கையில், அனுபவமுள்ள மற்ற பெண்களைவிட இவள் கெட்டிக்காரியாகவே இருக்கிறாள்... ஸோ, என்ன பண்ணலாம்?

கடைசியாய் ஓர் அஸ்திரத்தைப் போட்டுப்பார்த்தான் பரத்.

"மிஸ் மோஹனா, உங்க கவனிக்கும் திறமையைப் பரிட்சை பண்ண இந்தக் கேள்வி... முதல் மாடில இருக்கற இந்த ஆபீஸுக்கு வர்றத்துக்குக் கண்டிப்பா மாடிப்படியில ஏறித்தான் நீங்க வந்திருக்கணும்... அப்படி வந்தப்போ, நீங்க கவனமா இருந்திருந்தா, என் கேள்விக்குப் பதில் சொல்றது சுலபம்... ஏறிவந்த மாடிப்படி மொத்தம் எத்தனைன்னு சொல்ல முடியுமா?"

இவன் இந்தக் கம்பெனியில் சேரும் முன், சீனியர் பார்ட்னர் ரமணன் இவனைப் பேட்டி கண்டபோது கேட்ட கேள்வி அது.

அசட்டுக் கேள்வியாகவே வைத்துக்கொண்டாலும், சமயோஜிதமாய் பதில் சொல்ல அதில் இடமிருக்கிறது.

ஏற்கனவே பேட்டி கண்ட பெண்களிடம் இந்தக் கேள்வியை பரத் கேட்டதும், பாதிப்பேர் முழி முழியென்று முழித்தார்கள். ஒருத்தி ரொம்ப புத்திசாலித்தனமாய் பதில் சொல்வதாக எண்ணிக்கொண்டு, 'இருபத்தியிரண்டு' என்றாள். இன்னொருத்தி, 'என்னைக் கிண்டல் பண்றீங்களா, சார்?' என்றாள் ஒருவித இளிப்புடன்.

பரத் பார்த்துக் கொண்டேயிருக்கையில், இதைவிட அபத்தமாய் கேட்க உனக்குத் தெரியாதா என்ற ரீதியில் வெறித்த மோஹனாவின் கண்கள், சட்டென்று இறுகிப்போயின.

யாரோ வேலை மெனக்கெட்டு அவள் கண்களை கஞ்சியில் முக்கியெடுத்து இஸ்திரி பண்ணின மாதிரி இரண்டு கண்களிலும் ஒரு தினுசான விறைப்பு பரவியது.

கண்களைக் கொட்டாமல் இவனை ஒருகணம் முழுசாய் பார்த்தாள். பின், "நீங்க ஏறிவரும்போது எத்தனை இருந்ததோ, அத்தனை இருந்தது நா ஏறிவரும்போதும், மிஸ்டர் பரத்..." என்றாள் சின்னக்குரலில்.

கடவுளே! இவள் கெட்டிக்காரிதான்... சந்தேகமேயில்லை!

பரத்துக்குத் திருப்தியாக இருந்தது. வெறும் அலங்காரத்துக்கும் கவர்ச்சிக்கும் முக்கியத்துவம் கொடுக்கும்

சாதாரண பெண்களிலிருந்து இவள் வித்தியாசமானவள் என்று ஆரம்பத்தில் தான் கணித்தது சரியானதுதான் என்ற நினைப்பு சந்தோஷத்தைத் தர, கையை அவள் முன் நீட்டி, "கங்க்ராட்ஸ்... இந்தக் கேள்விக்குத் திறமையா பதில் சொல்லி என்னை மடக்கிட்ட உங்களை நா பாராட்டறேன்! நம்ப ரெண்டு பேருக்கும் ஒத்துப்போகும்னு தோன்றது... சீனியர்கிட்ட சொல்லிடறேன்... திங்கக்கிழமைலேந்து நீங்க வேலைக்கு வரலாம்..." என்றான்.

பரத் நீட்டிய கையை மோஹனா பிடித்துக்கொள்ளவில்லை.

"தாங்க்யூ, மிஸ்டர் பரத்!" என்றாள். அப்புறம் என்ன நினைத்தாளோ, கீழ் உதட்டைச் சற்றே அழுக்கிக்கொண்டு, என்னைச் சரியாகப் புரிந்துகொண்டதற்கு நன்றி என்று சொல்வதுபோல அழகாய் புன்னகைத்தாள்.

பரத்துக்கு ஷாக் அடித்தது.

இப்படிப் புன்னகைக்கும்போது மோஹனா ஒரு புது மோஹனாவாகக் காட்சியளிக்கிறாளே! இது எப்படி? கண்களுக்குக் கஞ்சி போட்டுக்கொள்ளாத மோஹனாவாக, எனக்கு யாருமே லட்சியமில்லை என்ற உணர்வை உண்டுபண்ணாத மோஹனாவாக, சட்டென்று ஒரு நாலு வயசுக் குழந்தையாக இவள் மாறிப்போகிறாளே!

ஒரே வினாடியில் மனசுக்குள் சென்று அதை கிளுகிளுக்க வைத்து, பூரிக்கச்செய்து, தடவிக்கொடுத்து, தட்டிக்கொடுத்து... ஒரு சின்ன புன்னகைக்கு இதெல்லாம் சாத்தியமா, என்ன!

அன்றைக்கு மோஹனாபோய் வெகுநேரம் வரைக்கும் பரத் அவளைப் பற்றியே நினைத்துக் கொண்டிருந்தான்.

நான் அவளிடம் எதையோ புதுசாய் பார்க்கிறேனே! அது என்ன? பாக்கி மூன்று பெண்களைப் பேட்டிக்குக்கூட அழைக்காமல், 'உனக்குத்தான் வேலை' என்று சொல்லிவிட்டேனே... என்னை அப்படிச் சொல்லவைத்தது எது? முன்பின் வேலை பார்த்து அனுபவம் இல்லாதவள் என்பதைக் குறித்து ஒரு கணம்கூட யோசிக்காமல் என்னை இப்படி நடக்கத் தூண்டியது எது?

மோஹனா வேலைக்கு வரத் தொடங்கிப் பத்து நாட்களுக்குள், மற்ற சீனியர் பார்ட்னர்களிடமிருந்து அவள் பாராட்டுக்களைப் பெற முற்பட்டதும், பரத்துக்கு அப்பாடி என்றிருந்தது.

நான் மட்டும் இவளிடம் எதையோ கண்டு மயங்கிவிடவில்லை... இவளை, இவள் வேலையைக் கவனிக்கும் அனைவரையும் கவரும் சக்தி இவளிடம் உண்மையிலேயே இருக்கிறது என்ற சமாதானம் தோன்றியபோது, நிம்மதியாய் இருந்தது.

சும்மா சொல்லக்கூடாது... நிஜமாகவே மோஹனா எந்த ஒரு காரியத்தையும் அப்படியொரு நேர்த்தியோடுதான் செய்வாள்.

டைப் அடித்தால் கண்ணில் ஒற்றிக்கொள்ளலாம்... அச்சுப்பிழை, அடித்தல், திருத்தல் என்று எதுவும் இல்லாமல், கடிதமும் மெமோவும் என்னைப் படியேன், படியேன் என்று கண்களைக் கட்டியிழுத்தன.

மாசம் ஒன்று ஆவதற்குள், பரத்தின் வலதுகையாய் அவள் மாறிவிட்டாள் என்றுகூடச் சொல்லலாம்.

அவனுடைய அன்றாட வேலைகளைத் திட்டமிட்டுப் பிரிப்பது, இன்ன தபால்களுக்கு இன்ன விதத்தில் பதில் எழுதுவது, வாடிக்கையாளர்களிடம் பேச்சுவார்த்தைக்குப் புறப்படுமுன் அவன் அவர்களோடு பேச வேண்டிய விஷயங்களுக்குக் குறிப்பு எடுத்துக் கொடுப்பது என்று, ஒவ்வொன்றையும் தனி கவனத்துடன் மோஹனா செய்யத் தொடங்கியதும், அவள்மேல் பரத்தும் மற்றவர்களும் கொண்ட மதிப்பு ஏறித்தான் போயிற்று.

தனக்குப் புரியாத காரியங்களை ரமணனின் காரியதரிசியிடம் சென்று கேட்டுக்கொண்டாள் ஓய்வு நேரங்களில் அரட்டையடிக்காமல், உபயோகமான புஸ்தகங்களைப் படித்து, தெரியாத விஷயங்களைத் தெரிந்துகொண்டாள்.

ஆக, மாசம் மூன்று முழுசாய் போவதற்குள் ரமணனே, "என்னப்பா பரத், பேசாம என் செகரட்டரிய நீ எடுத்துக்கோ, உன் மோஹனா எனக்கு உதவியா இருக்கட்டும்... ஷீ ஈஸ்

ரியலி ஆன் அஸெட்!" என்று சொல்லுமளவுக்கு மோஹனாவின் கெட்டிக்காரத்தனம் ஆபீஸ் அறிந்த விஷயமாயிற்று.

மோஹனாவோடு பழகும் இந்தச் சில மாசங்களில் அவளைப் பற்றிய அந்தரங்கமான விவரங்கள் ஏதும் அதிகமாய் பரத்துக்குத் தெரியவில்லை.

அவளுக்கு இன்னும் கல்யாணம் ஆகவில்லை, சென்னைக்கு வரும் முன் டெல்லியில் இருந்தாள், அங்குதான் தபால் மூலம் பி.ஏ. படித்தாள், செக்ரடேரியல் கோர்ஸ் முடித்தாள், கூடப்பிறந்தவர்கள் யாரும் இல்லை, அப்பா அம்மா கிடையாது...

இவ்வளவுதான் பரத்துக்குத் தெரியும்.

முக்கியமான ஸ்டேட்மெண்ட் தயாரிக்கவென மாலையில் இருவரும் ஒன்றாய் உட்கார்ந்து நீண்ட நேரம் வேலை பார்த்த சில சமயங்களில், பரத் அவளிடம் பேச்சுக்கொடுத்துப் பார்த்திருக்கிறான்.

எதற்கும் நீளமாய் பதில் சொன்னவளில்லை மோஹனா.

'ம்' என்பாள், 'இல்லை' என்பாள்... அப்புறம் பேச்சை ஆபீஸ் வேலைக்குத் திருப்பிவிடுவாள்.

தன்னைப்பற்றி வளவளவென்று பேசும் பெண் இல்லை அவள் என்பது புரிய, பரத்தும் அதிகம் அவளைத் தூண்டித்துருவாவிட்டாலும், தனக்குத்தானே சில நாட்கள் யோசித்ததுண்டு.

'நான் கல்யாணமானவன் என்று இவளுக்குத் தெரியுமா? என் நளினி செத்துப்போய்விட்டது, எனக்கு ஒரு குழந்தை இருப்பது...? ஏன், இவள் ஒருவித ஆர்வமும் இல்லாமல் இருக்கிறாள்? அழகானவள், திறமையானவள், சின்னவயசுதான்... அப்புறம் ஏன் இப்படி விட்டேத்தியாய் இருக்கிறாள்? சுபாவமே இப்படித்தானா?'

இரண்டு நிமிஷங்கள் இந்த விதமாய் கேள்விகள் கேட்டுக்கொண்டபின், தன் நினைப்புகளை எண்ணி பரத் சிரித்துக்கொள்வான்.

மோஹனா எப்படியிருந்தால் எனக்கென்ன? ஒரு குண்டூசி குற்றம் கண்டுபிடிக்க முடியாதபடி ஆபீஸ் வேலையைச் செம்மையாய்ச் செய்கிறாள்... அப்புறம், அவள் பேசினால் என்ன, பேசாவிட்டால் என்ன?

முதலில் இப்படி தன்னைத்தானே சமாதானம் செய்துகொண்டு ஒதுங்கிப்போனாலும்,

நாளாக ஆக, அதுவும் இந்த அம்மா என்னேரமும், 'உனக்கு அப்படியென்ன வயசாயிடுத்து, பரத்? குழந்தைக்காகவாவது நீ உன் பிடிவாதத்தை விடணும்' என்று கொட்டத் தொடங்கியதிலிருந்து, பரத்தின் நினைவுகள் மோஹனாவை அதிகம்தான் சுற்றிவரத் தொடங்கின.

மோஹனாவை முழுசாய்ப் பார்ப்பது பிடிக்கிறது, அவளோடு பேசுவது பிடிக்கிறது.

அவள் வேலை செய்யும் பாங்கு பிடிக்கிறது. அவள் அதிராமல் மெல்லிய குரலில் பேசுவது பிடிக்கிறது. அவளுடைய கஞ்சிபோட்டுக்கொண்ட பார்வைகூடப் பிடிக்கிறது... அப்புறம்... அந்தப் புன்னகை!

கீழே ஸந்த்யாவின் அழுகை திரும்பவும் ஆரம்பமாகிவிட்டது. கூடவே அம்மாவின் சமாதானக் குரல்.

அம்மாவிடம் மோஹனாவைப்பற்றி கோடிகாட்டிப் பேசலாமா? புரிந்துகொள்வாளா?

இல்லை, மோஹனாவின் மனைசைத் தெரிந்துகொண்டு அம்மாவிடம் பேச்சு எடுக்கலாமா?

இல்லை, இரண்டுமே செய்யாமல் இன்னும் சில நாட்கள் பொறுத்துப்பார்க்கலாமா?

ப்ரீஃப்கேஸை எடுத்துக்கொண்ட பரத், யோசனையுடன் மாடிப்படிகளில் இறங்கத் தொடங்கினான்.

அத்தியாயம்

3

மாடிப்படிகளில் இறங்கும்போது ஸந்த்யா அழுகையூடே, "அப்பாகித்தே... அப்பாகித்தே..." என்று சொல்வது பரத்துக்குத் தெளிவாகக் கேட்டது.

ஹாலைக் கடந்து, சாப்பாட்டுக் கூடத்துக்குள் அவன் நுழைந்ததும், 'அப்பா... அப்பா' என்று கத்தியவள், விசும்பலை மறந்தவளாய், ஆயாவின் கைகளை உதறிவிட்டு அவனிடம் ஓடிவந்தாள்.

மேஜை முன் அமர்ந்து, துண்டு ஒன்றை மடிமீது விரித்த பரத், குனிந்து, காலைப் பற்றிக்கொண்டு நிற்கும் மகளைத் தூக்கி மடியில் இருத்திக்கொண்டான்.

ரொம்ப நேரமாய் ஸந்த்யா அழுதிருக்க வேண்டும். மூக்கு சிவப்பு மிளகாயாய் உப்பியிருந்தது. கண்களில் மாலைமாலையாய் ஜலம்.

பையிலிருந்து கர்சீப்பை எடுத்து மகளின் முகத்தையும் கண்களையும் ஒத்தினான். தாறுமாறாய்க் கிடந்த முடியை ஒருபக்கமாய் ஒதுக்கிவிட்டான்.

முதல்நாள் பார்த்த ஷ்யாமின் பெண் நினைவு காரணமில்லாமல் எழுந்தது.

அவளுக்கும் ஸந்த்யா வயசுதான். கூடப்போனால், ஒன்றரை வயசு இருக்கும்.

அவ்வளவுதான்.

அழகாய் வெட்டப்பட்டு, புஸூபுஸூவென்று ப்ரஷ் செய்யப்பட்ட தலைமுடி.

பளிச்சென்று பவுடர் பூசப்பட்ட முகம். ஸ்மாக் செய்த ஃப்ராக், காலில் சாக்ஸ், ஷூ...

மொத்தத்தில் செல்லுலாய்ட் பொம்மை ஒன்று உயிரோடு நடமாடும் பிரமை.

உன்னிப்பாய்ப் பார்த்தால், அந்தக் குழந்தையைப் பிரமாத அழகி என்று சொல்லவே முடியாதுதான். ஆள் பாதி அலங்காரம் பாதி.

மூக்கு முழி என்று சொல்லும்படி இல்லாத அந்தக் குழந்தையே அத்தனை கவர்ச்சியாய் இருந்ததென்றால், நிஜத்திலேயே அழகான ஸந்த்யாவுக்கு அப்படிப் பார்த்துப் பார்த்து சிங்காரித்துவிட்டால், எப்படி இருப்பாள்? கையை விட்டு இறக்க மனசு வராதபடி ஆளை மயக்கித்தான் தள்ளுவாள்! இந்த அம்மா இன்னும் கொஞ்சம் சிரத்தையுடன் குழந்தைக்கு டிரெஸ் பண்ணிவிட்டால் என்ன என்று எழுந்த கோபத்தை உடனே பரத் அடக்கிக்கொண்டான்.

எண்ணெய் தடவி வழவழவென்று தலைமயிரை வாரி, முன்னுச்சியில் ஒரு ரிப்பனால் கட்டிவிடுவாள். பெரிசாய் பொட்டு வைப்பாள். திட்டுத்திட்டாய் பவுடர் போட்டுவிடுவாள். பத்து நிமிஷங்களில் அத்தனை மையையும் முகம் பூராவும் தீற்றிக்கொண்டு ஸந்த்யா நிற்கும்போது, பரத்துக்குப் பார்க்க சகிக்காது.

"என்னம்மா... எதுக்கு இத்தனை எண்ணெய், வழியவழிய? அப்பறம், எதுக்கு இத்தனை வண்டி மை? கொஞ்சம் நாசூக்கா பண்ணிவிடும்மா..." என்று பொறுக்காத அன்று கேட்பது உண்டுதான்.

"எனக்குத் தெரிஞ்சதைத்தானே பண்ணிவிட முடியும், பரத்! நா அந்தக் காலத்து மனுஷி... என்கிட்டப்போய் இந்தக் காலத்து நாகரிகத்தை எதிர்பாக்கலாமா? எண்ணையை தடவினா

தலைமயிர் நன்னா வளரும்... மை இட்டா கண் அழகா பிரிஞ்சு பெரிசாகும்... பொண் குழந்தைக்குத் தலைமயிரும் கண்ணும் முக்கியமில்லையாப்பா..." கண்கள் பனிக்க அம்மா சமாதானமாய் எதையாவது சொல்லும்போது, அம்மா மனைசைப் புண்படுத்தி விட்டோமோ என்ற துடிப்பு எழ, மேற்கொண்டு பரத் எதுவும் பேசமாட்டான்.

பாவம் அம்மா... அவளுக்கென்று இனி என்ன இருக்கிறது! எல்லாம் நானும் ஸந்த்யாவும்தானே! என்ற வேதனை தோன்ற, 'ஸாரிம்மா' என்கிற பார்வையுடன் எழுந்து போய்விடுவான்.

ஜெயம்மா பெற்றது மொத்தம் மூன்று. தலைச்சன் பிள்ளை, ஐந்தாவது வயசில் மூளைக்காய்ச்சல் வந்து போய்விட்டான். அடுத்தது மகள்... எட்டாம் மாசத்திலேயே, இந்த உலகத்தில் வாழ்ந்தது போதும் என்று இரண்டு நாள் பேதியில் போய்விட்டது. அப்புறம் பத்து வருஷங்களுக்குத் தவியாய்த் தவித்து, வேண்டாத தெய்வங்களையெல்லாம் வேண்டின பிறகே பரத் பிறந்தான். ரொம்ப நாள் வரைக்கும் பிள்ளையை 'பிச்சை' என்றுதான் ஜெயம்மா கூப்பிடுவாள். 'ஏம்மா?' என்றால், 'எனக்கு நீ கடவுள் போட்ட பிச்சைதானே!' என்று பிடிவாதமாய் பதில் சொல்லுவாள். ஹையர் செகண்டரி ஸ்கூல் படிக்கும்போதுதான், 'என் சிநேகிதா எல்லாம், பிச்சை பிச்சைன்னு கேலி பண்றாம்மா... இனிமே பரத்துனு கூப்பிடு...' என்று விடாமல் அழுது அழிச்சாட்டியம் செய்யவும், அவள் அவன் வழிக்கு வந்தாள். பரத்தின் அப்பாவுக்கு காண்டிராக்டர் தொழில். நன்றாய் சம்பாதித்தார்.

சின்ன வயசிலிருந்தே கோட்டைபோல சொந்த வீடு, தோட்டம், கார், ஆள், அம்பு என்று எதற்கும் குறைவில்லாமல் வளர்ந்தவன் பரத்.

சஷ்டியப்தபூர்த்தி ஆன நாலாம் வருஷம், வியாதி வெக்கை என்று எதுவுமே இல்லாமல், ஒருநாள் தூக்கத்திலேயே அப்பா போய்ச்சேர்ந்தபோது, பரத் வக்கீலுக்குப் படித்து முடித்துவிட்டு சி.ஏ. படித்துக்கொண்டிருந்தான்.

அப்புறம், அம்மாவுக்கு அவன்தான் உலகம். ஜெயம்மாவின் இன்பம், துன்பம் எல்லாம் அவன்தான்.

அம்மா நிறைய மனவேதனை அனுபவித்துவிட்டாள் என்ற பரிவான எண்ணம் சதா அவனுக்குள் வியாபித்திருந்ததால், அம்மா வருத்தப்படும்படி ஒரு வார்த்தை இன்றுவரை அவன் சொன்னவனில்லை.

அப்பாவின் மடியில் உட்கார்ந்துகொண்டிருக்கும் குஷியில், கையால் மேஜையில் தப்தப் என்று தட்டிச் சிரித்தாள் ஸந்த்யா.

சமையல்கார தம்பு, மேஜையில் தட்டையும் டிபன் பாத்திரங்களையும் வைத்துவிட்டுப்போன பிறகு, ஜெயம்மா மகனுக்குப் பரிமாறத் தொடங்கினாள்.

இரண்டு இட்லிகளையும் ஒரு வடையையும் வைத்து, ஒரு பக்கமாய் மிளகாய்ப்பொடி, சட்னி பரிமாறினாள். பசு நெய்யை உருக்கி பொடி மேல் ஊற்றினாள். ஒரு கிண்ணத்தில் ஆவி பறக்கும் சாம்பாரைத் தனியாய் வைத்தாள்.

"எதுக்கும்மா இத்தனை தினுசு? ஏதாவது ஒண்ணு பண்ணா போறாதா? இட்லி, வடை, சாம்பார், சட்னி... எதுக்கு?"

"கார்த்தால டிபன் மட்டும்தான் நீ ஒழுங்கா சாப்பிடறே... மத்தியான்ன சாப்பாடு ஆபீஸ் கான்டீன்ல... ராத்திரி ஒரு நாளைக்கு ஒரு எடத்துல! பகல் சாப்பாட்டை ஆத்துலேந்து தம்புகிட்ட அனுப்பறேங்கறேன், நீ 'உடம்பு பெருத்துடும், வேண்டாம்'ங்கறே... நன்னா பெருத்துடும் போ! நேத்து ராத்திரி எப்ப சாப்பிட்டியோ, எங்க சாப்பிட்டியோ! என் மனசு கேக்கமாட்டேங்கறதே, பரத்..."

பரத் இட்லியை விண்டு வாயில் போட்டுக்கொண்டதும், 'நேக்கு... நேக்கு' என்று பறந்தாள் ஸந்த்யா.

குட்டி வெள்ளித்தட்டில் ஓர் இட்லியும், கொஞ்சம் சர்க்கரை நெய்யும் போட்டு மகனிடம் கொடுத்தாள் ஜெயம்மா.

இட்லியை விண்டு சர்க்கரையில் தோய்த்து மகளுக்கு பரத் ஊட்டினான்.

சப்புக்கொட்டிக்கொண்டு ஸந்த்யா சாப்பிட்டாள்.

"இத்துனூண்டு இருந்துண்டு இவளுக்கு இருக்கற அடத்தைப் பாரேன்! நானும் ஆயாவுமா ஒரு நாழியா மன்னாடறோம், வாயில வெக்க மாட்டேன்னா... இப்ப நீ குடுத்தா மட்டும் சாப்பிடறதைப் பாரு!"

"ஆமா, காத்தாலேந்து எதுக்காக அத்தனை பெரிய அழுகைம்மா?"

"வேற எதுக்கு? எல்லாம் உன்கிட்ட வரணும்னுதான்... 'அப்பாகிட்ட, அப்பாகிட்ட'னு இவ கத்தினது நாலு வீட்டுக்குக் கேட்டிருக்குமே!"

"மாடிக்கு அனுப்பறதுதானேம்மா?"

ஜெயம்மா உடனே பதில் சொல்லவில்லை. கொஞ்சம் தாமதித்துவிட்டு, மெதுவாய்ப் பேசினாள். "ராத்திரி பூரா நீ தூங்கலை... விடிகாலைல வந்து படுத்துண்டிருக்கே... சித்த கண்ணசர விடாம இவளை அனுப்பினா எப்படி?"

அதுவும் சரிதான். ஸந்த்யா மாடிக்கு வந்தால் ஒரு நிமிஷம் ஒரிடத்தில் உட்கார மாட்டாள். ஜன்னல் மேல் ஏறுவாள், பால்கனிக்கு ஓடுவாள்... நளினியின் துறுதுறுப்பு குன்றிமணி குறையாமல் அப்படியே இருந்தது.

"இன்னும் ஒரு வடை போட்டுக்கோ, பரத்... சூடா இருக்கு..."

"வேண்டாம்மா... ஃபுல்!"

"ரெண்டு இட்லி, ரெண்டு வடை சாப்பிட்டா, ஃபுல்லாயிடுமா? இன்னும் ஒண்ணு போட்டுக்கோப்பா..."

பரத்தின் மறுப்பைக் காதில் வாங்காமல் அவள் வடையைப் போட்டு சாம்பாரை ஊற்றினாள்.

"கல்லை ஜீரணம் பண்ற வயசு இது... இப்பப்போய் கால் வயிறும் அரை வயிறும் சாப்பிட்டு, உடம்பைக் கெடுத்துக்கலாமா? என்னைச் சொல்லு, வயசாச்சு... ஒத்துக்கறேன். படுத்தா சட்டுனு எழுந்திருக்க முடியலை, கையும் காலும் மரத்துப்போறது... விஷமம் பண்ற குழந்தையை ஓடிப்போய்ப் பிடிக்க முடியலை... நேத்திக்கு பீச்சுக்குக் கூட்டிண்டு போனப்போ, ஆளை அம்பலத்துல நிறுத்திட்டா! ஆயாவும் டிரைவரும் சேர்ந்து பாத்துக்க வேண்டியிருந்தது! சின்ன வயசுப் பொண்ணுன்னா, இவளுக்குச் சரியா ஓடி ஆடலாம்... நா பாட்டி... எப்படி முடியும்?"

அம்மா வர வேண்டிய இடத்துக்கு வந்துவிட்டது பரத்துக்குப் புரிந்தது. ஒன்றுமே பேசாமல் சாப்பிட்டு முடித்தான். காபியை ஆற்றத் தொடங்கினான்.

"நேத்து பாலா மாமா வந்திருந்தார், பரத்... அவருக்குத் தெரிஞ்ச எடத்துல ஒரு பொண்ணு இருக்காளாம்... பி.யூ.சி. படிச்சிருக்காளாம்... 'கண்ணுக்கு லட்சணமா இருக்கா, வீட்டுக் காரியத்தையும் குழந்தையையும் பதவிசா கவனிச்சுப்பா... என்ன, பாக்கலாமா'ங்கறார்... உன்னை ஒரு வார்த்தை கேட்டுட்டு சொல்றேன்னு சொல்லியிருக்கேன். நம்ப போறாத வேளை, நளினி போயிட்டா... இனி, ஆக வேண்டியதைப் பாக்காம, போனதை நினைச்சுப் புலம்பிண்டிருக்கறதுல யாருக்கு என்ன லாபம்? ஸந்த்யாவுக்குச் சரியா பேச, விளையாட, அவளுக்குத் தினுசு தினுசா அலங்காரம் பண்ண... ஒண்ணுமே எனக்குத் தெரியமாட்டேங்கறது... விவரம் புரியாத இந்தச் சின்ன வயசுலயே இன்னொரு பொண்ணை அம்மான்னு பழக்கிடறது நாலுத்துக்கும் நல்லது... என்னப்பா பரத், நா சொல்றதைக் காதுல வாங்கிக்கறயா?"

பரத் பெண்ணைக் கீழே இறக்கிவிட்டான். எழுந்து போய் கை அலம்பிக்கொண்டவன், ஹாலை நோக்கி நடந்தான்.

ஸந்த்யாவைத் தூக்கிக்கொண்டு பின்னாலேயே வந்தாள் ஜெயம்மா.

"நீ பாட்டுக்கு ஒண்ணுமே பேசாமப் போனா என்னப்பா அர்த்தம்? என் கஷ்டமும் குழந்தையோட அல்லாட்டமும் உனக்கு நிஜமாவே புரியலையா, இல்ல புரியாத மாதிரி இருக்கியா? நாளைக்கு எனக்கு ஒண்ணு ஆயிடுத்துன்னா, குழந்தை நாறிப்போயிடுவா! வீட்டுல ஒரு பொம்பளை பொறுப்பெடுத்துக்க இல்லாட்டா, நீயும் திண்டாடிப்போயிடுவே! இது புரியலையா உனக்கு?"

சோபாவில் அமர்ந்த ஜெயம்மா விசிக்கத் தொடங்கினாள். ஸந்த்யா ஒன்றும் புரியாமல், "பாத்தி... பாத்தி..." என்றாள்.

பரத்துக்கு வேதனையாக இருந்தது.

அம்மாவின் பக்கத்தில் அமர்ந்து, "ஷ்... அம்மா... என்னம்மா இது? நீ இப்படி மனசு ஒடிஞ்சு அழற அளவுக்கு இங்க என்ன நடந்துடுத்து? அம்மா..." என்றான்.

அழுகையை நிறுத்தாமலே ஜெயம்மா பேசினாள். "பேசவேண்டாம்னு நினைச்சிண்டிருந்தேன்... நீ பேசும்படி கட்டாயப்படுத்தறே... வேதனை, கஷ்டம் எல்லாம் எங்க ரெண்டு பேருக்குத்தானா? உனக்கு இல்லையா? அன்னாடம் ராத்திரி குடிக்கறதும், விடியற சமயத்துல வந்து படுத்துக்கறதும்... என்னப்பா இதெல்லாம், பரத்? உன் அவஸ்தையை மறைக்க நீயும் என்னென்னமோ பண்ணிப்பாக்கறது எனக்குப் புரியலைன்னு நினைக்கறியா? ஒரு பொண்டாட்டி உனக்குனு இங்க காத்துண்டில்லேங்கறதுனால நீ உன் மனசையும் உடம்பையும் கெடுத்துக்கறது என்ன நியாயம்? உன் மனக் கஷ்டத்தை என்னால தாங்க முடியலை, பரத்... நீ சட்டுனு இன்னொரு கல்யாணம் பண்ணிண்டாதான் எனக்கு நிம்மதி! என்ன சொல்றே? பாலா மாமாகிட்ட, 'சரி, மேல கவனிங்கோ'னு சொல்லட்டுமா?"

மிகுந்த சிரமத்துடன் பரத் பேசினான். "இன்னும் கொஞ்ச நாள் போகட்டும்மா... ப்ளீஸ்..."

"எதுக்கு? ஒரு நல்ல பொண்ணு கையில இருக்கறப்போ, எதுக்காக இன்னும் கொஞ்ச நாள் பொறுக்கணும்?"

"இதுல அவசரம் என்னம்மா? ஸந்த்யாவைத் தன் குழந்தையா பாவிக்கற பக்குவம் அவளுக்கு இருக்கானு பாக்கணும்... உன்னோட அட்ஜெஸ்ட் பண்ணிப்பாளான்னு பாக்கணும்... கொஞ்சம் போகட்டும்மா... என்னைத் துரத்தாதயேன்!"

கண்களில் பொங்கிய நீரைத் துடைத்துக்கொண்ட ஜெயம்மா, ஒரு நிமிஷம் தனக்குத்தானே ஏதோ யோசனை பண்ணிவிட்டு, மகனை நிமிர்ந்து பார்த்து, தடக்கென்று கேட்டாள். "சரி, நா பாக்கற பொண்ணு வேண்டாம்... உனக்குப் பிடிச்சவளா யாராவது இருக்காளா? உன்னையும் குழந்தையையும் சரியா புரிஞ்சுக்கற பொண்ணு யாரையாவது உனக்குத் தெரியுமா? அதையாவது மனசுவிட்டு நீ சொன்னாத் தேவலை..."

என் மனசுக்குள் ஊடுருவி உன்னால் எப்படியம்மா பார்க்க முடிகிறது என்ற வியப்போடு பரத் அம்மாவைப் பார்த்தான். அப்புறம், இன்றைக்கு மோஹனாவைப்பற்றி அம்மாவிடம் பேசலாமா வேண்டாமா என்று கொஞ்சம் யோசித்தான்.

அம்மாவே கேட்டுவிட்ட பிறகு இன்னும் ஏன் பேசாமல் இருக்க வேண்டும்?

எழுந்து அறையில் குறுக்கும் நெடுக்கும் இரண்டு தடவைகள் உலாத்தினான்.

ஜன்னல் அருகே சென்று தோட்டத்தை வேடிக்கை பார்த்தான். முகத்தைத் திருப்பாமலேயே, "என் செக்ரட்டரி மோஹனாவைப்பத்தி உன்கிட்ட சொல்லியிருக்கேன், இல்லையாம்மா?" என்றான் மெதுவாக.

அத்தியாயம்

4

கைகளை உயரே தூக்கி சோம்பல் முறித்தான் பரத். கழுத்தை இப்படியும் அப்படியும் திருப்பி, சொடுக்கிக்கொண்டான். சீட்டில் சாய்ந்து உட்கார்ந்து, ஏ.ஸியின் இதமான குளிரை ஒரு நிமிஷம் அனுபவித்தபோது, அப்பாடி என்றிருந்தது. நாலு நாட்களாகவே ஆபீஸில் செம வேலை. சீனியர் பார்ட்னர்கள் ஒருத்தர்கூட ஆபீஸுக்கு வரவில்லை. ஒருத்தர் வெளியூர், ஒருத்தர் உறவினருக்குக் கல்யாணம், இன்னொருத்தருக்கு உடம்பு சரியில்லை என்று எதிர்பாராத விதமாய் அத்தனை பேர்களுக்கும் ஏதேதோ வேலை வந்துவிட, நாலு நாட்களாய் பரத்தின் சாம்ராஜ்யம்தான் இங்கு கொடிகட்டிப் பறக்கிறது.

கவனிக்க வேண்டிய அவசர வேலைகளைக் கவனித்து, பதில் சொல்ல வேண்டியவர்களுக்குச் சொல்லி, பார்க்க வேண்டியவர்களைப் பார்த்து, எடுக்க வேண்டிய முடிவுகளை எடுத்து... பரத்துக்கு இப்படியப்படி பராக்குப் பார்க்க முடியாதபடி சரியான வேலை.

நல்ல வேளையாய், உடம்பு சரியாகி ரமணனும், ஊருக்குப் போன பார்ட்னரும் இன்று வந்துவிட்டனர். இனி அத்தனை பளு இல்லை.

கண்களை மூடி பெருமூச்சாய்க் காற்றை உள்ளே இழுத்தபோது, நாசியில் பூக்களின் மணம் மென்மையாய் ஏறுவதை உணர்ந்து, பரத் தலையைத் திருப்பிப் பார்த்தான்.

ஒருபக்கமாய் உட்கார்ந்திருந்த அழகான பூ அலங்காரம் இவனைப் பார்த்துச் சிரித்தது.

மோஹனாவின் கைவண்ணம்தான்.

வெறிச்சென்று இருந்த அறையில் முதன் முதலில் பூக்கள் நுழைந்த அன்று, அவற்றை உடனே கவனிக்க பரத் தவறிவிட்டான்.

திடீரென்று பூக்களின் வாசம் கமகமவென்று வீசவே, வேலை மும்முரத்தில் ஆழ்ந்து கிடந்தவன், மோஹனாதான் வந்திருக்கிறாள் என்று எண்ணினான். அப்புறம் பார்த்தால், இந்தப் பூ அலங்காரம்.

ப்யூனை அழைத்து, "இது ஏது?" என்றபோது அவன், "செக்ரட்டரி அம்மா கொண்டாந்தாங்க..." என்றான்.

டிக்டேஷனுக்கு வந்தவளிடம் மறக்காமல் இது குறித்துக் கேட்டான்.

"ரூம்ல பூ இருந்தா மனசுக்கு உற்சாகமா இருக்கும்னு நினைக்கறேன்... உங்களுக்குப் பிடிக்கலைன்னா, எடுத்துடறேன்..."

அவசரமாய் குறுக்கிட்டான் பரத். "இல்லை... எனக்கு ரொம்பப் பிடிக்கிறது... தேங்க்யூ..."

அதன் பிறகு, நாலு நாட்களுக்கு ஒருமுறை பூக்களை வாங்கிவந்து, தினுசுதினுசாய் அவற்றை மோஹனா அமைப்பதை ஒரு ஈடுபாட்டுடன் பரத் கவனிக்கவே செய்தான்.

ஒருநாள், கொத்தாய் லில்லிக்கள் வெள்ளை வெளேரென்று மணக்கும். அடுத்த முறை, நாலு சிவப்பு ரோஜாக்கள் பச்சை இலைகள் நடுவில் தங்கள் முகங்களைக் காட்டும். இன்னொரு நாள், கிரிஸாந்தமம் பூக்கள் மஞ்சளும் வெள்ளையுமாய் கொல்லென்று மலர்ந்திருக்கும்.

பல நாட்கள், கிட்டத்தில்போய் நின்று பூக்களின் அழகை ரசித்த பிறகு, மோஹனா உள்ளே வரும்போது, அவளை அந்த

நேர்த்தியான அலங்காரத்துக்காக பரத் பாராட்டியிருக்கிறான். அப்போதெல்லாம், உங்கள் பாராட்டு என்னை சந்தோஷிக்கச் செய்கிறது என்று சொல்கிற மாதிரி சின்னதாய் மோஹனா புன்னகைப்பாள்.

நாற்காலியிலிருந்து எழுந்த பரத், ஏஸியிடம் சென்று குளிரைக் குறைத்தான். குனிந்து பூக்களை முகர்ந்து பார்த்தான்.

இன்ன மணம் என்று குறிப்பிட்டுச் சொல்ல முடியாதபடி இன்பமான கலவையாய் ஒரு வாசம் எழுந்தது. ஒரு வெள்ளைப் பூவின் அமைப்பு மட்டும் வித்தியாசமாய் இருப்பதை உணர்ந்து, அதை உருவி வெளியில் எடுத்தான்.

நட்சத்திரங்களை மென்மையான நூல் வேலைப்பாட்டில் வைத்துத் தைத்த மாதிரி, இது என்ன பூ? மோஹனாவிடம் கேட்க வேண்டும்.

பூவோடு மேஜைமேல் ஏறி அமர்ந்த பரத்துக்கு, பத்து நாட்களுக்கு முன் அம்மாவிடம் மோஹனாவைப்பற்றிப் பேசியது ஞாபகத்துக்கு வந்தது.

"என் செக்ரட்டரி மோஹனாவைப் பத்தி உன்கிட்டே சொலிலியிருக்கேன், இல்லையாம்மா?"

ஜெயம்மா கண்களை விரித்து, மேலே சொல்லு என்கிற பாவனையோடு மகனைப் பார்த்தாள்.

"மோஹனாவோட நாலு மாசமா பழகறேன்... அவ ஒரு வித்தியாசமான பொண்ணாத் தெரியறா... கெட்டிக்காரி, அழகானவ, அடக்கமாவும் இருக்கா... எனக்கு மட்டுமில்ல, எங்க சீனியர்ஸ்லேந்து எல்லாருக்கும் அவளைப் பிடிக்கறது..."

ஒரு நிமிஷம் மௌனமாய்ச் சென்றது. மகன் கோடிகாட்டிவிட்டான். இனியும் தான் சும்மா இருந்தால் எப்படி?

சந்தோஷத்தோடு ஜெயம்மா பேசினாள். "இதுல இனிமே தயங்கறதுக்கு என்ன இருக்கு, பரத்? நா வேணா அந்தப் பொண்ணோட அப்பா அம்மாவைப் பாத்துப் பேசட்டுமா?"

சட்டென்று திரும்பி பரத் சிரித்தான்.

"நீ அதுக்குள்ள அவசரப்பட்டா எப்படிம்மா? மோஹனாவை எனக்குப் பிடிச்சிருக்கு... அவ்வளவுதான்! அவகிட்ட நானோ, இல்லை என்கிட்ட அவளோ, இன்னிவரைக்கும் வேற எந்த தினுசுலயும் நடந்துண்டதில்லை! அவளைப் பத்தின விவரங்களோ, இல்லை என்னைப் பத்தின விஷயங்களோ, நாங்க ஒருத்தர்கிட்ட ஒருத்தர் பேசிண்டது கிடையாது... ஒரு குழந்தையோட இருக்கற விடோயரான என்னைக் கல்யாணம் பண்ணிக்க அவ சம்மதிப்பாளாங்கறதுகூட எனக்குத் தெரியாது! நிதானமாத்தான் பேசி, பழகிப் பாக்கணும். 'உன் மனசுக்குப் பிடிச்ச பொண்ணு யாராவது இருக்காளா'ன்னு நீ கேட்டே, அதுக்குப் பதில் சொன்னேன்... அவ்வளவுதான்! நீ பாலா மாமா, அவர், இவர் மூலமா இப்போதைக்குப் பொண்பாக்க வேண்டாம்... என்னம்மா, புரிஞ்சுதா?"

ஜெயம்மா புரிந்துகொண்டாள். நாலைந்து மாசங்களாய் பிடிகொடுத்துப் பேசாத பிள்ளை, இன்றைக்கு இந்த அளவுக்காவது மனம் மாறிப் பேசினானே என்ற மகிழ்ச்சி வெளிப்படையாய் முகத்தில் தெரிய, "எல்லாம் உன் மனசுபோல நடக்கணும், நீ சந்தோஷமா இருக்கணும்... எனக்கு வேறென்ன வேணும்!" என்றாள்.

அம்மாவிடம் தன் மனசை வெளிப்படுத்திவிட்ட இந்தப் பத்து நாட்களாய் மோஹனாவை ஒருவிதத் தனிக் கவனத்துடன்தான் பரத் கவனிக்கிறான். பார்க்கப்பார்க்க, அவளோடு பழகப்பழக, இவள் எனக்கு முழுசாய் சொந்தமாக வேண்டும் என்ற ஆசை வெறியாக மாறுவதை அவனால் உணர முடிந்ததால், சீக்கிரமே இதுகு நித்து அவளிடம் பேச வேண்டும் என்று தீர்மானித்துக்கொண்டதற்கு ஏற்ப, ஒரு சின்ன சம்பவம் நடந்தது.

இரண்டு நாட்களுக்கு முன் ஸ்டேட்மெண்ட் தயாரித்துவிட்டுக் கிளம்ப நாழியாகி விட்டதால், மோஹனாவை வற்புறுத்தி காரில் ஏற்றிக்கொண்டு, அவள் தங்கியிருக்கும் வொர்க்கிங் விமன்ஸ் ஹாஸ்டலில் பரத் இறக்கினான்.

காரைவிட்டு இறங்கினவள், தன் அபூர்வப் புன்னகை ஒன்று உதடுகளில் தவழ, "தேங்க்யூ மிஸ்டர் பரத்..." என்றாள்.

அந்தக் கணம் அவளிடம் நெருக்கமாய் ஏதாவது பேசியே தீரவேண்டும் என்ற தாபம் எழ, "நீங்க அடிக்கடி சிரிக்கணும், மோஹனா... யு ஹாவ் எ வொண்டர் புல் ஸ்மைல்! நா ரொம்ப நாளாவே இதை உங்ககிட்ட சொல்ல நினைக்கறேன்... இன்னிக்குத்தான் சந்தர்ப்பம் வந்தது..." என்றான்.

பரத்தின் பாராட்டை மோஹனா எதிர்பார்க்கவில்லை என்பதைக் காட்டும் தினுசில் முகம் சிவந்து போயிற்று. கண்கள் விறைப்பில்லாமல் நெகிழ்ந்துபோயின. சீறிக்கொண்டு எழுந்த வெட்கம் புன்னகையாய் மாற, "தேங்க்யூ அகெய்ன்..." என்றாள். அப்புறம் திரும்பி உள்ளே போய்விட்டாள்.

மோஹனாவிடம் என்று பேசலாம், எப்போது பேசலாம்...?

வெள்ளைப் பூவைக் கையில் வைத்து பரத் யோசனையில் ஆழ்ந்திருந்த அந்த நிமிஷத்தில், மோஹனா ஒரு ஃபைலுடன் உள்ளே வந்தாள்.

அவனையும், அவன் பூவுடன் உட்கார்ந்திருக்கும் கோலத்தையும் பார்த்து அப்படியே நின்றாள்.

"உங்களைத் தொந்தரவு பண்ணிட்டேனா, மிஸ்டர் பரத்? அப்பறமாய் வரட்டுமா?"

"ஓ, நோ... ப்ளீஸ் கம் இன் அண்ட் சிட் டவுன்!" மோஹனா வந்து ஃபைலை அவன் முன் நீட்டினாள்.

"சுதர்ஸன் அண்ட் கம்பெனில இன்னிக்கு மத்தியானம் உங்களுக்கு டிஸ்கஷன் இருக்கு... பாயின்ட்ஸ் எடுத்து வெச்சிருக்கேன்... சரியா இருக்கானு பாக்கணும்..."

பரத் ஃபைலைப் பார்க்கவில்லை. அதைப் பிடித்திருந்த நீளநீளமான விரல்களைப் பார்த்தான். அப்படியே கை, தோள் என்று கண்களை ஓடவிட்டு, அவள் முகத்தில் பார்வையை நிறுத்தினான்.

இவளிடம் என் மனசை இன்று வெளிப்படுத்தினால் என்ன? ஃபைலை மூடி ஒருபக்கமாய் தள்ளினவன், கையிலிருந்த பூவை நீட்டி, "இதுக்கு என்ன பேர், மோஹனா?" என்றான்.

நான் எதையோ கேட்டால் நீங்கள் என்னமோ சொல்கிறீர்களே, உங்களுக்கு என்ன ஆயிற்று என்ற ஆச்சர்யத்துடன் நின்ற மோஹனா, அவன் நீட்டிய பூவைப் பார்த்தாள்.

"இதுக்கு 'லேடீஸ் லேஸ்'னு பேர்..."

"லேடீஸ் லேஸா? அப்படின்னா?"

"சாதாரணமா பெண்கள் உபயோகப்படுத்தற லேஸ் மாதிரி இது இருக்கறதால இந்தப் பேர்னு நினைக்கறேன்..."

"ஓ, ஐ ஸீ! லேடீஸ் லேஸ்... எத்தனை அழகான பேர்! இந்தப் பூ மாதிரி நிஜமாவே பெண்கள் யூஸ் பண்ற லேஸ் அழகா இருக்கானு எப்படிப் பாக்கறது? எந்த லேடிகிட்டப் போய், 'நீ லேஸ் உபயோகிக்கறயா'ன்னு கேக்கறது? கன்னம் வீங்கிப்போயிடாது?"

வழக்கத்துக்கு மாறான குறும்புடன் பரத் பேசவும், அதிசயத்திலும் அதிசயமாய் வாய்விட்டு மோஹனா சிரித்துவிட்டாள்.

கண்களை நிமிர்த்தி, மோஹனாவையும் அவள் சிரிப்பையும் பார்த்த பரத் அதிசயித்துப்போனான். இவளுக்கு இத்தனை அற்புதமாய் சிரிக்கக்கூடத் தெரியுமா!

கடவுளே! எத்தனை அழகாக இருக்கிறாள்! ரியலி ப்யூட்டிஃபுல்!

இந்த உயரத்தை கைக்கொள்ளாமல் அணைத்து, சிரிக்கும் இந்த உதடுகளில் மென்மையாய் முத்தமிட்டால், எப்படியிருக்கும்!

"யூ ஆர் எ ப்யூடுடிஃபுல் உமன், மோஹனா! நீங்க சிரிக்கறப்பவும், ஸ்மைல் பண்றப்பவும், ரொம்ப அழகாயிருக்கு! ஏன் உங்களால அடிக்கடி சிரிக்க முடியலை?"

பரத்தின் பார்வையும் குரலும் எதையோ உணர்த்த, ஒன்றுமே பேசாமல் மோஹனா நிற்கையில், இண்டர்காம் ஒலித்தது.

"பரத், நா ரமணன்... ஒரு நிமிஷம் வந்துட்டுப் போக முடியுமா... ஃப்ரீயா இருக்கியா?"

சட்டென்று கலைந்து போனான் பரத். "வரேன் சார்..."

பரத் எழுந்திருக்கையில், "ஃபைல் இங்கயே இருக்கட்டுமா, மிஸ்டர் பரத்? நீங்க சீனியரோட பேசிட்டு இந்த நோட்ஸை செக் பண்ண அவகாசம் இருக்குமா?" என்று கேட்டுக்கொண்டே மோஹனாவும் கிளம்பினாள்.

"ஒரு நிமிஷம், மோஹனா..."

கதவிடம் சென்றவள் நின்றாள். திரும்பினாள்.

"வந்து... எனக்கு உங்ககிட்ட ஒரு முக்கியமான சமாச்சாரத்தைச் சொல்லணும்... சாயங்காலமா என்னோட கொஞ்சம் வெளில வர முடியுமா? கொஞ்சம் பர்ஸனல்... ப்ளீஸ் மோஹனா, முடியுமா?"

எந்தவித உணர்ச்சியையும் காட்டாத முகத்துடன் மோஹனா நிற்கவும், 'ப்ளீஸ்' என்று மறுபடி கேட்டவன், அவள் மௌனத்தைச் சம்மதமாய் எடுத்துக்கொண்டு, 'தேங்க்யூ' என்று சொல்லி அறையைவிட்டு வெளியேறினான்.

சொன்னபடி சரியாய் மாலை ஆறு மணிக்கு மோஹனாவுடன் புறப்படுட பரத், முதலில் காரை 'ட்ரைவ் இன்'னுக்குச் செலுத்தினான்.

ஒரு வார்த்தைகூடப் பேசாமல் இரண்டு பேரும் மௌனமாய் டிபன் சாப்பிட்டு முடித்ததும், வண்டியை பீச்சுக்கு ஓட்டி, காந்தி சிலை பின்னால் சென்று நிறுத்தினான்.

"மணல்ல உக்காரலாமா, மோஹனா?"

இறங்கி நடந்தார்கள்.

அலையடித்து ஓயும் மேடு வரை சென்றார்கள்.

அஸ்தமனம் ஆகிவிட்டதால் வானம் அசட்டுக் கருப்பு கலந்த சிவப்பு நிறமாய் இருந்தது.

காற்றில் மோஹனாவின் முந்தானை படபடத்தது.

"இங்க உக்காரலாமா?"

உட்கார்ந்தார்கள்.

தூரத்தில் நுரை ஊறும் ஈர மண்ணில், கொடுக்குகளைத் தூக்கிக்கொண்டு ஓடும் நண்டுகள் மசமசப்பாய்த் தெரிந்தன.

மனசில் ஏற்கனவே தீர்மானித்துக்கொண்டுவிட்ட தினுசில் பரத் பேச்சைத் தொடங்கினான்.

"நாலு மாசத்துக்கும் மேல நாம ஒருத்தரோட ஒருத்தர் பழகறோம்... ஆனா, இன்னும் ஒருத்தரைப் பத்தின விவரம் எதையும் நாம்ப இன்னொருத்தர்கிட்ட சொன்னதில்லை! என்னைப்பத்தி, என் கடந்தகால வாழ்க்கையைப்பத்தி, இப்ப நா வாழற வாழ்க்கையப்பத்தி, என் எதிர்காலத்தைப்பத்தி உங்ககிட்ட சொல்லணும்னு எனக்கு என்னமோ தோண்றது... சொல்லட்டுமா, மோஹனா?"

என்னிடமா? உங்களைப் பற்றியா? எதற்கு? என்று கேட்கிற தினுசில் ஒரு பார்வை மட்டும் பார்த்துவிட்டு, வாய் வார்த்தைகளாய் ஏதும் பேசாமல் மோஹனா அமர்ந்திருக்க, பரத் மேலே தொடர்ந்தான்.

அத்தியாயம்

5

"எங்கப்பா காண்ட்ராக்டரா வேலைபாத்து நன்னா சம்பாதிச்சவர்... அவர்போய் ஆறு வருஷம் ஆறது. அம்மா பெத்தது மொத்தம் மூணு... மூத்த அண்ணா அஞ்சு வயசுலயும், அக்கா சில மாசங்கள்ளயும் செத்துப்போனப்பறம், ரொம்ப வருஷம் கழிச்சு நா பொறந்தேன். அதனால, எங்கம்மாவுக்கு நா ரொம்ப செல்லம்! நா 'லா' படிச்சுட்டு, அது மட்டும் போறாதுன்னு சி.ஏயும் படிச்சேன்... மூணு வருஷம் முன்னால இந்தக் கம்பெனில கன்சல்டண்டா சேர்ந்தேன்... இன்னிக்கு நா அங்க ஜூனியர் பார்ட்னர். ஆபீஸ் விஷயத்தைப்பத்தி இதுக்கு மேல அதிகமா சொல்லத் தேவையில்ல... உங்களுக்கே எல்லாம் இதுக்குள்ள தெரிஞ்சிருக்கும்..."

பரத் நிதானமாய் பேசினான். சின்னக் குரலில் பேசினான். உனக்கு மட்டும் நான் பேசுவது கேட்டு, நீ சரியாய் புரிந்துகொண்டால் போதும் என்கிற தவிப்போடு பேசினான்.

மோஹனா சப்பணம் கட்டி உட்கார்ந்து, வலக்கையால் ஈரமணலைத் தட்டி சமப்படுத்தினாள். புள்ளிகளை வைத்தாள். கோலம் போட்டு அழித்து, மீண்டும் போட்டாள்.

"இந்தக் கம்பெனில சேர்ந்த புதுசுலதான் நா நளினியயச் சந்திச்சேன்... நளினி யாருன்னு உங்களுக்குத் தெரிஞ்சிருக்கலாம்... எஸ், மை வொய்ஃப்! அவ போட்டோவை பாத்தாலே அவளை உங்களால ஓரளவுக்குப் புரிஞ்சுக்க முடியும்...

எப்பவும் பரபரப்பு, துடிப்பு, சின்னக்குழந்தையோட விஷமத் துறுதுறுப்பு... அள்ளி, கொட்டி, வாராம அவளால நிதானமா எந்த ஒரு காரியத்தையும் செய்யவே முடியாது! எதுலயும், கால்ல வெந்நீர் கொட்டிண்டிட்ட அவசரம்! முழுசா ஒரு வருஷம்கூட நாங்க வாழலை... அதுக்குள்ள அவளுக்கு அவசரம்... போயிட்டா! இருவத்திரெண்டு வயசுல நிறைய பெண்கள் வாழ்க்கையத் தொடங்கறதேயில்ல... ஆனா, நளினி அதுக்குள்ள வாழ்ந்து, ஒரு பொண்ணைப் பெத்து, எல்லாம் முடிஞ்சு, ஓடிப்போயிட்டா..."

பரத்தின் குரல் உணர்ச்சிவசப்பட்டிருப்பதாய்த் தோன்ற, மோஹனா தலையை நிமிர்த்திப் பார்த்தாள்.

முகமோ கண்ணோ, எதுவுமே தெளிவாகத் தெரியாத இருட்டு, போர்வையாய்ப் போர்த்தியிருந்தது.

"என்னோட ரொம்பப் பெரிய வருத்தம் என்னன்னா, அவ செத்துப்போன விதம்தான், மோஹனா... 'அரைமணில வந்துடறேன், எங்கயும் போகாதீங்கோ'னு காரை எடுத்துண்டு போனா... 'நானும் வரேன்'னேன்... 'வேண்டாம், ஆபீஸ்லேந்து டயர்டா வந்திருக்கேள், ஐ வில் கம் பாக் ஸூன்'னு சொல்லிட்டுப் போனவதான்... ஒரத்துல இருந்தவளை விதி கையப் பிடிச்சு இழுத்து மண்டைல போட்ட மாதிரி... நா வேற என்னன்னு சொல்றது? அங்கயே, அப்படியே, அலுங்காம குலுங்காம... ஸ்பைனல் கார்ட் அதிர்ச்சியில அறுந்து போச்சாம்... மார்ல ஸ்டீரிங் வீல் அழுந்தினதுல, இருதயம் அடிபட்டுப்போச்சாம்! அப்பறம் போஸ்ட் மார்டம் பண்ணி டாக்டர்ஸ் என்னென்னவோ சொன்னா... என்ன சொல்லி என்ன! என்ன பணம் இருந்து என்ன! என்ன வசதி இருந்து என்ன! ஒண்ணுத்துக்கும் ஒரு கடுகத்தனை ப்ரயோஜனம் இல்லாம, ஒரே நிமிஷத்துல அவ கதை முடிஞ்சுடுத்து..."

பரத் அழுகிறாரா?

குரல் தழுதழுக்கிறது... தொண்டை அடைத்துப்போகிறது...

மோஹனாவுக்குக் கஷ்டமாக இருந்தது. "உங்களுக்கு வேதனை தர விஷயத்தைப்பத்தி இப்ப ஏன் பேசணும், மிஸ்டர் பரத்? ப்ளீஸ்... வேற ஏதாவது பேசலாமே..."

"இல்ல, மோஹனா... இதையெல்லாம் நீங்க தெரிஞ்சுக்கணும்... அவசியம் தெரிஞ்சுக்கணும்னுதானே நா சொல்றேன்... என்னைப் பேச விடுங்கோ..."

கர்ச்சீப்பை எடுத்து முகத்தைத் துடைத்துக்கொண்டே பரத் பேசினான்.

"நளினி, அவ அப்பா அம்மாவுக்கு ஒரே பொண்ணு... அவா சிங்கப்பூர்ல இருக்கா. ரொம்ப வருஷமா அங்கயே இருக்கா. எனக்கு அவாளோட ரொம்பப் பழக்கமில்ல... கல்யாணம், அப்பறம் நளினியோட டெத், இந்த சந்தர்ப்பத்துலதான் நா அவாளைப் பாத்துப் பழகியிருக்கேன்... இப்போ ஒரு வருஷமா எப்பவாவது **நீ செளக்கியமா, ஸந்த்யா செளக்கியமானு** ஒரு லெட்டர் போடறதோட எங்க உறவு சரி..."

நீளமாய் ஒரு பெருமூச்சுவிட்டான் பரத்.

"இப்ப ஸந்த்யாவைப்பத்தி சொல்றேன்... அவசரம் அவசரமா என்னோட வாழ்ந்ததுக்கு சாட்சி விட்டுட்டுப் போகணும்னு நளினி ஆசைப்பட்டா போலருக்கு... அந்த சாட்சிதான் ஸந்த்யா! சரியா குழந்தை பொறந்து இருவத்து நாலு நாள்தான் நளினி இருந்தா... அவ்வளவுதான். அந்தப் பச்சைக் குழந்தையோட ஒவ்வொரு நிமிஷமும் மன்னாடி, அவளைத் தன் கண்ணுக்குள்ள வெச்சு வளர்த்தது, வளர்க்கறது அம்மாதான்... என்னால அம்மாக்குதான் ரொம்பக் கஷ்டம், மோஹனா! அவளுக்கும் அறுவது வயசாயிடுத்து... அப்பா போன சமயத்துல லேசா மாரடைப்பு வந்த உடம்பு வேற... நளினி அகாலமா போனப்போ, 'சரி, அம்மாவையும் இழக்கப்போறேன்'னு தீர்மானமே பண்ணிண்டுட்டேன்... என்னமோ நல்ல காலம், எல்லாத்தையும் தாங்கிண்டு அம்மா இருந்துண்டிருக்கா! நளினியோட சாவுக்கு வந்த அவ அப்பா அம்மா, ஸந்த்யாவை எடுத்துண்டுபோய்

வளர்க்கறேன்னுதான் சொன்னா... என்னமோ அந்த ஏற்பாட்டுல எனக்கும் இஷ்டமில்ல, அம்மாவுக்கும் இல்ல... குழந்தை எங்களோடயே இருக்கணும்ங்கற ஆசை! ஆனா, இப்ப யோசிச்சுப்பாத்தா, அம்மா அவளோட படற கஷ்டத்தைப் பாத்தா, குழந்தையை அவாகிட்டயே குடுத்திருக்கலாமோன்னுகூடத் தோண்றது... அறுவது வயசுல, கைக்குழந்தைக்காரியாட்டம் அம்மா படற அவஸ்தை எனக்கு வேதனையா இருக்கு... நா என்ன பண்ணட்டும், மோஹனா? என்னால எல்லாருக்குமே வேதனைதான்... ரொம்பக் கஷ்டமா இருக்கு..."

கோலத்தை அழித்து 'மோஹனா, மோஹனா' என்ற பெயரை மணலில் எழுதிக் கலைத்துக் கொண்டிருந்த மோஹனாவை, பரத்தின் பேச்சு அவஸ்தைக்குள்ளாக்கியது. பரத்தின் வேதனை அவளையும் தொற்றிக்கொண்டு விட்டமாதிரி நெஞ்சில் எதுவோ பாரமாக அழுத்தியது. கண்களுக்குள் ஜலம், நான் வெளியில் வரட்டுமா என்று கேட்டது.

பிரயத்தனப்பட்டுக் குரலை சீராக வைத்துக்கொண்டாள். "உங்களுக்காக வருத்தப்படறேன், மிஸ்டர் பரத்... ஆனா ஒண்ணு மட்டும் நீங்க ஞாபகம் வெச்சுக்கணும்... சோதனை, கஷ்டங்கள் இல்லாதவா யாருமே இல்ல... வீட்டுக்கு வீடு வாசப்படிதான்! ஒரு படி பெரிசா இருக்கு, ஒண்ணு சின்னதா இருக்கு... அதான் வித்தியாசம்!" என்றவள், மெதுவாக எழுந்து நாலடி நடந்து, அலைகள் ஊறும் சரிவில் நின்றாள்.

பரத்தும் எழுந்து அவளருகில் சென்று நின்றுகொண்டான்.

அலையின் நுரை கலந்த தண்ணீர் ஜில்லென்று பாதங்களைத் தழுவ, இரண்டு பேரும் அப்படியே நிற்க, கடலின் இரைச்சல் மட்டும் பெரிசாய் கேட்டது.

"என் கஷ்டத்தையெல்லாம் சொல்லி உங்க மனசை வேதனைப்படுத்திடுடேனா, மோஹனா?" மெல்ல தலையைத் திருப்பி, அந்த அரை குறை இருட்டில் பெரிய கண்கள் விரிந்து பளபளவென்று மின்ன, அவள் அவனைப் பார்த்தாள்.

"இல்ல... ஆனா... நீங்க உங்க சொந்த சமாச்சாரங்களை என்கிட்ட ஏன் சொல்லணும்னுதான் எனக்குப் புரியலை... நீங்க இப்படி உங்க அந்தரங்கமான விஷயங்களையெல்லாம் என்கிட்ட மனசுவிட்டுப் பேசவேண்டிய அவசியம் என்னன்னுதான் புரியலே..."

"அவசியம், நிர்ப்பந்தம் எல்லாமே உண்டாகியிருக்கறதாலதான் பேசறேன், மோஹனா..." பேசிக்கொண்டே இரண்டு அடிகள் தண்ணீரில் இறங்கி, மோஹனாவுக்கு எதிராய் திரும்பி அவளை நேர்ப்பார்வையாய் பார்த்தபடி பரத் நின்றான்.

"நா பேசப்போறது உங்களுக்குத் தப்பா இருக்கலாம்... அசிங்கமாக்கூட இருக்கலாம்... ஆனா, புரிஞ்சுக்கோங்கோ... கோவப்படாம நா சொல்றதை நீங்க கேக்கணும்... நா இன்னொரு கல்யாணம் பண்ணிக்கணும்னு அம்மா தொந்தரவு பண்றா... 'என்னம்மா இது, நளினிபோய் இத்தனை சீக்கிரமா'னு சண்டை போட்டுப்பாத்தேன், கெஞ்சிப்பாத்தேன், கத்திப்பாத்தேன்... ம்ஹூம், ஒண்ணுத்துக்கும் அம்மா அசையலை! 'எனக்காக இல்லை, உனக்காக இல்லை... குழந்தைக்காக... அவளைத் தாயன்போட பாத்துக்கறதுக்காக நீ திரும்ப கல்யாணம் பண்ணிக்கணும்'னு தினம் அழறா... 'உன் அன்பு இருக்கேம்மா'ன்னேன்... 'நா வயசானவ, சின்னப் பொண்ணோட அரவணைப்பு ஸந்த்யாவுக்கு வேணும்'ங்கறா... கொஞ்ச நாளா என்னைக் கேக்காமலே, இங்க அங்க பொண்கள் இருக்காளான்னு தேட ஆரம்பிச்சுட்டா... என் நிலைமை உங்களுக்குப் புரியறதா, மோஹனா?"

"....."

"முன்பின் தெரியாத ஒரு பொண்ணோட வாழச் சம்மதிக்கறதைவிட, என்னோட பழகி, என்னைப் புரிஞ்சுண்ட ஒருத்தி எனக்குக் கிடைச்சா, அதுவே பெரிய அதிர்ஷ்டம்னு நினைக்கறேன்! என்னைப் புரிஞ்சுக்கணும், என் ஸந்த்யாவை, எங்கம்மாவைப் புரிஞ்சுக்கணும்... நா ஏற்கனவே ஒருத்தியோட வாழ்ந்தவன்கற பொறாமை இல்லாம இருக்கணும்... என்

குழந்தையைத் தன் குழந்தையா நினைக்கணும்... எல்லா பொண்களாலயும் இப்படிப்பட்ட பக்குவத்தோட நடந்துக்க முடியாது, மோஹனா... சில பேரால மட்டும்தான் முடியும்! வந்து... நீங்க அப்படிப்பட்ட பொண்கள்ள ஒருத்தின்னு நா நினைக்கறேன்... என் நினைப்பு தப்பா, மோஹனா?"

சடுடென்று முன்னே வந்து மோஹனாவின் கைகளைப் பிடித்துக்கொண்ட பரத்,

"வில் யூ மாரி மீ, மோஹனா? ஒரு குழந்தைக்குத் தகப்பனான என்னை, ஒரு விடோயரான என்னை, கல்யாணம் பண்ணிக்க நீங்க சம்மதிப்பேளா, மோஹனா?" என்றபோது, மோஹனா அதிர்ந்துபோனாள்.

நாலு மாசங்களாய் அவனோடு பழகியிருந்தாலும், மனசுக்குள் இப்படியொரு ஆசையை பரத் வளர்த்து வருகிறான் என்பதைத் துளிக்கூட ஊகிக்க முடியாமல் இருந்ததால், மோஹனா திகைத்துத்தான்போனாள்.

நானா?

இவரையா?

மணப்பதா?

முடியவே முடியாது!

சாதாரணமாய் ஒரு பெண்ணுக்கு ஆண் பாராட்டு வழங்குவதுபோல, நீ சிரிக்கும்போது அழகாய் இருக்கிறாய், செய்யும் வேலை நன்றாக இருக்கிறது, பூ அலங்காரம் ஜோர் என்று சொல்கிறாரென்று நினைத்தது தவறா?

எத்தனையோ ஆண்களோடு பழகியிருக்கும் நான், இவரை எப்படிச் சரியாய் புரிந்து கொள்ளாமல்போனேன்!

போலிகளையே பார்த்து மரத்துவிட்ட மனசுக்கு, நிஜத்தைப் புரிந்துகொள்ளத் தெரியவில்லையா?

நான் 'மிஸஸ் பரத்' ஆ?

இது சாத்தியமா?

ஒ... முடியாது... கண்டிப்பாய் முடியாது! இந்த மாதிரி ஆசைகளையெல்லாம் ஒரு கணத்துக்கு நினைக்கக்கூட நான் அருகதை இல்லாதவள்... நோ... நோ...

"மோஹனா..."

கைகளை லேசாய் அமுக்கி பரத் அழைத்ததும், மூடியிருந்த கண்களைத் திறந்தாள் மோஹனா.

கைகளை பரத்தின் பிடியிலிருந்து மெல்ல உருவிக்கொண்டாள். திரும்பி நடந்து, மணலில் உட்கார்ந்து, முழங்கால்களில் முகத்தைப் பதித்துக்கொண்டாள்.

"மோஹனா... ஆர் யூ அப்ஸெட்? என் மேல கோவமா? நா கேட்டது உங்களுக்குப் பிடிக்கலையா?"

அவள் தோளில் கை வைத்து பரத் ஆதுரத்துடன் கேட்டதும், "நோ... நோ... வேண்டாம்..." என்றாள் மோஹனா.

"என்ன வேண்டாம்?"

"....."

"ப்ளீஸ் ஸ்பீக் அவுட்... ஏன் வேண்டாம்? உங்களுக்கு என்னைப் பிடிக்கலையா? நா பொண்டாட்டியப் பறிகுடுத்தவன்ங்கறதும், ஸந்தியா இருக்கறதும்தான் காரணுமா?"

"இல்ல, இல்ல... உங்களை மனசால நினைக்கறதுக்குக்கூட நா யோக்கியதை இல்லாதவ... வேண்டாம், ப்ளீஸ்..."

"நீங்க இப்படிப் பேசறதுக்கு வேற என்ன காரணம்? பணம்? அந்தஸ்து? ஜாதி? ஒ, ஹெல் வித் தோஸ் திங்க்ஸ், மோஹனா..."

"இல்லை... உங்களுக்குப் புரியாது... வேண்டாம்... என்னைக் கம்பெல் பண்ண வேண்டாம், ப்ளீஸ்..."

"வேற யாரையாவது விரும்பறீங்களா?"

"நோ!"

"பெரியவா இதுக்கு சம்மதிக்க மாட்டாளா?"

"எனக்குப் பெரியவா, சின்னவா யாருமே கிடையாது... ப்ளீஸ், இந்தப் பேச்சு போதுமே..."

"என் மனசைத் திறந்து உங்ககிட்ட நா பேசினப்பறமும் இப்படி நீங்க காரணம் சொல்லாம பிடிவாதம் பண்றது சரியா, மோஹனா?"

"உண்மைய நா சொன்னா, உங்களால தாங்க முடியாது..."

"இல்ல... முடியும்."

"நிச்சயமா முடியாது... ப்ளீஸ் மிஸ்டர் பரத், நாம வீட்டுக்குப் புறப்படலாம்..."

மணலைத் தட்டிக்கொண்டு மோஹனா எழுந்துவிட்டாள்.

எதுவுமே பேசாமல் பரத்தும் எழுந்தான்.

இரண்டு பேரும் மணலைக் கடந்து வண்டியை அடைந்து ஏறி உட்கார்ந்தார்கள்.

கார் ஹாஸ்டலை அடையும்வரை நிமிஷங்கள் மௌனமாகவே சென்றன.

மோஹனா இறங்குவதற்காக வண்டியை நிறுத்திவிட்டு அவள் பக்கமாய் பரத் திரும்பியபோது, தெரு விளக்கின் வெளிச்சம் மோஹனாமேல் பளிச்சென்று விழுந்தது.

"மோ...ஹ...னா... நா உங்களை..."

ஒரு கையை நீட்டி அவனைத் தடுத்தாள் மோஹனா.

"ப்ளீஸ்... ப்ளீஸ் மிஸ்டர் பரத்... திரும்ப அந்தப் பேச்சு வேண்டாமே... ப்ளீஸ்... உங்ககிட்ட வெளிப்படையாய் பேச முடியாத விஷயங்கள் சிலது இருக்கு... ப்ளீஸ், புரிஞ்சுக்கோங்கோ..."

கருகருவென்ற பெரிய கண்களில் அவள் கட்டுப்பாட்டையும் மீறிக்கொண்டு நீர் ததும்புவதை பரத்தால் தெளிவாகக் காண முடிந்தது.

———

அத்தியாயம்

6

அடுத்து வந்த ஒரு வாரத்துக்கு அவர்களிடையே ஒரு மௌன நாடகம் நடந்தது. வேலை பாட்டுக்கு நடந்தது. அதில் ஒரு இம்மி பிசகு, குறை உண்டாகவில்லை.

ஆனால், அவசியமில்லாத ஒரு பேச்சு, ஒரு சிரிப்பு, ஒரு செய்கை? ம்ஹூம், ஒன்றுமில்லை.

மோஹனா தன்னை மணக்க மறுத்துவிட்டது, முதலில் அத்தனை குத்தமாக பரத்துக்குத் தோன்றாவிட்டாலும், இரண்டு நாட்கள் போவதற்குள், 'என்னைக் கல்யாணம் செய்துகொள்ள இவளுக்கு ஏன் இஷ்டமில்லை?' என்ற கேள்வி சதா நெஞ்சில் குடையத் தொடங்கி, அதுவே ஒரு எரிச்சலாக மாறிப்போனது நிஜம்தான்.

இவள் மனசில் என்ன நினைத்துக்கொண்டிருக்கிறாள்? நான் ஏற்கனவே கல்யாணமானவன், ஒரு குழந்தைத் தகப்பன் என்பது இவளுக்குப் பிடிக்கவில்லையென்றால், அதை வெளிப்படையாய் ஒப்புக்கொள்வதுதானே? இதில் தவறு என்ன இருக்கிறது? இல்லை, நிர்ப்பந்தம்தான் என்ன இருக்கிறது? மோஹனா அழகானவள், புத்திசாலி, சின்ன வயசுக்காரி... ஒப்புக்கொள்கிறேன். அதற்காக, தனக்கு இதெல்லாம் இருக்கிறது, எனக்கு இல்லை என்று என்னை ஒதுக்கித் தள்ளியிருந்தால்...

ஓ, அது நியாயமில்லை!

எனக்கு அப்படியென்ன வயசாகிவிட்டது? முப்பதுகூட ஆகவில்லையே...

கண்ணாடிக்கு முன் பலமுறை உட்கார்ந்து தன்னைத்தானே நன்கு பரத் கவனித்தான்...

நரை இருக்கிறதா?

ம்ஹூம், இல்லை.

முகத்தில், உடம்பில் கிழடு தட்டியிருக்கிறதா?

எழுந்து, இப்படியும் அப்படியும் திரும்பிப் பார்த்துக்கொண்டபோது, கண்ணாடியில் தெரிந்த பிம்பம் திருப்தி தருவதாகவே இருந்தது.

டென்னிஸ் விளையாடுகிறேன், ஜாக் பண்ணுகிறேன்... தொந்தி, கிந்தி என்று அசிங்கமாய் எதுவும் கிடையாது.

நல்ல உயரம், நல்ல திடகாத்திரமான உடம்பு... டிக்காய் டிரெஸ் பண்ணிக்கொள்கிறேன்... நாகரிகமாய் இருக்கிறேன்... பிரமாதமான வேலை... கை நிறைய சம்பளம், பங்களா, கார், ஆள், பணம், இத்தியாதி, இத்தியாதி...

அப்புறம் என்னிடம் வேறென்ன குறையைத்தான் அவள் பார்க்கிறாள்?

ஏற்கனவே கல்யாணமாகிவிட்டதையா?

குழந்தை இருப்பதையா?

யோசிக்க யோசிக்க கொஞ்சம் ஆத்திரம்கூட எழுந்தது பரத்துக்கு.

இந்த மோஹனா அப்படியென்ன உசத்தி? அவள் என்னைக் கல்யாணம் பண்ணிக்கொள்ள மாட்டேன் என்று சொல்லிவிட்டதற்காக நான் ஏன் கிடந்து அவஸ்தைப்பட வேண்டும்?

டாம் தட் வுமன்!

இரண்டு நாட்களுக்குத் தன்னை இந்த விதத்தில் சமாதானம் செய்துகொண்ட பரத்துக்கு, மேற்கொண்டு நாட்கள் செல்லச்செல்ல,

இதே பிடிவாதத்துடன் தொடர்ந்து இருப்பது கஷ்டமாகத்தான் இருந்தது.

மோஹனாவை நேருக்கு நேர் பார்க்கப்பார்க்க, அவளுடைய நிதானமான போக்கை உணரஉணர, இவளுக்கு நான் எந்த விதத்தில் குறை உள்ளவனாய்த் தெரிகிறேன் என்ற ஏக்கம் திரும்பவும் மனசில் வந்து உட்கார்ந்துகொண்டது.

அந்த வாரம் பரத் அடிக்கடி ஷ்யாம் வீட்டுக்குப் போனான். நிறைய குடித்தான்.

நடுநிசியில் வீட்டுக்கு வந்துவிட்டு, போதையில் நளினியை நினைத்து அழுதான்.

மோஹனாவைத் திட்டினான்.

காலையில் கனக்கும் தலையோடு எழுந்தால், மீண்டும் பழைய குற்ற மனப்பான்மை, தாழ்வு மனப்பான்மை, நெஞ்சுக்குள் தாண்டவமாடின.

இந்த அவஸ்தை போதாதென்று, இரண்டு நாட்களுக்கு ஒருமுறை இந்த அம்மாவின், 'என்னப்பா, அந்த மோஹனாகிட்ட பேசினியா? அவ என்ன சொன்னா? நா வேணா பேசிப்பாக்கட்டுமா?' என்ற தொணதொணப்பு வேறு.

சரியாகப் பத்து நாட்களுக்கு மேல் இந்த வேதனையைத் தாங்கமுடியாதுபோன பரத், அன்று மாலை அலுவலகத்தில் வேலை முடிந்து பாதிப்பேர் வீட்டுக்குக் கிளம்பினதும்,

'அவசரமாய் ஒரு லெட்டர் டைப் அடிக்கணும்' என்று சொல்லி மோஹனாவை அறைக்கு வரவழைத்தான்.

டிக்டேஷன் எடுக்க பேடுடன் தயாராய் உட்கார்ந்தவளை முழுசாய் ஏறிட்டுப் பார்த்தான்.

"மோஹனா, இப்போ டிக்டேஷன் வேண்டாம்... எனக்கு உங்ககிட்ட பேசணும்..." என்றான் மெள்ள.

பென்ஸிலும் பேடுமாய் உடுகார்ந்த மோஹனா, தலையைத் தூக்காமலேயே, என்ன இதெல்லாம் என்கிற தினுசில் ஒரு பார்வை பார்த்தாள்.

"பத்து நாளா நா பட்ட, படற அவஸ்தை எனக்குத்தான் தெரியும், மோஹனா... ப்ளீஸ், லிஸன் டூ மீ... உங்க மனசுல என்ன இருக்குனு என்கிட்ட சொல்லக்கூடாதா? அன்னிக்கு நா ஏதாவது தப்பா நடந்துண்டேனா? ப்ளீஸ், சொல்லுங்க..."

பென்ஸிலைக் கீழே வைத்த மோஹனா, ஆயாசத்துடன் பேசினாள். "நா அன்னியோட மறந்துட்ட விஷயத்தை திரும்ப இன்னிக்கு ஏன் கிளப்பணும்? டிக்டேஷன் இல்லேன்னா நா போகலாமா? எனக்குக் கடைக்குப் போக வேண்டிய வேலை இருக்கு..."

எழுந்து வந்து மோஹனாவின் பக்கத்தில் மேஜை மேல் பரத் உட்கார்ந்துகொண்டான்.

"நீங்க என்னை சரியா புரிஞ்சுக்கணும், மோஹனா... உங்களுக்கு இந்தக் கல்யாணத்துல இஷ்டம் இல்லாட்டா, நா கண்டிப்பா வற்புறுத்த மாட்டேன்! ஆனா, அன்னிக்கு நீங்க, 'நா இதுக்கு அருகதை இல்லாதவ'ன்னு சொன்னதாலதான் திரும்ப இந்தப் பேச்சை எடுக்கறேன்... உங்களைக் கல்யாணம் பண்ணிக்க நானே வலிய விரும்பறப்போ, இதுல அருகதை, அது, இதுங்கற பேச்சே இல்லை, மோஹனா... புரியறதா?"

"....."

"திரும்பக் கேக்கறேன், நா விடோயர்னு நீங்க தயங்கறேளா?"

"ஓ, ப்ளீஸ் மிஸ்டர் பரத்... காரணம் நிச்சயமா அதில்லே!"

"சரி... அன்னிக்கே கேட்டேன், இன்னிக்கு மறுபடி கேக்கறேன்... நீங்க வேற யாரையாவது விரும்பறேளா? உண்மையா பதில் சொல்லணும்..."

இல்லை என்று தலையாட்டினாள் மோஹனா.

"அப்போ,. வேற என்னதான் காரணும்? எனக்கு அது தெரிஞ்சாகணும், மோஹனா... ஐ மஸ்டு நோ! பத்து நாளா அது புரியாம மண்டையே வெடிச்சுடும்போல இருக்கு! ப்ளீஸ்..."

கையை நீட்டி, குனிந்திருந்த அவள் தலையை பரத் நிமிர்த்தினான். அவள் மனசுக்குள் எதையோ வைத்துக்கொண்டு அவஸ்தைப்படுவதை அவனால் புரிந்துகொள்ள முடிந்தது.

"என்ன மோஹனா?" என்றவனின் குரல் இதமாய் இருந்தது.

நிறத்தி, நிறுத்திப் பேசினாள் மோஹனா.

"நீங்க 'ம்'னு சொன்னா உங்களைக் கல்யாணம் பண்ணிக்க எத்தனையோ பொண்கள் ரெடியா இருப்பா... படிச்சவளா, புத்திசாலியா, அழகானவளா, பணக்காரியா உங்களுக்கு ஏத்த விதமா, கண்டிப்பா... வொய் மீ? என்னைத் தூண்டிவிட்டு வேடிக்கை பாக்கறதுல உங்களுக்கு என்ன ஆசை, மிஸ்டர் பரத்? அப்படி ஸ்பெஷலா உங்களுக்குக் குடுக்க என்கிட்ட ஒண்ணுமே இல்ல... நத்திங்! என்னை நம்புங்கோ..."

"உங்ககிட்ட நா விரும்பற எல்லா குணமும் இருக்கு, மோஹனா... ஐ லைக் யூ ஆஸ் யூ ஆர்! நா உங்களை ஏன் தூண்டிவிட்டு வேடிக்கை பாக்கணும்? உண்மையைச் சொல்லப்போனா, அம்மாவோட தொந்தரவுக்காகக் கல்யாணம் பண்ணிக்கற முடிவுக்கு வந்தேன்னுதான் நினைச்சிண்டிருந்தேன்... ஆனா, நோ... ஐ வாஸ் ராங்! நீங்க நம்ம கல்யாணம் நடக்க சாத்தியமில்லைங்கற மாதிரி பேசினப்பறம்தான் எனக்கே என் மனசு புரிஞ்சுது... ஐ லவ் யூ, மோஹனா... ஐ வாண்ட் டூ மாரி யூ! நீங்க என்கூடவே இருக்கணும், ஆயுசுபர்யந்தம் நாம ஒண்ணா இருக்கணும்னு நா ஆசைப்படறது இப்போ எனக்கே நன்னா புரியறது! இன்னிக்கு உங்ககிட்ட நா முக்கியமா இதைத்தான் சொல்ல நினைச்சேன்... அம்மாவுக்காக இல்லே, ஸந்த்யாவுக்காக இல்லே... எனக்காக, எனக்கே எனக்காக உங்களைக் கல்யாணம் பண்ணிக்க விரும்பறேங்கறது உங்களுக்குப் புரியணும்! இப்ப

கேக்கறேன்... ஐ லவ் யூ, மோஹனா... என்னைக் கல்யாணம் பண்ணிப்பேளா?"

மோஹனாவின் அருகில் குனிந்து பேசின பரத், இன்னும் குனிந்து அவள் கையைப் பற்றிக்கொண்டான். பின் திரும்ப, "ப்ளீஸ், சரின்னு சொல்லுங்கோ, மோஹனா... ப்ளீஸ்..." என்றான், கெஞ்சும் குரலில்.

பரத்தின் ஸ்பரிசம் மோஹனாவுக்குப் பரவசத்தை அளிப்பதாய் இருந்தது.

இதுவரை அனுபவித்திருந்த எதுவும் இதற்கு ஈடாகாது என்று தோன்றியது.

கண்களை மூடிக்கொண்டு இந்த நிம்மதியுடன் அப்படியே உட்கார்ந்திருக்க வேண்டும் என்ற ஆசை எழுந்தது.

"மோ...ஹ...னா..."

"ம்?"

"என்ன பதிலையே காணும்?"

இல்லை... இதை இப்படியே வளர விடக்கூடாது. பூடகமாய் சொன்னால் இவருக்குப் புரியப்போவதில்லை. போட்டு உடைத்துத்தான் ஆகவேண்டும். உடனே...

உடனே...

மென்மையாய் இருந்த மோஹனாவின் கண்கள் கணப்பொழுதில் கஞ்சிபோட்டுக்கொண்ட மாதிரி விறைத்துப்போயின.

மனசுக்குள், டெல்லியில் தான் வசித்த அபார்ட்மெண்டும், அதில் தன்னோடு நான்கு வருஷங்கள் ஒன்றாய் வாழ்ந்த ப்ரதீமா, ஷர்மிளாவின் நினைவும் முரசுக் கொட்டிக்கொண்டு எழுந்தன.

எல்லாவற்றையும் விட்டுவிட்டு ஓடிவந்ததும், இனி புது வாழ்க்கையை ஆரம்பிக்கலாம் என்று சதா ஆசைப்பட்டதும், சென்னைக்கு வந்துவிட்டோம், கண்ணியமாய் ஒரு வேலை கிடைத்துவிட்டது, இனி எந்தக் குறுகுறுப்பும் இல்லாமல்

அமைதியாய்க் காலத்தைக் கழிக்கலாம் என்று எண்ணியதும் ஞாபகத்தில் கூத்தாடின.

ஏன்... ஏன், நான் நினைத்தது ஒன்றுமே நடக்கமாட்டேன் என்கிறது? என் வேலை உண்டு, என் சம்பளம் உண்டு, என் புஸ்தகங்கள் உண்டு என்று அமைதியாய் நாலு மாசங்களாய் வாழ்கிறேன்... இதைக் கலைக்க இந்த விதிக்கு ஏன் இத்தனை ஆசை?

பரத்துக்கு ஏன் என் மேல் ஆசை வரவேண்டும்? அவர் ஏன் என்னை மணக்க விரும்ப வேண்டும்?

இப்படி அன்பாய் அவர் பேசும் பேச்சுக்களில் நான் ஏன் என்னை இழக்க வேண்டும்?

அவர் ஆசை காட்டும் வாழ்வுக்காக நான் ஏன் இப்படிப் பறக்க வேண்டும்?

கடவுளே!

மோஹனா பல்லைக் கடித்துக்கொண்டாள். கண்களை மூடிக்கொண்டாள்.

கிசுகிசுப்பாய் பேசினாள். "ஐ'ம் ஸாரி, மிஸ்டர் பரத்... நா திரும்ப மறுக்கறதுக்காக நீங்க என்னை மன்னிக்கணும்... உங்க அன்பை ஏத்துக்க நா தகுதி இல்லாதவ... நாம இதப்பத்தி மறுபடி பேசவேண்டாமே, ப்ளீஸ்..."

மோஹனா பரவசமாய் உட்கார்ந்திருந்ததையும், அவள் மௌனத்தையும் பார்த்து சந்தோஷத்தில் ஆழ்ந்திருந்த பரத்துக்கு, சட்டென்று கோபம் எழுந்தது.

"ஏன் முடியாது?"

"ஐ'ம் ஸாரி, அதை என்னால சொல்ல முடியாது..."

"ஏன் சொல்ல முடியாது? இல்லே, நீங்க கண்டிப்பா சொல்லித்தான் ஆகணும்! என்கிட்ட என்ன குறையை நீங்க பாக்கறேள்? சொல்லுங்கோ, எனக்குத் தெரிஞ்சாகணும்..."

"உங்ககிட்ட குறை எதுவுமில்லே... ப்ளீஸ் மிஸ்டர் பரத்... நா போறேன்..." எழுந்திருக்க முயன்றவளின் கையை அழுத்தமாய் பிடித்து அவளை மீண்டும் நாற்காலியில் பரத் இருத்தவும், ஒரு நிமிஷம் என்ன பண்ணுவது என்று புரியாத அவஸ்தையுடன் அவனை வெறித்தாள் மோஹனா.

"ஆல்ரைட், சொல்றேன்... யூ ஆஸ்க்ட் பார் இட்... ஏன் முடியாதுன்னா... இங்க வரத்துக்கு முன்னால ஐ வாஸ் எ 'கால் கேர்ல்' இன் டெல்லி... போதுமா?"

"என்னது?"

"யெஸ்... இங்க வரத்துக்கு முன்னால, டெல்லில நா ஒரு கால் கேர்லா இருந்தேன்... புரிஞ்சுதா? உண்மையைச் சொல்லிட்டேன்... சந்தோஷமா? நௌ, வில் யூ லீவ் மீ அலோன்?"

குரலை உயர்த்திப் பேசின மோஹனா, சட்டென்று மேஜை மேல் கவிழ்ந்துகொண்டு அழத் தொடங்கினாள்.

அத்தியாயம்

7

ஐந்து பெண்களைப் பெற்றால் அரசனும் ஆண்டியாவான் என்பார்கள்.

சுந்தரேசன் ஏற்கனவே ஆண்டி... இனி அவர் அந்தஸ்தைப்பற்றிச் சொல்ல என்ன இருக்கிறது!

இரண்டுக்கு மேல் வேண்டாம், மூன்றுக்கு மேல் வேண்டவே வேண்டாம் என்ற கோஷங்களெல்லாம் எழாத காலம் அது. ஆண் பிள்ளையாய் லட்சணமாய்த் தன்னால் உருப்படியாய் செய்ய முடிந்தது இது ஒன்றுதான் என்று, காரைக்குடி டப்பா மாதிரி அடுக்கடுக்காய் மனுஷன் பெத்துத்தள்ளிவிட்டார்.

சொந்த ஊரான கடலூரில், செட்டியார் ஒருவரிடம் கணக்கராய் வேலை பார்த்து, வீட்டுக்குக் கொண்டுவந்த அற்பசொற்ப சம்பளத்தில் இரண்டு வேளை சோறு சாப்பிட்டுக் குடித்தனத்தை நடத்துவதற்குள் விழி பிதுங்கியதென்றால், பெண்கள் ஒவ்வொன்றாய் பெரிசாகி வயசுக்கு வந்த பிறகு, அவர் முழித்த முழியைப்பற்றி விளக்க வேறு வேண்டுமா!

ஆனால், ஒரு விஷயத்தில் சுந்தரேசன் மஹா யோகசாலிதான்... பெண்கள் ஐந்தும் தேய்த்து வைத்த குத்துவிளக்கு மாதிரி தகதகவென்று இருந்ததால், கையில் இத்தனை கொடு, காதில் மூக்கில் இத்தனை போடு என்று ரொம்ப வம்புதும்பு பண்ணாமல், பெண்களின் அழகுக்காகவே சம்பந்தங்கள் குதிர்ந்ததை அதிர்ஷ்டம் என்று சொல்லாமல் வேறு எப்படி அழைப்பது?

மூத்த பெண்ணை முறைமாமனுக்குக் கொடுத்து, இரண்டாவதை தாயாதி பிள்ளையின் மச்சினனுக்குக் கொடுத்து, மூன்றாவதை இருக்கிற நகை பாத்திரத்தை வைத்து ஒப்பேற்றி அசலில் கொடுத்து நிமிர்வதற்குள், நாலாவது பெண்ணான பார்வதி 'நான் தயார்' என்று நின்றாள்!

முதல் மூன்று பெண்களைப் போலவே தன் பாக்கி இரண்டு மகள்களையும், அவர்களின் அழகுத் தோற்றம் கரையேற்றிவிடும் என்று ஒருவித அசட்டுத் துணிச்சலுடன் சுந்தரேசன் இருந்தது பொய்க்கவில்லைதான்.

பார்வதிக்குப் பதினாலு முடிந்து பதினைந்து நடக்கையில், கஜலட்சுமி தன் பிள்ளை ரங்கமணிக்கு அவளைக் கேட்டு ஆள் அனுப்பினாள்.

கஜலட்சுமி கணவரை இழந்தவள். கையில் நல்ல பணப் புழக்கம். கடலூருக்குப் பக்கத்தில் கரும்பு விளையும் பொன்னான நிலத்தை விட்டுவிட்டு கணவர் போய்ச் சேர்ந்ததால், வில் வண்டியும் மயில் காளைகளுமாய் ஊரில் ஓரளவுக்கு அந்தஸ்தாக வாழ்ந்து வருபவள்.

கஜலட்சுமிக்கு ரங்கமணிதான் மூத்த பையன்.

எஸ்.எஸ்.எல்.ஸி. படித்துவிட்டு வீட்டோடு இருந்து நிலபுலன்களைக் கவனித்துக் கொள்கிறான். இவனுக்கு அடுத்தது சரஸ்வதி. அப்புறம் கல்யாணி.

சரஸ்வதிக்குக் கல்யாணமாகி பக்கத்துத் தெருவில் புக்ககம் இருந்தது. பேர்தான் புக்ககம்... இருப்பது என்னவோ எந்நேரமும் இங்குதான். பெரிய இடத்துப் பெண் என்பதால், வாய் திறந்து ஏதும் கேட்க அவள் கணவனுக்கு பயம்.

அம்மாவை அச்சாகக் கொண்டு வாயும் கையுமாய் பெண்கள் இருப்பதற்கோ, அரசல் புரசலாய் காதில் விழுந்த கஜலட்சுமியின் துர்க்குணுத்துக்கோகூட சுந்தரேசன் அவ்வளவாய் யோசிக்கவில்லை... ஆனால், ரங்கமணியின் குறையை நினைத்துக் கொஞ்சம் தயங்கவே செய்தார்.

இரண்டு வயசில் வாதநோய் வந்து ரங்கமணிக்கு ஒரு காலும் கையும் இழுத்து விட்டிருந்தது. இருபத்தி ஐந்து வயசுப் பிள்ளைக்கு ஏற்ற உடல் வளர்த்தி இருந்தாலும், இடது கையும் காலும் மட்டும் சும்பிப்போய், பார்க்க எப்படியோதான் இருந்தது. அந்தக் குச்சிக்காலை ஊன்றி, ஊன்றி ஒருபக்கமாய் சாய்ந்து சாய்ந்து ரங்கமணி நடப்பதைப் பார்க்கையில், இன்னும் எப்படியோதான் இருந்தது.

இவனுக்கா? பார்வதியையா?

நாலு நாட்கள் விடாமல் யோசனை பண்ணிவிட்டு, 'ஒருபக்கக் கையும் காலும் சும்பியிருந்தா என்ன? நாளைக்குப் பொண்ணு காசும் பணமுமா அமர்க்களமா வாழ்வாளே! நெய்யும் தயிருமா சாப்பிடுவாளே!' என்ற தினுசில் மனசைத் தேற்றிக்கொண்ட சுந்தரேசன், அடுத்த முகூர்த்தத்திலேயே பார்வதியை ரங்கமணிக்கு தாரைவார்த்துக் கொடுத்தார்.

கன்னிகாதானம் செய்துகொடுத்த பிறகுதான், கஜலட்சுமியின் உண்மை சொரூபம் அவருக்கும் மற்றவர்களுக்கும் புரிந்தது.

கஜலட்சுமிக்கு நாக்கு வெறும் நாக்கு இல்லை... நெருப்பு ஜ்வாலை! அது சதா இப்படியும் அப்படியும் அல்லாடியதில், எதிரில் நின்றவர்களெல்லாம் பொசுங்கிப் போனார்கள்.

திருமணமாகி மாசங்கள் இரண்டு போவதற்குள், மகள் தயிரும் வெண்ணெயுமாய் சாப்பிடுவதும், பட்டாக உடுத்துவதும், இனி அடுத்த ஜன்மத்தில்தான் என்று சுந்தரேசனுக்குப் புரிந்துவிட்டது.

பச்சைக் கிளியை வளர்த்துப் பூனை கையில் கொடுத்துவிட்ட கதைதான்.

அழகான பெண்ணைப் பாழுங்கிணற்றில் தள்ளிய சமாச்சாரம்தான்.

கஜலட்சுமியைப்பற்றி கல்யாணத்துக்கு முன் வாய் திறந்து பேசாத தெரு ஜனங்கள், இப்போது சுந்தரேசன் காதுபட நன்றாகவே முணுமுணுத்தார்கள்.

"கஜலட்சுமி, பார்வதிக்கு மட்டுமா மாமியார்? இந்த ஊருக்கேன்னா மாமியார்!" என்றார்கள்.

"ராட்சசி... ப்ரும்ம ராட்சசி!" என்றார்கள்.

"போயும் போயும் இந்தாத்துல பொண்ணு கொடுப்பேளோ! என்ன பணம் இருந்தா என்ன? உங்க பொண்ணு இனி அவாத்துக்குக் காசில்லாத வேலைக்காரிதானே!" என்றார்கள்.

ஊர் அங்கலாய்த்தது என்னமோ வாஸ்தவமாய்த்தான் போயிற்று.

கல்யாணமான மறுநாள் சமையல் கட்டுக்குள் புகுந்த பார்வதி, அப்புறம் நாள்கிழமைகளில்கூட வாசற்படியை விட்டு இறங்கி ஒரு கல்யாணத்துக்கோ, பிறந்தகத்துக்கோ, இல்லை வேறு ஒரு இடத்துக்கோ போய் யாரும் பார்த்ததில்லை.

காலை நாலு மணிக்கு எழுந்தால், இரவு பதினொரு மணிக்குப் படுக்கப் போகும்வரை வேலை நெட்டி நிமிர்த்திவிடும்.

அம்மாவும் பெண்களும் கூடத்தில் உட்கார்ந்துகொண்டு அதிகாரம் பண்ணுவார்கள். சதா அவர்கள் சாம்ராஜ்யம்தான், அவர்கள் நாட்டாண்மைதான். ரங்கமணி வாயைத் திறக்க மாட்டான்.

ஊட்டி ஊட்டி வளர்க்கும் தன் பெண்கள், எலிவால் பின்னலும், தேசல் உடம்புமாய் நிற்கையில், இவள் மட்டும் கண்ணைப் பறிக்கும் வாளிப்புடன் வளையவருகிறாளே என்று கஜலட்சுமி பொருமுவது அவள் செய்கைகளில் வெளிப்படையாகத் தெரியும்.

இரண்டு நாட்கள் கிராமத்துக்குப்போய் நில வேலைகளைக் கவனித்துவிட்டு ரங்கமணி படியேறும்போதே, அம்மாக்காரி நீளமாய் புகாரை ஆரம்பிப்பாள்.

"ஆனாலும் உன் பொண்டாட்டிக்கு இத்தனை தளுக்குக் கூடாதுடா, ரங்கமணி... கொல்லைக் கட்டுல பண்ணையாளோட சிரிக்கச்சிரிக்க என்ன பேச்சு? நா அந்தப் பக்கம் போனா, இவ வாசத் திண்ணையில வந்து ஏன் உக்காரணும்? எதிராத்துப்

பொறுக்கிப்பய இவ எப்ப வருவான்னு காத்துண்டு இங்கயே வெட்ட மடிக்கறான்! ஐயே, அசிங்கம்!" என்பாள் நீட்டி முழக்கிக்கொண்டு.

"நேத்திக்கு அம்மாக்கு ஒரே தலைவலிண்ணா... துண்டை எடுத்துக் கட்டிண்டு, படுத்துண்டு ஹா...ஹானு அனத்தறா... இவ ஏன்னு கேக்கலை! நா தலையப் பிடிச்சு விடறேன், கல்யாணி தவிச்சுப்போறா... இவ கம்முனு நிக்கறா! ஆனாலும் திமிரு ஜாஸ்தி!" என்பாள் தங்கைக்காரி தன் பங்குக்கு.

அசட்டு ஆங்காரத்துக்கு ரங்கமணியிடம் என்றைக்குமே பஞ்சமில்லை.

ஏன் என்ன என்று விசாரிக்கக்கூடத் தோன்றாமல், "ஏண்டி, திமிர் பிடிச்ச கழுதை... வாடி இங்க..." என்று சமையல்கட்டுக்குள் புகுந்து பார்வதியை இழுத்து வந்து, "பண்ணையாளோட உனக்கு என்னடி சிரிப்பு? வாசப்பக்கம் என்னடி வேலை? இன்னொரு தரம் வாசப்பக்கம் போனே, அப்பறம் கால் ரெண்டையும் வெட்டி அடுப்புல வெச்சுடுவேன்! ஆமாம்!" என்று அடித்து விளாசுவான்.

இவன் 'டீ' என்று கூப்பிட்டு மறுகணம் அவள் வந்து நிற்க வேண்டும். இல்லாவிட்டால் அன்று முதுகு பிளந்துவிடும்.

"நொண்டி ஆம்படையான்னு உனக்கு அத்தனை அலட்சியமா, சனியனே?" என்று குதிப்பான்.

"பெரிய 'ரதி'ன்னு மனசுல எண்ணமா? தோலை உரிச்சு உப்புத் தடவிட்டுத்தான் இன்னிக்கு வேற வேலை!" என்பதோடு நிற்காமல், கையில் எது கிடைத்தாலும் எடுத்து பார்வதியைப் பந்தாடிவிடுவான்.

எதற்கும் வாய் திறந்தவள் இல்லை பார்வதி. வலி தாங்கமாட்டாது போனால் மட்டும், கொல்லையில் இரண்டாக மடிந்து படுத்து மெல்ல விசும்புவாள்.

பிள்ளையிடம் அடிக்கடி மருமகளைப் படுக்க அனுப்பினால், அவள் அந்த சாக்கில் கணவனைத் தன் பக்கம் இழுத்துக்கொள்ளலாம் என்ற பயத்தின் காரணமாய், தனக்கு

இஷ்டப்பட்ட சமயங்களில் மட்டும் வாசலறைக்கு பார்வதியை அனுப்புவாள் கஜலட்சுமி.

இப்படி வாரத்துக்கு ஒரு முறையோ அல்லது இரண்டு வாரத்திற்கு ஒரு முறையோ கணவன் முகம் பார்த்தே பார்வதி ஒரு பெண்ணைப் பெற்றெடுத்ததும், தன் மாமியார் மேல் தனக்குள்ள பக்தியை ஊராருக்குக் காட்டிக் கொள்ளவேண்டி கஜலட்சுமி தன் பேத்திக்கு மோஹனாம்பாள் என்று பெயர் சூட்டினாள்.

மோஹனா பிறந்து இரண்டாம் வருஷம் பாலகிருஷ்ணன் ஜனித்தான்.

முழுசாய் ஐந்து வருஷங்கள் கையாலாகாத புருஷனோடு வாழ்ந்து, ஒரு பெண், ஒரு பிள்ளையைப் பெற்று சம்சாரத்தில் குப்பை கொட்டுவெதற்குள் அரை உடம்பாகத் தேய்ந்த பார்வதி, சீ, இதுவும் ஒரு வாழ்க்கையா என்று மனசு ஒடிந்துபோனது யாருக்குப் புரிந்ததோ இல்லையோ, பக்கத்து வீட்டுக் கோதண்டத்துக்கு நன்றாகவே புரிந்தது.

முப்பத்தைந்து வயசான கோதண்டத்துக்கு, காந்தி மகானிடம் ஏக பக்தி. கல்லூரிப் படிப்பைப் பாதியில் விட்டுவிட்டு சுதந்திரப் போராட்டத்தில் குதித்தவன், திருமணத்தை அறவே வெறுத்து பிரம்மச்சரியத்தைத் தீவிரமாய்க் கடைப்பிடிப்பவன்.

மொத்தத்தில் நல்லவன்.

பார்வதியை, ரங்கமணியும் அவன் குடும்பத்தாரும் ஆட்டிவைப்பதைப் பார்த்து, பெண்மையைப் போற்றும் நம் நாட்டில் இப்படியும் நடக்கிறதே என்று குமுறுவான். தாங்க முடியாத நாட்களில் தன் பெற்றவர்களிடம் சொல்லி வருத்தப்படுவான்.

"நீ மனசு கஷ்டப்பட்டு ஆகப்போறது என்ன, கோதண்டம்? பேசாம உன் வேலையப் பாத்துண்டு போ... ரங்கமணி பொல்லாதவன்... கஜலட்சுமியைப்பத்தி கேக்கவே வேண்டாம்! நாம அந்தப் பொண்ணு மேல பரிதாபப்பட்டுண்டு எதையாவது

சொல்லப்போய், அதுவே வினையாயிட்டா வம்பு! அவ தலையெழுத்து, அவ அனுபவிக்கறா... விடு!" என்று அம்மா அவனை அடக்கிவிடுவாள்.

என்ன முயன்றும் மற்றவர்களைப் போல கோதண்டத்தால் கண்டும் காணாமல் இருக்க முடியாமல் போனதால், முடிந்தபோதெல்லாம் இரண்டாம் பேர் அறியாமல் பார்வதிக்கு இதமாய் இருக்க அவன் முயற்சிக்கவே செய்தான்.

பிற்பகலில் எல்லோரும் சாப்பிட்டுக் கண்ணயரும் வேளையில், பாத்திரங்களைத் தேய்க்க கொல்லைக்கட்டுக்கு பார்வதி வருவாள். அப்போது வேலிக்கருகில் நின்று இரண்டொரு வார்த்தைகள் தெம்பு தரும் தினுசில் கோதண்டம் பேசுவான்.

முதலில் பயந்த பார்வதி, வருஷங்கள் செல்லச்செல்ல தன் கஷ்டங்களைச் சொல்லி பகிர்ந்துகொள்ள வேறு நாதியில்லை என்பதை நன்கு உணர்ந்த பிறகு, மெள்ளமெள்ள கோதண்டத்திடம் மனைசைவிட்டுப் பேச முற்பட்டாள்.

என்றாவது மாலையில் கோவில் குளம் என்று எல்லோரும் போய்விட்டால், பயமில்லாமல் இரண்டு பேரும் பேசிக்கொள்வார்கள்.

"உன் அருமையும் உன் நல்ல மனசும் அவாளுக்குப் புரியலையே, பார்வதி..." என்று கோதண்டம் வருத்தப்படுவதும், ரங்கமணி அடித்ததால் உண்டான காயங்களுக்குத் தடவ மருந்து கொடுப்பதும், வாய்க்கு ருசியாய் ஏதாவது தின்பண்டம் வாங்கித்தருவதும் அப்போதுதான்.

"நா பொறந்தே இருக்கக்கூடாது, அண்ணா... என்னால யாருக்கு என்ன சுகம்? இந்தப் பிசாசு மனுஷாகிட்ட இன்னும் எத்தனை வருஷத்துக்கு இடிபடணுமோ? எல்லாத்தையும் நினைச்சா, சில சமயம் தூக்குப் போட்டுண்டு செத்துடலாமானுகூடத் தோண்றது..." என்று பார்வதி கண்ணீர் சிந்தினால், "தைரியமா இரு, பார்வதி... உனக்குக் கண்டிப்பா விமோசனம் கிடைக்கும்..." என்று குரல் தழுதழுக்க கோதண்டம் தேற்றுவான்.

மனசில் விகல்பம் ஏதுமில்லாத இந்த உறவு வேர்விட்டு வளர்ந்து வந்த ஒருநாளில், அவர்கள் இருவருமே எதிர்பார்க்காத திருப்பம் திடுமென்று வந்தது.

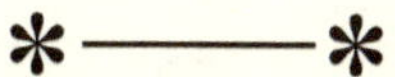

அத்தியாயம்

8

கோதண்டம் பூர்வஜென்மத்தில் பார்வதிக்கு ஏகமாய் கடன்பட்டிருக்க வேண்டும். 'என் உடம்பை செருப்பாகத் தைத்துப்போட்டு உனக்காக உழைக்கிறேன்' என்று பிரமாணம் செய்து கொடுத்திருக்க வேண்டும். இல்லாவிட்டால் எதற்காக இத்தனை சிரமம், உழைப்பு, கஷ்டம்! பந்தமா, சொந்தமா, ரத்தத்தோடு ஊறி வளர்ந்தவளா? ம்ஹூம், ஒன்றுமில்லை.

அப்புறம் எதற்காக இத்தனை பாடு?

என்னவோ தெய்வ சந்நிதியில் சத்தியம் செய்துகொடுத்துவிட்ட மாதிரி, பார்வதிக்காகவும் அவள் குழந்தைகளுக்காகவும் கோதண்டம் ராப்பகலாய்த் தேய்ந்துதான் போனான்.

கடலூரிலிருந்து அவர்களைக் கூட்டிவந்து மாம்பலத்தில் ஒரு ஜாகை பார்த்து வைத்தவன், நடையாய் நடந்து சீக்கிரமே ஒரு இன்ஷூரன்ஸ் கம்பெனியில் வேலை தேடிக்கொண்டான். மனுஷன் வேலையில் கெட்டிக்காரனாய் இருந்து, உண்மையாய் உழைக்கவும், சீக்கிரம் உதவி மானேஜர் பதவி கையில் வந்துவிடவே, வீட்டுக்குக் கொண்டு வந்த அறுநூறு ரூபாயில் பார்வதியையும் அவள் குழந்தைகளையும் செளக்கியமாய் வாழ வைக்க முடிந்தது.

மோஹனாவையும் பாலகிருஷ்ணனையும் நல்ல பள்ளிகளில் சேர்த்தான்.

போஷாக்கான உணவு, சுத்தமான உடை என்று, பார்ப்பவர்கள் கண்களில் அவர்கள் பளிச்சென்று தெரியும்படி வளர்த்தான்.

காலையில் ஐந்தரைக்கு எழுந்து குழந்தைகளுக்கு ஸ்லோகம், பள்ளிப் பாடங்கள் சொல்லிக்கொடுப்பான். தான் ஆபீஸுக்குப் போகும்போது அவர்களைப் பள்ளியில் விட்டுச் செல்வான். மாலையில் திரும்பி வந்ததும் கடை கண்ணிக்குப் போவதில் பார்வதிக்கு உதவிவிட்டு, திரும்ப மோஹனா பாலுவோடு பாடம் சொல்லிக்கொடுக்கவோ விளையாடவோ உட்கார்ந்துவிடுவான்.

அனுவசியமாய் வாசத் திண்ணை, வாச அறையைவிட்டு உள்ளுக்குள் கோதண்டம் போய் யாரும் பார்த்தது கிடையாது.

காலையில் குளிக்க உள்ளே ஒருதரம் போனால், திரும்ப சாப்பிட இரண்டு தரம்...

அவ்வளவுதான்.

தப்பித்தவறிக்கூட பார்வதியையும் தன்னையும் சேர்த்து அந்தத் தெரு ஜனங்கள் ஒரு வார்த்தை அசிங்கமாய் பேசிவிடக்கூடாது என்ற விழிப்புடன் இருப்பது ல இருந்தது அவன் நடத்தை.

தாங்கமுடியாத தினங்களில் பார்வதி குமுறி அழுததுண்டு. "யாருக்கு யார் பந்தம், அண்ணா? எங்களுக்காக இப்படி உழைக்கறேளே, இது நியாயமா? பெத்த அம்மாவை விட்டுட்டு, அப்பாவை விட்டுட்டு, சொந்தக்காரா அத்தனை பேரையும் உதறிப்போட்டுட்டு, இப்படி எங்களுக்காக அல்லாடறதை நினைச்சா, என் உடம்பு பதறிப்போறதே! ஒரு நடை ஊருக்குப் போயிட்டு வாங்களேன்... பெத்தவா துடிக்கத் துடிக்க அவாகிட்டேயிருந்து உங்களைப் பிரிச்ச நா நன்னா இருப்பேனா? அண்ணா... நா ஒரு பாவி... மஹா பாவி..."

எல்லாவற்றுக்கும் சின்னதாய் புன்னகைப்பான் கோதண்டம். மிஞ்சிப்போனால் பஜகோவிந்தத்திலிருந்து ஒரு ஸ்லோகம்...

"கா தே காந்தா கஸ்தே புத்ர:
ஸம்ஸாரோ (அ)யம் அதீவ விசித்ர:
கஸ்ய த்வம் க: குத ஆயாத:
தத்த்-வம் சிந்தய ததிதம் ப்ராந்த..."

எடுத்துச்சொல்லி, "இந்த ஸ்லோகத்துக்கு அர்த்தம் என்ன தெரியுமா, பார்வதி? 'உன் மனைவி யாரு? புத்ரன் யாரு? நீ யாரு? நீ எங்கேயிருந்து வந்தே? நீ யாருடையவன்? ஏ மூடா, இந்த சம்சாரம் ரொம்ப விந்தையானது! இதையெல்லாம் நினைச்சுப் பாரு'ன்னு ஆச்சார்யா உறைக்கிற மாதிரி கேக்கற இந்த ஸ்லோகத்தை உன் கேள்விக்கெல்லாம் பதிலா நா சொல்ல விரும்பறேன்…" என்பான்.

சுபாவத்தில் பார்வதி வாயில்லாத பூச்சி. என்னவோ ஒரு நேரம்… **சாது மிரண்டால் காடு கொள்ளாது** என்பார்களே, அதுபோல ஒரு நேரம்… அன்று கோதண்டம், 'கிளம்பு பார்வதி…' என்றவுடன், ஏதோவொரு தைரியத்தில் கிளம்பிவிட்டாளே தவிர, நாட்கள் செல்லச்செல்ல தன்னுடைய அசட்டுக் காரியத்தால் கோதண்டத்தின் எதிர் காலத்தை நாசமாக்கிவிட்டோமே என்ற வேதனை அவளுள் பரவி வியாபித்தது நிஜம்.

அப்பா அம்மாவோடு இருந்தால், இவர் ஒரு கல்யாணம் பண்ணிக் கொண்டிருப்பாரோ? பெண்டாட்டி குழந்தைகள் என்று நிம்மதியாய் வாழ்ந்திருப்பாரோ?

இப்போது இவருக்கு எங்களால் என்ன சுகம்? என்ன சௌக்கியம்?

இத்தனை நல்ல மனசு கொண்டவரின் வாழ்க்கை சூன்யமாகிப்போக நானா காரணம்? என் சுயநலமா?

மனசை எண்ணங்கள் செல்லாக அரிக்க அரிக்க, அதுவே பார்வதியின் தேக நிலையைத் தாக்கத் தொடங்கியது.

எப்படியோ பல்லைக் கடித்துக்கொண்டு சமாளிக்க முயன்றவளை விதி ஓட ஓட விரட்டத் தீர்மானித்த பிறகு, என்ன பல்லைக் கடித்து என்ன! என்ன முயன்று என்ன!

பார்வதியை அடியோடு நிலை குப்புறக் கவிழ்த்த அந்த சம்பவம் நடந்தபோது, மோஹனாவுக்குப் பத்து வயசு, பாலுவுக்கு எட்டு.

அட, பிள்ளைகள் என்றால் விளையாடாதா? கீழே விழாதா? அடிதான் படாதா? இதிலென்ன ஆச்சரியம்?

ஆனால், பாலு அன்று பள்ளி மாடிப்படிகளில் கால் தடுக்கி விழுந்த பிறகு தொடர்ந்த விளைவுகள், ஆச்சர்யமாக மட்டுமல்லாமல் பயங்கரமாகவும் இருந்தன.

கீழே விழுந்த காயம்கூடப் பெரிசில்லை... லேசாய் சிராய்ப்பு. அவ்வளவுதான்.

ஆனால் சரியாய் ஒரு வாரம் ஆவதற்குள் காரணமில்லாமல் சிரிக்கத் தொடங்கினான். தனக்குத்தானே பேசத் தொடங்கினான்.

டாக்டரின் கண்காணிப்பு இருக்கையிலேயே, கண்முன் நாளுக்கு நாள் பாலுவின் நடத்தை விசித்திரமாயிற்று.

என்னவோ மருந்துகள்... என்னென்னவோ சிகிச்சைகள்!

ம்ஹூம், ஒன்றிற்கும் பலனில்லை.

எண்ணி மாசங்கள் மூன்று ஆவதற்குள் 'பைத்தியம்' என்று குறித்துச் சொல்லும்படி அவன் மாறிப்போனான்.

துணிமணியை அவிழ்த்துப் போட்டுவிட்டு அம்மணமாய்த் தெருவில் ஓடினான். பிடிக்க வந்தவர்களை, கையில் கிடைத்ததை எடுத்து அடித்தான். முழிகளை விரித்துக்கொண்டு உரக்கப் பேசினான். கெட்ட வார்த்தைகளால் திட்டினான்.

எட்டு வயசுக் குழந்தையாய் இருந்தபோது தெரியாத கஷ்டம், மேற்கொண்டு வருஷங்கள் நாலு போவதற்குள் ரொம்பத்தான் புரிந்தது.

"எங்காத்துப் பொண்கள் வெளிய வரக் கூச்சப்படறா... உங்க பிள்ளைய வீட்டோட வெச்சுக்கோங்கோ... இல்லை, துணி உடுத்தி வெளிய அனுப்புங்கோ..." என்றார்கள்.

"ரூம்ல போட்டு பூட்டிவெக்கறேளா, இல்லை, நாங்க போலீஸ்ல சொல்லட்டுமா?" என்றார்கள்.

"தடியனா இருந்துண்டு, எதிர்ல யார் வந்தாலும் அடிச்சுடறதே! இதைக் கட்டிப்போட்டு வெக்கக்கூடாதா?" என்றார்கள்.

தெரு ஜனங்களின் வார்த்தைகளில் உண்மை இருப்பதைக் கண்டு பார்வதியும், பிள்ளையை அறையில் பூட்டிவைக்க முயன்றாள். கட்டிப்போட்டுப் பார்த்தாள். உடை உடுத்தி வைத்தாள். என்ன மன்றாடியும், இவள் ஏமாந்த ஒரு நொடியில் துணியை அவிழ்த்துப் போட்டுவிட்டு பாலு வாசலுக்கு ஓடிவிடுவான்.

அப்புறம் வம்புதான், விளைவுதான், சண்டைதான். தாங்க முடியாமல்போன பிறகு, பிள்ளையை ஆஸ்பத்திரியில் சேர்க்க பார்வதி ஒப்புக்கொண்டாள்.

'பைத்தியங்களோட பைத்தியமா என் பிள்ளையைப் பூட்டிவைக்கவா நா அவனைப் பெற்றேன்? இத்தனை வருஷம் வளர்த்தேன்?' என்று மனசுக்குள் அவள் கலங்கியது நன்றாய் புரிய, தனியார் ஆஸ்பத்திரி ஒன்றில் தனியறையில் அவனை வைத்துப் பார்க்க கோதண்டம் ஏற்பாடு பண்ணினான்.

மாசம் சுளையாய் இருநூறு ரூபாய்.

தன்னால் இது நாட்கள் உண்டான சிரமம் போதாதென்று இப்போது பிள்ளையின் உடம்பு வேறு இப்படி ஆகிவிட்டதே என்று மாய்ந்து போனதில், பார்வதியின் தேகநிலை க்ஷீணமானதுதான் மிச்சம்.

படபடப்பு, மயக்கம், பலவீனம்...

டாக்டரைப் பார்த்தார்கள்.

"ரத்த அழுத்தம் அதிகமா இருக்கு... உப்பு குறைச்சு சாப்பிடுங்க, உணர்ச்சி வசப்படாதீங்க... மாடிப்படி ஏறாதீங்க..." என்று நீளமாய் தடையுத்தரவைப் போட்ட டாக்டர், மருந்துகளை எழுதிக்கொடுத்தார்.

இதற்கே ஆடிப்போனால் எப்படி? இனிமேல்தானே 'க்ளைமாக்ஸ்' என்று சொல்கிற தினுசில், மோஹனா பள்ளிப்

படிப்பை முடித்து, பி.யூ.சியில் சேர்ந்து அரையாண்டுத் தேர்வு எழுதின சமயத்தில், மாபாரமாய் பார்வதியின் தலையில் கடவுள் கல்லைத் தூக்கிப் போட்டார்...

காலையில் ஆபீஸுக்குப் போன கோதண்டத்தை, மதியம் இரண்டு மணி சுமாருக்குப் பிணமாக நாலு பேர்கள் டாக்ஸியில் தூக்கி வந்தார்கள்.

மாரடைப்பாம்! சாப்பிட்டுவிட்டுத் தண்ணீரைக் குடித்த மனுஷன், நெஞ்சை அமுக்கிக் கொண்டு உட்கார்ந்தானாம்... நண்பர்கள் என்ன ஏது என்று கேட்பதற்குள், தலை தொங்கிவிட்டதாம்.

கோதண்டம் மாமா போன அதிர்ச்சியில் அம்மாவும் போய்விடுவாள் என்றுதான் மோஹனா நினைத்தாள். யார் செய்த புண்ணியமோ தெரியவில்லை, பார்வதியின் உயிர் கெட்டியாய் தங்கிவிட்டது.

கோதண்டத்தின் பிணம் வாசலறையில் கிடந்தபோது, பார்வதி அடித்த தந்தி மூலம் விஷயத்தைக் கேள்விப்பட்டு, குமுறிக்கொண்டு கோதண்டத்தின் பெற்றோர் வந்து சேர்ந்தார்கள்.

"பாவி, நீ நன்னா இருப்பியா? என் பிள்ளைய மயக்கிட்டியே! நீ உருப்படுவியா? நீயும் உன் பொண்ணும் சந்தில போவேள்! நாசமாப் போவேள்! நாலு பேர் தூத்தூன்னு துப்ப நாறிப்போவேள்!" என்று வரிசையாய் கோதண்டத்தின் தாய் சாபம் கொடுத்து முடிந்தபின், அவர்களே முன் நின்று காரியத்தைக் கவனித்தார்கள்.

பிணத்தை எரித்துவிட்டு, கோதண்டத்தின் ஆபீஸுக்குப் போனார்கள்... யாரைப் பார்த்தார்களோ, என்ன பேசினார்களோ தெரியாது... பிராவிடண்டு ஃபண்டு, இன்ஷூரன்ஸ் பணத்தை தாயார் என்ற முறையில் கையெழுத்துப் போட்டு வாங்கிக்கொண்டு, ஊரைப் பார்க்கப் போய்ச்சேர்ந்தார்கள்.

அடுத்த மாசமே பழைய மாம்பலத்திலிருந்த ஒரு சின்ன போர்ஷனுக்கு பார்வதி குடிபோனாள்.

தாலியை அவிழ்த்தாள். தலையை முடிந்துகொண்டாள். நெற்றியில் விபூதியைக் கீற்றாய் இட்டுக்கொண்டாள். கணவனை இழந்தவள் என்று சொல்லிக்கொண்டாள்.

அவிழ்த்த தாலியையும், உடலில் இருந்த இரண்டு ஜதை வளையல்களையும் விற்றுப் பணமாக்கி, மூன்று மாசங்களை எப்படியோ ஒப்பேற்றினாள்.

பி.யூ.சி. இறுதியாண்டு தேர்வுக்கு ஒரு மாசம் இருக்கையில், அம்மாவின் வேதனையும், கையில் காலணா இல்லாத கஷ்டமும் மனசில் தேளாய்க் கொட்ட, அந்த ஒரு நாளில் மோஹனா உடைந்துபோனாள்.

சாதாரணமாய் யாரிடமும் சகஜமாய்ப் பேசி ஒட்டிக்கொள்ளும் குணம் மோஹனாவுக்கு இல்லை.

தான் உண்டு தன் வேலை உண்டு என்றே இருப்பாள். அரட்டையடிக்காமல், புத்திசாலியாய், வகுப்பில் எல்லா பாடங்களிலும் முதல் ஸ்தானத்தைப் பெற்று வந்ததால், கல்லூரியில் அவளுக்கு நல்ல பேர்.

சக மாணவிகளெல்லாம் அருவிபோலக் கலகலக்கையில், சின்ன விஷயத்துக்குச் சிலிர்த்து ஆர்ப்பரிக்கையில், இவள் வித்தியாசமாய், 'நான் உங்களிலிருந்து மாறுபட்டவள்' என்று சொல்லும் தினுசில் தனியாய் இருப்பாள்.

"மோஹனாவா? அவ சரியான அமுக்கு!" என்றார்கள் சிலர்.

"ரொம்ப இண்ட்ரோவர்ட்!" என்றார்கள் வேறு சிலர்.

"சின்ன வயசு ஆசாபாசங்கள் ஒண்ணுமே இல்லாம, வயசான பெண்ணோட முதிர்ச்சியோட அவ இருக்காளே!" என்று வியந்தவர்களும் உண்டு.

துக்கமோ சந்தோஷமோ, எது வந்தாலும் அது என்னோடு, உங்களுக்கென்ன? என்கிற அலட்சிய பாவம் அவளிடம் இருப்பதாகக்கூட அவளை அறிந்தவர்கள் நினைத்தார்கள்.

கோதண்டம் தவறிப்போய், அடுத்துவந்த மாசங்களில் பணக்கஷ்டம் உண்டாகி, பெரிய வீட்டிலிருந்து சின்ன போர்ஷனுக்குக் குடிபோய், தம்பி வைத்தியத்துக்குப் பணம் கட்ட வேண்டி மூன்று வேளைச் சாப்பாட்டை இரண்டாக்கி, நெய் தயிரைத் தவிர்த்து வாழ்க்கையைச் சுருக்கிக்கொண்டபோதுகூட, வாயைத் திறந்து தன் கஷ்டத்தை இன்னொரு ஆத்மாவிடம் சொல்லாமல் சமாளித்துவிட்ட மோஹனா... முக்கி முனகி மூன்றாவது டர்ம் ஃபீஸைக் கட்டின பிறகு, பரிட்சை ஃபீஸ் கட்ட முடியாத நிலை வந்த அன்றுதான், தன்னையும் மீறி உடைந்துபோனாள்.

ராணி அவளுக்குப் பக்கத்து சீட்டில் உட்காரும் பெண்.

மோஹனா உயரமானவள் என்பதால் மற்ற பெண்களுக்குத் தொந்தரவு இல்லாத வகையில் பின் வரிசையில் உட்கார்ந்துகொள்வாள்.

நட்பு என்று பெரிசாய் இல்லாவிட்டாலும், தானும் உயரம் என்பதாலும், சக மாணவிகளிடம் அதிகம் பேசப்பிடிக்காது என்பதாலும், ராணி மோஹனாவின் பக்கத்தில் உட்காரத் தொடங்கினாள். அப்புறம் அதுவே வழக்கமாய்ப் போனது.

ராணி மக்கும் இல்லை, சூடிகையும் இல்லை. நடுத்தரம். பார்க்க நன்றாக இருப்பாள். மோஹனாவுக்கும் அவளுக்கும் சில ஒற்றுமைகள் உண்டு. இவளைப்போல அவளும் வளவளா ரகம் இல்லை. எந்த ராஜா எந்தப் பட்டிணத்தைக் கொள்ளை கொண்டால் எனக்கென்ன என்று ஒதுங்கியிருக்கும் ஜாதிதான்.

தினமும் பக்கத்தில் உடுகார்ந்து கொள்கிறோம் என்பதற்காக மோஹனாவிடம் ராணி வாயைக் கொடுத்ததுமில்லை, இவளும் துருவினதுமில்லை.

கோதண்டம் இறந்ததும் பத்து நாட்கள் போல மோஹனா லீவு போட்ட பிறகு, நோட்ஸ் எடுக்க, கொடுக்க என்று ஆரம்பித்த பழக்கத்தில், இரண்கு பேரும் கொஞ்சம் நெருங்கிப் போனார்கள்.

அப்படித் துவங்கிய நெருக்கம் மூன்று மாசத்தில் இன்னும் இறுகின ஒரு நாளில்தான், பரிட்சைக்குக் கட்ட பணமில்லாத தவிப்பு ஆளை விரட்டிய அந்தக் கணத்தில்தான், தன் சுபாவத்துக்கு மாறாக மதியம் உணவு சாப்பிடும்போது மோஹனா ராணியின் முன் உடைந்துபோனாள்.

மனசில் பலமில்லாமல் அந்தக் கணம்தான் அழும் அழுகை தன் வாழ்க்கையையே மாற்றுவதாக, மோஹனாவான தன்னை எதிர்காலத்தில் 'கால் கேர்ல்' மோஹனாவாக மாற்ற அஸ்திவாரம் போடுகிறது என்பதை அறியாமல், ராணியின் கைகளில் முகத்தைப் பதித்துக் கொண்டு விசும்பினாள்.

அத்தியாயம்

9

மோஹனா அழுது முடிக்கும்வரை வாயைத் திறந்து ராணி ஒரு வார்த்தையும் பேசவில்லை. விசும்பல்கள் சின்னச்சின்ன கேவல்களாய் மாறி கொஞ்சம் சமாதானமடைந்ததும், தன் பர்ஸிலிருந்து ஐம்பது ரூபாய்ப் பணத்தை எடுத்து அவளிடம் நீட்டினாள்.

"உன் கஷ்டம் எனக்கு நல்லாப் புரியுது, மோஹனா... ரொம்ப நல்லாவே புரியுது! ஓகே, இதப்பத்தி மேக்கொண்டு இப்ப எதுவும் பேச நா விரும்பலை... பெல் அடிக்கப்போறாங்க, நாழியாயிடுச்சு... எழுந்திரு... போய் முகம் கழுவிக்கிட்டு வா... கிளாஸுக்குப் போறப்ப சாதாரணமா போகணும்... இல்லேன்னா, மத்த பொண்ணுங்க என்ன ஏதுன்னு கேப்பாங்க! கமான், கெட் அப்! இதுல அம்பது ரூபா இருக்கு... அப்பறமா போய் எக்ஸாம் பீஸ் கட்டிட்டு வா! என்னடா, இவகிட்ட நம்ப வேதனையைச் சொன்னதுக்காகப் பிச்சை போடறாளான்னு அவசரப்பட்டு நினைச்சிடாதே... இது பிச்சை இல்லே, உதவி... அவ்வளவுதான்! நா உனக்குக் குடுக்கற கடன்... இதை நீ சீக்கிரமே திருப்பிக் குடுத்துடுவேன்னு எனக்கு நம்பிக்கை இருக்கு... வாங்கிக்க..."

ஒன்றும் புரியாமல் மோஹனா விழிக்க, அவள் கையில் பணத்தைத் திணித்துவிட்டு ராணி எழுந்தாள்.

"நிதானமா உன்கிட்ட நா நிறைய பேசணும், மோஹனா... என்னைப்பத்தி, நா அனுபவிச்ச கஷ்டங்கள்பத்தி... இப்ப நா வாழற வாழ்க்கைபத்தி... ஆனா, இப்ப இல்ல... இன்னிக்கு சாயங்காலம்

எனக்குக் கொஞ்சம் வெளிய போக வேண்டியிருக்கு... அதனால, நாளைக்குக் காலேஜ்விட்டதும் உன்னை எங்க வீட்டுக்குக் கூட்டிட்டுப்போய் எல்லாத்தையும் சொல்றேன்... ஓகே? இப்ப கிளாஸுக்குப் போலாம், வா..."

தீர்மானமாய்ப் பேசும் ராணியின் பேச்சுக்குக் கட்டுப்பட்டு மோஹனா எழுந்தாள்.

ராணிக்கு ஏது இவ்வளவு பணம்? இப்படி தடக்கென்று எடுத்துக் கொடுக்கிறாளே, வீட்டில் பெரியவர்களைக் கேட்க வேண்டாமா? அவர்களிடம் என்னால் இவள் ஏன் அனாவசியமாய் திட்டு வாங்கவேண்டும்? இப்படி அலட்சியமாய் ஜம்பது ரூபாயை நீட்டக்கூடிய அளவுக்கு ராணி பணக்காரியா? பார்த்தால் அப்படித் தெரியவில்லையே! ரொம்பப் பணக்காரியும் இல்லை, நம்மைப் போன்ற பஞ்சப்பாட்டும் இல்லை, நடுத்தரம் என்று நினைத்தது தவறா? ஒன்றும் புரியவில்லையே!

மனசில் நூறு கேள்விகள் எழுந்தாலும், அந்த நிமிஷத்தில் மோஹனா எதுவும் ராணியைக் கேட்கவில்லை.

"தேங்க்ஸ் ராணி..." என்றாள். "நீ சொன்னபடி இதை நா கடனா ஏத்துக்கறேன்... முடிஞ்சப்போ திருப்பிக் குடுத்துடறேன்..." என்றாள்.

மறுநாள் மாலை கல்லூரிவிட்டதும், ராணியுடன் அவள் வீட்டுக்குப் போனாள் மோஹனா.

சாதாரண வீடுதான். சாதாரண அலங்காரம்தான்.

உள்ளே நுழைந்ததும், "அக்கா..." என்று இரண்டு பையன்கள் வந்து கட்டிக்கொண்டார்கள்.

"என் தம்பிங்க..." என்றாள் ராணி.

பசங்களின் குரல் கேட்டு, உள்ளேயிருந்து எட்டிப்பார்த்த கர்ப்பிணிப் பெண்மணியை,

"என் சின்னம்மா..." என்று அறிமுகப்படுத்தி வைத்தாள்.

சின்னம்மா தந்த காப்பியைக் குடித்துவிட்டு, பக்கத்திலிருந்த படுக்கையறைக்கு மோஹனாவை அழைத்துச் சென்று, கதவை சாத்திக்கொண்டாள் ராணி.

சின்ன அறையாக இருந்தாலும் நறுவிசாய் இருந்தது.

ஒரு கட்டில், மெத்தை, டேபிள், நாற்காலி, ஓரமாய் ஒரு ஸ்டாண்டு அதில் ரேடியோ, அப்புறம் ஓர் அலமாரி.

ராணி அதைத் திறந்தாள். உள்ளே அடுக்கடுக்காய் புடவைகள், நீளமும் குட்டையுமாய் செண்ட் பாட்டில்கள், முக ஒப்பனைச் சாதனங்கள். ஒரு புடவைக்கு அடியிலிருந்து வெள்ளைக் கவர் ஒன்றை ராணி எடுத்தாள்.

"இதுல இருநூறு ரூபா இருக்கு, மோஹனா... உனக்குத் தேவைப்பட்டா தாராளமா எடுத்துக்கலாம்... கடனாய்த்தான்... ஆனா இதை வாங்கிக்கறதா தீர்மானிக்கறதுக்கு முன்னால இந்தப் பணம் எனக்கு எப்படி வந்ததுன்னு நீ தெரிஞ்சுக்கணும்னு நா விரும்பறேன்..."

"....."

"இதுவரைக்கும் யார்கிட்டயும் என் மனசு திறந்து நா பேசினது கிடையாது... அருணா டீச்சரைத் தவிர! இன்னிக்கு உன்கிட்ட சொல்லப்போறேன்... நீ என்னைச் சரியா புரிஞ்சிப்பேங்கற நம்பிக்கை எனக்கு இருக்கு... ஏன்னா, பல சமயங்கள்ல நம்ம ரெண்டு பேர் குணத்துலயும் உள்ள ஒத்துமைய நா உணர்ந்து ஆச்சர்யப்பட்டிருக்கேன்! உன்கிட்ட நா நெருங்கிப் பழகாம இருந்திருக்கலாம்... அதுக்காக, உன்னைப்பத்தி தெரியாம இருக்கணும்னு அர்த்தமில்லே! உன்னைவிட நா ரெண்டு வயசு பெரியவன்னு உனக்குத் தெரியுமோ, மோஹனா? உனக்கு என்ன, காலேஜ்ல வேற யாருக்குமே தெரிய நியாயமில்லேதான்... நா யார்கிட்டயாவது நெருக்கமா இருந்தாத்தானே? அதிக சினேகத்தோட பழகாததுக்குக் காரணம், என்னைப்பத்தி யாரும் எதுவும் தெரிஞ்சுக்கக் கூடாதுன்னு நா ஜாக்கிரதையா

இருக்கறதுதான்... 'ராணி ரொம்ப ரிஸர்வ்ட்'னு பேர் வாங்கிட்டேன்... நல்லதாப்போச்சு! நா என்ன பண்றேன்னு எனக்குத் தெரியும்... அப்பறம் எதுக்காக நா கவலைப்படணும்?"

எதற்காக இத்தனை பீடிகை என்கிற தினுசில் ஆச்சர்யமான பார்வை ஒன்றை மோஹனா பார்க்கவும், அந்த அர்த்தம் புரிந்து ராணி மெல்லச் சிரித்தாள்.

"நா சொல்றதைக் கேக்கறதுக்கு முன்னால, என்னை நானே சரியா புரிஞ்சிட்டிருக்கேங்கறதை நீ தெரிஞ்சிக்கறது ரொம்ப முக்கியம், மோஹனா! ஓகே, முதல்ல என் குடும்பத்தைப்பத்தி சொல்றேன்... எனக்கு ஏழு வயசாகும்போது எங்கம்மா செத்துப்போனா... எனக்குக் கீழ ரெண்டு தம்பிங்க... ரெண்டு பேரும் இன்னும் ஸ்கூல்லேந்து வரலை... நீ போறத்துக்குள்ள அவங்களைப் பாத்திடுவே... இங்க நீ பாத்த ரெண்டு பசங்களும் என் சித்தி பையங்க! எஸ்... எங்கம்மா தவறிப்போன மறு வருஷமே அப்பா ரெண்டாம் கல்யாணம் கட்டிக்கிட்டார். அப்பாவுக்குப் பொம்பளை இல்லாம மட்டும் இருக்க முடியாதுன்றதில்ல... குடி, ரேஸ் கூடத்தான்! அப்படியொரு பலமில்லாத மனசு! ஆசை நிறைய உண்டு, ஆனா வசதி இல்லை. அது அவருக்கு அன்னிக்கும் புரியலை, இன்னிக்கும் புரியலை. சித்திக்கு முதல்ல பொறந்தது பொண்ணு... ஒரு வயசுல அவ தவறிப்போயிட்டா... அப்பறம் ரெண்டு பிள்ளைங்க... இப்ப வயத்துல ஒண்ணு! எங்கப்பாவுக்கு ரயில்வேயில வேலை. வாங்கற சம்பளம், குடிக்கும் ரேஸூக்கும் சரியாப்போயிடும்... அப்பறம் வீட்டுக்கு? பொண்டாட்டி, பசங்களுக்கு? பத்து வயசு வரைக்கும் இதெல்லாம் எனக்கு ஒண்ணும் புரியலை, மோஹனா... அப்பா கத்தறதும், சின்னம்மாவை அடிக்கறதும், அவங்க அழறதும்... ஒண்ணும் புரியலை! பாதி நாள் ராத்திரி பசிக்கப்பசிக்க படுக்கறப்ப, கோவம் மட்டும் நிறைய வரும்... அப்ப எதிர்ல நின்னு பசிக்கிதுன்னு சொல்லக்கூட பயம்... சின்னம்மாகிட்ட சொன்னா, அவங்க என்னையும் தம்பிங்களையும் கட்டிகிட்டு ஒன்னு அழுவாங்க, அப்பளவுதான்! எப்படியோ வளர்ந்தோம்... அந்தக் கதையெல்லாம் இப்ப எதுக்கு! எனக்குப் பதினாலு வயசு நடக்கும்போது, என்

வாழ்க்கைல ஒரு திருப்பம்... நா படிச்ச ஸ்கூல்ல அருணா டீச்சர்னு ஒரு டீச்சர்... ரொம்ப நல்லவங்க... கலகலப்பானவங்க... எல்லா ஸ்டுடன்ஸுக்கும் அவங்க மேல ஒரு 'ஹீரோயின் வொர்ஷிப்'! என்கிட்ட அவங்க ஆசையா இருப்பாங்க... ரொம்ப தாங்க முடியாமப்போற அன்னிக்கு அவங்ககிட்ட சொல்லி அழுவேன்... வீட்டுக்கு அழைச்சிட்டுப்போய் சாப்பாடு குடுப்பாங்க... இதமா பேசுவாங்க..."

"நா அப்பதான் வயசுக்கு வந்தேன்... வீட்டுல தாவணிகூட வாங்கிக்குடுக்க முடியாதபடி கஷ்டம்! அருணா டீச்சர் எல்லாத்தையும் புரிஞ்சுகிட்டு, தாவணி, பாவாடை வாங்கிக் குடுத்தாங்க... இப்படிச் சின்னச்சின்னதா குடுத்து என்னை அவங்ககிட்ட நன்றிக்கடனோட நெருங்க வெச்சிட்டாங்க! அவங்க வீட்டுக்குப் போறப்பல்லாம் ஒண்ணு ரெண்டு அழகான பொண்களை நா பாத்திருக்கேன்... 'என் கசின்ஸ்' அப்படிம்பாங்க. ஒரு நாள், 'என் மாமா பையன் சிங்கப்பூர்லேந்து வந்திருக்கான், போய்ப் பாக்கணும், என்கூட வரியா'ன்னாங்க... போனேன். பெரிய ஒட்டல்... அறையும் ஆளும் பணத்தால மினுமினுத்தாங்க... அந்த ஆளு சிரிக்கச் சிரிக்கப் பேசினார்... ஐஸ்க்ரீம், கட்லெட்னு என்னென்னமோ வாங்கிக்குடுத்தார்... டீச்சர் பாத்ரூம் போன நிமிஷத்துல, 'நீ அழகா இருக்கே...'ன்னு சொல்லி, எனக்கு முத்தம் குடுத்தார்... அப்பறம், சிங்கப்பூர் செண்ட் பாட்டில் ஒண்ணை கையில குடுத்தார்..."

"வீட்டுக்கு வர்ற வழியில டீச்சர் புதுசா புத்திமதி சொன்னாங்க... வாழ்க்கைன்னா கஷ்டமில்லாம இருக்காது, அதைப் பக்குவமா சமாளிக்கத் தெரியணும்... வர்ற சந்தர்ப்பத்தை உபயோகப்படுத்திக்கத் தெரியணும்ம்னு சொன்னாங்க. லேசா என்னமோ புரிய, அதிர்ந்து போயிட்டேன்! மறுநாளும் டீச்சர் கூப்பிட்டாங்க... வரலைன்னு சொன்னேன். பயப்படாம வா, உனக்கு நா நல்லதுதான் செய்வேன்னு கட்டாயப்படுத்தி கூப்பிட்டாங்க... நன்றிக்கடன்... தட்ட முடியலை! அன்னிக்கு அந்த ஆளு இன்னும் கொஞ்சம் நெருக்கமாப் பழகினார்... புறப்படற சமயத்துல நாப்பது ரூபா பணத்தைக் குடுத்து, 'உன் கதை பூரா எனக்குத் தெரியும்... உன் சின்னம்மா, தம்பிங்க,

ரெண்டு நாளைக்கு வயிறுமுட்ட சாப்பிட வழி பண்ணு'ன்னு சொன்னார்... கை நீட்டி அதை வாங்கிக்கிட்டேன்! விட்டுக்கு வந்து யோசிச்சேன்... அஞ்சு ஜீவன்கள் சந்தோஷமா இருக்க என்னால வழி பண்ண முடியுமான்னு நினைச்சுப்பாத்தேன்... சமூகம் தப்பு ரைட்டுன்னு சொல்ற விஷயங்களையெல்லாம் ஒதுக்கித்தள்ளி, மனசை மரத்துப்போகச் செஞ்சிட்டா, முடியும்னு தோணிச்சு... தைரியமா இதுல எறங்கினேன்! அருணா டீச்சர் உதவியோட வாரம் ஒருத்தரைச் சந்திச்சப்ப, வள்ளிசா கையில நூறு ரூபா கிடைச்சிது... கூடவே சில சமயம் புடவை, சென்ட்! சித்திகிட்ட பணத்தைக் கொண்டுவந்து குடுத்தேன்... ஏதுன்னு அவங்க கேக்கலை, நானும் சொல்லலை! முழுசா மூணு வருஷம் ஓடியாச்சு... எஸ்.எஸ்.எல்.சி. படிச்சிட்டு ரெண்டு வருஷம் சும்மா இருந்தேன்... அப்பறம் மேல சேர்ந்து படிச்சா என்னன்னு தோணிச்சு... காலேஜ்ல சேர்ந்துட்டேன்! படிச்ச பொண்ணுன்னா, விலை கூட! அழகா பேச, நடந்துக்கத் தெரியும், இல்லையா! அதனால! காலேஜுக்கு வர்றதுல எனக்கு நிறைய செளகரியம் இருக்கு... மனசைப் பாடத்துல செலுத்தறதுல, ஒரு நிம்மதி இருக்கு... 'காலேஜ் கேர்ல்' அப்படிங்கற போர்வை இருக்கு... யார்கிட்டயும் நெருங்கிப் பழகாம தனியா இருக்கப்பாக்கறதாலயும், சுமாரா படிக்கறதாலயும், என்னைப்பத்தி ஒருத்தரும் வம்பு பேச நா எடம் குடுக்கறதில்லே! எனக்கு என் மேலயோ, என் நடத்தையிலயோ, நிச்சயம் வருத்தம் கிடையாது... மனப்பூர்வமா நிம்மதியாத்தான் இருக்கேன்! குத்த உணர்ச்சி இருந்தாத்தானே சங்கடம்? நா செய்யறதுல எனக்கு ஒரு வருத்தமும் இல்ல, அதனால எனக்குக் குத்த உணர்ச்சியும் இல்ல! இந்தக் கவர்ல இருக்கற இருநூறு ரூபா இந்த தினுசில நா சம்பாதிச்சதுதான்... உன்கிட்ட எல்லாத்தையும் சொல்லிட்டேன்... நீ இஷ்டப்பட்டா இதை தாராளமா எடுத்துக்கலாம்..."

ராணி பேசப்பேச மோஹனா பதைத்துப்போனாள்.

✷——✷

அத்தியாயம்

10

ராணி தன் வாழ்க்கையின் இன்னொரு அந்தரங்கமான பக்கத்தைச் சொல்லச்சொல்ல, மோஹனா அதிர்ச்சியால் தவித்துப்போனாள்.

ராணியா? இப்படியா? இந்த வயசிலா? இவளை இந்தப் பாதைக்குக் கொண்டுவந்தது ஒரு டீச்சரா? கடவுளே!

தாங்க முடியாமல் சின்ன முனகலாய் அதையே வெளியிட்டாள்.

"ஒ... ஒரு டீச்சரா, ராணி? அவங்கதான் உனக்கு இந்த வழியக் காட்டினாங்களா?"

"ஆயிரத்துல ஒருத்தர் இப்படித்தான் இருக்காங்க, மோஹனா... அது டீச்சரா இருக்கலாம், நண்பரா இருக்கலாம், ஏன், உறவுக்காரங்களாக்கூட இருக்கலாம்..."

"உன் சின்னம்மா ஒண்ணும் சொல்லலியா?"

சட்டென்று லேசான வேதனை ராணியின் முகத்தில் பரவியது.

"அதுதான் எனக்குக் கொஞ்சம் வருத்தம், மோஹனா... சின்னம்மாவுக்குத் தெரியும், ஆனா பேசாமதான் இருக்காங்க! ஒரு வேளை அவங்க சொந்த மகள்னா தவிச்சிருப்பாங்களோன்னு நா ஆரம்பத்துல நினைச்சதுண்டு... ஆனா, அதுவும் தப்புனு புரிஞ்சுப்போச்சு! எங்கப்பாவுக்குக்கூட லேசாத் தெரியும்தான் நினைக்கறேன்... அதுக்காக என்ன பண்ணினார்? ஒண்ணுமில்ல!

குடும்பப் பொறுப்ப நா ஏத்துக்கிட்டதால, அவர் குடிக்க, ரேஸ் போக இப்ப தாராளமா பணம் கிடைக்குது... சின்னம்மா, குழந்தைங்க, நல்லா சாப்பிட்டு சௌக்கியமா இருக்காங்க! சின்னம்மா எட்டு மாச கர்ப்பம்... இதுலேந்தே அப்பா எத்தனை குஷியா இருக்கார்னு புரியுதில்லே? அப்பாவுக்கு நல்ல புத்தி சொல்லித் திருத்தறதைவிட்டு, எதுக்காக இந்தக் காரியத்தைத் தொடர்ந்து செய்யறேன்னு நீ கேக்கலாம்... அது இந்த ஜன்மத்துல நடக்கற காரியமில்லே, மோஹனா! அவர் திருந்த மாட்டார்... அவர் சரியான சுயநலவாதின்னு எனக்குத் தெரியும்! அதை விடு... நானாத்தான் இதுல எறங்கினேன், அதனால யாரையும் குத்தம் சொல்ல விரும்பலை... என்னைச் சார்ந்தவங்க நிம்மதியா இருக்கறது எனக்கு சந்தோஷமா இருக்கு... சத்தியமா நா எதை நினைச்சும் வருத்தப்படறதில்லைன்னு சொன்னா, அதை நீ நம்பணும்! அதுக்காக நா செய்யறதை நியாயப்படுத்தறேன்னு நினைக்காதே... தம்பிங்க தலையெடுத்த பிறகு, கண்டிப்பா இதுக்கு முழுக்குப் போட்டுடுவேன்! உடம்பு ஆசைக்காகவோ, அதிக பணம் சௌகரியங்களுக்காகவோ இதுல நா எறங்கலே... ஒரு நிர்ப்பந்தம்... அவ்வளவுதான்! சொல்லப்போனா, இதை என் கடமையா நினைச்சு ஏத்துக்கிட்ட பிறகு எனக்கு மனசுல உறுத்தல் எதுவுமில்லே..."

நிஜமாகவா? நிம்மதியோடு இருக்கிறாளா? நம்பலாமா?

வீட்டுக்கு வந்து ராத்திரி முழுவதும் யோசனை செய்து பார்த்துவிட்டு, மறுநாள் ராணியிடமிருந்து பணத்தை மோஹனா வாங்கிக்கொண்டாள்.

மேற்கொண்டு சென்ற பத்து நாட்களில், தம்பியின் ஆஸ்பத்திரிச் செலவு இருநூறையும், அம்மாவுக்கும் தனக்குமான சாப்பாட்டுச் செலவு இருநூறையும் அடைய தனக்கு வேறு வழி இருக்கிறதா என்று ஆராய்ந்தாள்.

வேலை கிடைக்குமா?

பி.யூ.ஸி. முடித்தால் கிடைக்கலாம்... அதற்கு முன்?

பி.யூ.ஸி. படித்த பின்புகூட, டைப்பிங், அது இது என்று எதுவும் தெரியாத எனக்கு வேலை உடனே கிடைக்குமா? அதுவும் குறைந்தபட்சம் நானூறு ரூபாய் சம்பளத்தில்?

ம்ஹூம்... கிடைக்காது... நிச்சயம் கிடைக்காது.

அப்புறம் வேறு என்ன வழி?

உடம்பு பலவீனமான அம்மா... தனியார் ஆஸ்பத்திரியில் பைத்தியமாய் அடைபட்டுக் கிடக்கும் தம்பி...

இவர்களைக் காப்பாற்ற என்ன வழி?

இது தவறா, சரியா என்ற கேள்வி மனசைப் பிராண்ட அல்லலுற்று அல்லாடிய பின்னர், வேறு போக்கிடம் இல்லை என்பது தெளிவாக, ராணியின் பின்னால் போக மோஹனா தயாரானாள்.

முதன் முதலில் நுங்கம் பாக்கத்தில் இருந்த அந்த வீட்டில், மாடித் தனியறையில் தன் பெண்மையை நூறு ரூபாய்ப் பணத்துக்கு விற்றபோது, அவளுக்கு வயசு பதினாறுதான்.

அந்த வருஷம் கல்லூரியில் சேர்ந்து மேலே படிக்க மோஹனா விரும்பவில்லை.

"ஏன் மோஹனா?" என்று பி.ஏ.ல் சேர்ந்துவிட்ட ராணி விடாமல் வற்புறுத்திய பிறகு, ஒரு நாள் நிதானமாய் மோஹனா பேசினாள்.

"உன் செய்கைய உங்க வீட்டுல ஓரளவு புரிஞ்சிண்டிருக்கா, ராணி... அவா சம்மதமும் இருக்கறதால, உன்னால தைரியமா உன் விருப்பப்படி நடந்துக்க முடியறது. ஆனா... எனக்கு அது சாத்தியமில்ல... ஜஸ்ட் நாட் பாஸிபிள்! எங்கம்மாவைப்பத்தி உனக்குத் தெரியாது... விபசாரிங்கற முழு வார்த்தை அவ காதுல விழத் தேவையில்ல... 'வி'ங்கற ஆரம்ப எழுத்தை என் பேரோட சம்பந்தப்படுத்திக் கேட்டாக்கூடப் போதும், அவ்வளவுதான்... கண்டிப்பா தன் பிராணனை அம்மா விட்டுடுவா! எனக்குத்

தெரியும்! கோதண்ட மாமாவோட வீட்டை விட்டு ஓடிவந்த பிறகு, கடவுள் சத்தியமா அவரை உடன் பொறப்பா ஏத்துண்டும்கூட, ஊர் அசிங்கமா பேச எடம் வெச்சிட்டோமேன்னு அம்மா மனசுக்குள்ள தினம் தினம் செத்துண்டிருந்தது எனக்குத் தெரியும்! அம்மாவுக்குப் பணம் நிச்சயமா பெரிசில்ல... 'இப்படி சம்பாதிச்சு நீ கொண்டுவர்ற பணத்துல தம்பிக்கு வைத்தியம் பாத்து, நா ரெண்டு வேளை வயிறார சாப்பிட்டேன்னா, அதைவிட மகா பாவம் வேற ஒண்ணுமில்ல! இந்த ஈன காரியத்தைச் செய்யறதைவிட, நாமல்லாம் ஓட்டு மொத்தமா விஷம் குடிச்ச செத்துப்போயிடலாம்'னு துடிச்சுப்போயிடுவா, ராணி..."

கண்களை இடுக்கி ஒரு நிமிஷம் மோஹனாவை உற்றுப்பார்த்தாள் ராணி. "இவ்வளவு நேர்மையா இருக்கறவங்க, புருஷனை விட்டுட்டுக ஓடிவர எப்படி சம்மதிச்சாங்க? நீ சொல்றதுக்கும் நடந்ததுக்கும் நிறைய முரண்பாடு இருக்கும்போலத் தோணுதே, மோஹனா!"

மோஹனா கண்களை மூடிக்கொண்டாள்.

அம்மா வீட்டை விட்டு கோதண்டத்தோடு ஓடிவந்த நாளை, அப்படிச் செய்யத் தூண்டிய சம்பவத்தை நினைத்த கணத்தில், அடிவயிற்றில் பட்டாம்பூச்சிகள் பறக்கத் துவங்குவதை அவளால் புரிந்துகொள்ள முடிந்தது.

ராணியிடம் அதைச் சொல்லலாமா?

மனுஷத்தனமே இல்லாத என் பாட்டியின் செய்கையைச் சொல்லலாமா?

ம்ஹும், வேண்டாம். என்றோ எப்போதோ நடந்து முடிந்துபோன சமாச்சாரத்தை, கோழி குப்பையைக் கிளறுகிற தினுசில் கிளறி, இப்போது இவளிடம் சொல்வதால் ஆகப்போவது என்ன?

இவளையும் அதிரவைத்து, என்னையும் வேதனையில் ஆழ்த்தி... ம்ஹும், வேண்டாம்!

மோஹனா கண்ணைத் திறந்தாள்.

ராணியை அழுத்தமாய் ஒரு தடவை பார்த்தாள்.

"முரண்பாடுதான்... நா ஒத்துக்கறேன்... தன் குழந்தைகளை அனாதையா விட்டுட்டு, இவா பண்ற சித்ரவதைல செத்துப்போயிடுவோமோனு பயந்துண்டு அம்மா ஓடி வந்துட்டானுதான் நினைக்கறேன்... மிருகமான ஒரு புருஷனோட வாழறதைவிட, அவன் செத்துப்போயிட்ட விரக்தியோட தனியா வாழறது மேல்னு நினைச்சுதான் எங்கம்மா ஓடிவர சம்மதிச்சிருக்கணும்! நிஜமா சொல்றேன், எங்கம்மா ஒரு சன்யாசினி போல, தனக்குப் புரிஞ்ச தினுசில கற்போடதான் வாழ்ந்தா, வாழறா... அம்மா மனசுல தீர்மானம் பண்ணிண்டு வாழற கற்புக்குப் பங்கம் வந்தா, அவ ஒரு நிமிஷம்கூட உசிரோட இருக்க மாட்டா, ராணி!"

"சரி, அதுக்கும் நீ ஆசைப்படற படிப்பைப் படிக்கறதுக்கும் என்ன சம்பந்தம்?"

மோஹனா பார்வையை பூமியில் படரவிட்டாள்.

"இருக்கு, ராணி... நீ பகல்ல காலேஜுக்குப் போயிட்டு சாயங்காலமா வெளில போறே... என்னால அது முடியாது! ராத்திரி எட்டு ஒம்பது மணிக்கு வீட்டுக்குப் போனா, அம்மா என்ன ஏன்னு கேப்பா... அவளுக்குத் திருப்தியா பதில் சொல்றது எனக்கு ரொம்பக் கஷ்டம்! காலேஜைக் கட் பண்ணிட்டு அடிக்கடி மத்தியானம் வெளில போறதுலயும் எனக்கு இஷ்டமில்ல... அதனால, நா மேல படிக்கப்போறதில்ல... இதப்பத்தி அருணா டீச்சர்கிட்ட பேசினேன்... சரி, உனக்குப் பகல் நேரங்கள்ல டேட்ஸ் ஏற்பாடு பண்றேன்னு சொல்லிட்டா..."

அனுதாபத்தோடு அவள் பேச்சைக் கேட்ட ராணி, லேசாய் தோள்களை ஒருதரம் குலுக்கினாள்... 'ஆல்ரைட்... நீ தீர்மானம் பண்ணியாச்சு... இனி நா என்ன சொல்ல?' என்பதுபோல பல விஷயங்களில் ராணிக்கும் தனக்கும் ஒற்றுமை இருந்தாலும், சில அபிப்ராயங்களில் தாங்கள் மாறுபடுவதை மோஹனா அந்தச் சில நாட்களுக்குள் நன்றாகப் புரிந்து கொண்டுவிட்டாள்.

'நா செய்யற காரியம் என் மனசை உறுத்தலை... எனக்குக் குற்றவுணர்வு இல்லை' என்று ராணி நினைக்கிற தினுசில் மோஹனாவால் எண்ண முடியவில்லை.

செய்யும் காரியம் அசிங்கமானதாய்த் தோன்றியது. தப்பானதாய்த் தோன்றியது.

நேர்மையே இல்லாததாய்த் தோன்றியது. சதா மனசுக்குள் உட்கார்ந்து மரங்கொத்தியாய் வலிக்க வலிக்கக் கொத்தியது.

'சே... இந்த சம்பாத்தியம் வேண்டாம்!' என்று விட்டுவிடலாமா?

ம்ஹூம், முடியாது... நிச்சயம் விட முடியாது! அப்புறம், தம்பி வைத்தியத்துக்கு...? அம்மா சாப்பாட்டுக்கு...?

வாரத்துக்கு ஒரு முறையோ இரண்டு முறையோ வெளியில் பார்ட் டைம் வேலை என்று அம்மாவை நம்பவைத்துப் போய்விட்டு, திரும்ப வந்து அம்மா முகத்தைப் பார்க்கும்போதெல்லாம் மோஹனா கூசிப்போனாள். மாலையில் கை கால்களை அலம்பிக்கொண்டு விளக்கேற்றி வைத்துவிட்டு அம்மாவோடு உட்கார்ந்து விஷ்ணு சகஸ்ரநாமம் சொல்லிய நேரத்தில், உள்ளுக்குள் கூனிக்குறுகி வெம்பித்தான்போனாள். நல்ல வேளையாய் ஒரு வருஷத்துக்குள் இந்த அவஸ்தைக்கு விடிவுகாலம் வந்தது...

அத்தியாயம்

11

"டெல்லிலேந்து எனக்குத் தெரிஞ்சவங்க, 'அழகான' புத்திசாலிப் பொண்ணுங்க இருந்தா அனுப்புன்னு எழுதியிருக்காங்க... இங்க விட அங்க வருமானம் அதிகமா இருக்கும்... இன்னும் நாகரிகமான, சுதந்திரமான வாழ்க்கை... யாரெல்லாம் போக விரும்பறீங்க?"

அருணா டீச்சர், டெல்லியின் தரமான வாழ்க்கை, அங்கிருக்கும் நல்ல நண்பர்கள் பற்றியெல்லாம் திடுமென ஒரு நாள் நீளமாய்ப் பேசினபோது, ஓரிரண்டு பெண்கள், 'நாங்க ரெடி' என்றாலும், 'நா வரலை... எனக்கு இங்க இருக்கறதே போதும்' என்று ராணி நின்றுவிட்டாள்.

தனியாய் உட்கார்ந்து, நல்லது கெட்டதை நன்றாய் அலசினாள் மோஹனா.

டெல்லிக்கா? தனியாய்ப் போகலாமா?

நிச்சயம் அதிகப் பணத்துக்காக நான் போக விரும்பவில்லை. ஆனால், இங்கே சதா நெஞ்சில் குற்றவுணர்வு முள்ளாய் பிறாண்ட அம்மாவின் சமீபத்தில் இருப்பதைவிட, அங்கு கண்காணாமல் போய்விடுவது தேவலையோ?

அம்மாவைத் தனியாய் விட்டுவிட்டுப் போவது நியாயமா? ஒண்டியாய் அம்மா கஷ்டப்பட மாட்டாளா? ஏற்கனவே உடம்பு முடியாதவள் ஆயிற்றே!

அதுசரி, அம்மா என்னைப் போக விடுவாளா? 'சின்ன வயசுப் பெண், தனியாக தூர தேசத்துக்குப் போகக் கூடாது' என்று சொல்லிவிட்டால்?

இல்லை... நான் போகத்தான் வேண்டும். எதையாவது சொல்லி சரிக்கட்டிவிட்டுப் புறப்படத்தான் வேண்டும். இங்கே எந்த நிமிஷம் குட்டு வெளிப்படுமோ என்று பயந்து பயந்து நடுங்குவதைவிட, அங்கு போவதுதான் சரி.

எப்படியாவது பல்லைக் கடித்துக்கொண்டு சில வருஷங்களை ஓட்டிவிட்டால், அதற்குள் வேறு வேலை கீலை என்று ஏதோவொரு ஏற்பாட்டைக் கண்ணியமாய் செய்துகொள்ள முடியாதா, என்ன?

மோஹனா தீர்மானித்துவிட்டாள்.

டெல்லியில் ஒரு நல்ல கம்பெனியில் ரிஸப்ஷனிஸ்ட் வேலை மாசச் சம்பளம் எழுநூறு தங்கமான மனிதர்கள் பெற்ற பெண்ணைப் போல மோஹனாவைப் பார்த்துக் கொள்வார்கள் ஒரு வருஷம் வேலை பார்த்துவிட்டு இந்தப் பக்கம் மாற்றல் வாங்கிக் கொண்டு வந்துவிடலாம் என்று, அம்மா நம்பும் வகையில், அருணா டீச்சரைக் கொண்டு பேசவைத்துவிட்டுக் கிளம்பினாள். அவளைப் போலவே எட்டு பெண்களை 'பேயிங் கெஸ்ட்' போர்வையில் வைத்துக்கொண்டு, மிஸஸ் தாவன் நடத்தின வீட்டில் இரண்டு வருஷங்கள் வாழ்ந்தாள்.

டெல்லி வாழ்க்கை ஒரு தனிக் கதை. சிவப்பு விளக்குப் பகுதியிலுள்ள பெண்களின் அவலமான நிலைபோல இல்லாமல், இவர்களின் வாழ்க்கை அந்தஸ்தாய் இருந்தது.

மிஸஸ் தாவனுக்கு வதவதவென்ற வாடிக்கையாளர்கள் கிடையாது. பொறுக்கியெடுத்த சிலர்தாம். போன் மூலம் அழைப்பு வரும்... ஓட்டலுக்கோ அல்லது அவர்கள் குறிப்பிடும் இடத்துக்கோ, ஒருசில மணிநேரங்கள் போய்வர வேண்டும். அவ்வளவுதான்.

கையில் நல்ல பணம், போஷாக்கான உணவு, நாகரிக வாழ்க்கை. குறைப்பட்டுக்கொள்ள எதுவுமில்லை.

'கால் கேர்ல்' என்ற வார்த்தைக்கு, அங்குதான் மோஹனா சரியான அர்த்தத்தைப் புரிந்துகொண்டாள்.

முழுசாய் இரண்டு வருஷங்களை மிஸஸ் தாவனோடு கழித்த பின்னர், அவளுக்கு ஒரு குறிப்பிட்ட தொகையைக் கொடுத்துவிட்டு, தனியாய் வசிக்க ஷர்மிளாவும் ப்ரதீமாவும் பிரிந்து போனபோது, மோஹனாவும் அவர்களோடு சேர்ந்து கொண்டாள்.

ப்ரதீமாவும் ஷர்மிளாவும், மோஹனாவைவிட இரண்டு மூன்று வயசு பெரியவர்கள். பட்டதாரிகள். நல்லவர்கள்.

கனாடு பிளேஸுக்குப் பக்கமாய் ஒரு ஃபிளாட்டை வாடகைக்கு எடுத்துக் கொண்டார்கள்.

வீட்டு வேலைகளைக் கவனிக்க ஒரு வயசான ஆயா. குறிப்பிட்ட சிலருக்கு மட்டுமே தெரிந்த நம்பரைக் கொண்ட போன். நாகரிக உலகுடன் தொடர்பு. சௌகரியமான வாழ்க்கை.

தனியாக வந்த பிறகு, தனக்குத்தானே சில விதிகளை மோஹனா விதித்துக் கொண்டாள்.

மாசத்துக்கு ஆயிரம் ரூபாய் வருமானம் வருமளவுக்குதான் 'டேட்'களை அவள் ஒப்புக் கொண்டாள். மேற்கொண்டு எந்தக் கோடிஸ்வரன் கொட்டிக்கொடுத்து அழைத்தாலும், 'ஸாரி' என்று சொல்லிவிடுவாள்.

அம்மாவுக்கு ஊருக்கு அனுப்ப அறுநூறு, எனக்கு இங்கே செலவுக்கு நானூறு போதும் என்கிற எண்ணம்.

மோஹனாவை மற்ற இரண்டு பெண்களும் நன்றாய்ப் புரிந்து கொண்டிருந்தது மட்டுமல்லாமல், அவளைத் தங்கள் சின்னத் தங்கையாகப் பாவித்து நடத்தியதை, மோஹனாவின் அதிர்ஷ்டமாகத்தான் சொல்ல வேண்டும்.

அவர்கள் காட்டிய உற்சாகத்தில்தான், மோஹனா கரஸ்பாண்டன்ஸ் கோர்ஸ் மூலம் பி.ஏ. படிக்கச் சேர்ந்தாள். உறுத்தும் மனசைப் பாடத்தில் செலுத்துவது நிம்மதியாய் இருக்கவே, 'டேட்' இல்லாத நாட்களில் முனைந்து பாடங்களைப் படித்தாள். பொது அறிவுப் புஸ்தகங்களைக் கரைத்துக் குடித்தாள். கரோல் பாகிலிருந்த டைப்பிங் இன்ஸ்டிட்யூட்டுக்குப்போய் டைப்பிங்கும் சுருக்கெழுத்தும் கற்றுக்கொண்டாள்.

நடுநடுவில் ஆறு மாசத்துக்கு ஒருமுறை பதினைந்து நாள் சென்னைக்கு வந்து, அம்மாவுக்கு எல்லா தினுசிலும் இதம் தரும் நல்ல மகளாய் இருந்துவிட்டு, டெல்லிக்குத் திரும்பிவிடுவாள்.

முதல் ஓரிரு வருஷங்கள், 'எங்கேயோ தனியாக இருந்து அவஸ்தைப்படறியேம்மா' என்று புலம்பின பார்வதி, வருஷங்கள் ஆக ஆக, மோஹனா வயசுக்கு மீறின முதிர்ச்சி நிதானத்தோடு இருப்பதை உணர்ந்த பிறகு, 'இவளுக்குத் தெரியாதா?' என்று பேசாமல் இருக்க முற்பட்டாள்.

மோஹனாவின் இருபத்தியிரண்டாவது பிறந்த நாளுக்குச் சில நாட்கள் இருக்கையில், அவள் வாழ்ந்து வந்த வாழ்வு சற்றும் எதிர்பாராமல் ஆட்டம் கண்டு இடிந்துபோனது.

'பாலகிருஷ்ணனைக் காணவில்லை. நேற்று மாலை எப்படியோ தப்பித்துப் போனவன், தேடிப்பார்த்தவரைக்கும் கிடைக்கவில்லை. உடனே வரவும்' என்று ஆஸ்பத்திரி சூப்ரண்டெண்டிடமிருந்து தந்தி வந்த அன்றே, விமானம் மூலம் மோஹனா சென்னைக்கு விரைந்தாள்.

என்ன விரைந்து என்ன!

தம்பி கிடைக்காத சேதியும், அதைக் கேட்ட அதிர்ச்சியில் உயிரை விட்ட தாயின் சடலமும்தான் அவளை வரவேற்றன. ஆக, தன் உயிருக்குயிரானவர்களை இழந்ததை உணர்ந்த அதே நிமிஷத்தில், இனி தான் யாருக்காகவும் கஷ்டப்பட்டு சம்பாதிக்கவேண்டிய நிர்ப்பந்தம் இல்லை என்ற உண்மையையும் மோஹனா புரிந்துகொண்டாள்.

எதற்குப் பணம்?

யாருக்காக?

எந்தத் தம்பியின் வைத்தியத்துக்காக? எந்தத் தாய்க்காக?

ம்ஹும், வேண்டாம்.

இனி 'கால் கேர்ல்' மோஹனாவுக்கு வேலை இல்லை. நிச்சயம் இல்லை!

ஆயிரம் ரூபாய்ப் பணம் வேண்டுமென்று இந்த மோஹனா அலையமாட்டாள். அவளுக்கு இத்தனை பணத் தேவையில்லை. அவள் தேவைகள் குறைவு, ஆசைகள் குறைவு. இனி அந்த மோஹனாவும் வேண்டாம், அந்தப் பணமும் வேண்டாம்.

அம்மாவின் காரியங்களைக் கவனித்த பிறகு டெல்லிக்குப் போன மோஹனா, ப்ரதீமா, ஷர்மிளாவை உட்காரவைத்துக்கொண்டு தன் தீர்மானத்தைச் சொன்னாள்.

வாயைத் திறந்து எதுவும் குறுக்கே பேசாமல் கேட்டவர்கள், ராத்திரி முழுவதும் யோசனை பண்ணிவிட்டுக் காலையில் அவளிடம் வந்தார்கள்.

"இந்தக் கால் கேர்ல் பிஸினஸ்ஸை விட்டுடணும்னு சொல்றே... ஓகே, ஒத்துக்கறோம். மேற்கொண்டு உன் வாழ்க்கைக்கு என்ன பண்ணப்போறே?"

ஒரு நிமிஷம் மோஹனா யோசித்தாள். "பி.ஏ. படிச்சிருக்கறதுக்கு எங்கயாவது க்ளார்க் வேலை கிடைக்காதா? எனக்கு டைப்பிங் ஷார்ட் ஹாண்ட் தெரியும்... டைப்பிஸ்ட் வேலை கிடைக்காதா?"

ம்ஹும், கஷ்டம் என்பதுபோல இரண்டு பேரும் தலையை ஆட்டினார்கள்.

"தொத்தல் பி.ஏ. படிச்சிட்டு என்ன பெரிய வேலை கிடைக்கும்னு நீ எதிர்பார்க்கறே, மோஹனா? எம்.ஏ., எம்.காம், என்ஜினியர் படிப்பெல்லாம் படிச்சிட்டு நிறைய பேர் வேலை கிடைக்காம அல்லாடறது உனக்குத் தெரியாது? எங்களைக் கேட்டா, இன்னும்

கொஞ்ச நாளைக்குக் கால் கேர்லா இருந்தபடியே நீ காலேஜ்ல சேர்ந்து எம்.ஏ. படிக்கறதுதான் சரின்னு சொல்வோம்..."

"எம்.ஏ. வா? ரெண்டு வருஷமா? நோ... வேண்டாம்!"

"லைப்ரரி சயன்ஸ் படியேன்? அது ஒரு வருஷம்தானே?"

"ம்ஹூம்... அதுவும் ஜாஸ்திதான்..."

"சரி, செக்ரடேரியல் கோர்ஸ் சேரு... நாலு மாசம்தான்... அதுக்குள்ள ஈஸியா நீ மூவாயிரம் போல பணம் சேர்த்துடலாம்! இந்தத் தொழிலை விட்டுட்டுப் புது வாழ்க்கை ஆரம்பிக்க நீ எந்த ஊருக்குப் போறதானாலும், கையில கொஞ்சம் பணம் இருக்கணும், மோஹனா... அப்பத்தான் ஒரு வேலை கிடைக்கறவரை நீ திண்டாடாம இருக்கலாம்! என்ன, நாங்க சொல்றது புரியுதா?"

மோஹனா அந்த அன்புக்குக் கட்டுப்பட்டாள். நாலு மாசத்தில் செக்ரடேரியல் கோர்ஸ் படித்ததும், புது மோஹனாவாக வாழ ஆசை கொண்டு சென்னையைப் பார்க்க வந்ததும் இதற்கு அப்புறம்தான்.

அத்தியாயம்

12

டேபிள் மேல் கவிழ்ந்துகொண்டு, சின்ன விசும்பல்களாய் விசும்பிக்கொண்டு, தோள்கள் லேசாய்க் குலுங்க, முதுகு சன்னமாய் அதிர அழும் மோஹனாவைப் பார்த்தால், பரத்துக்குக் கஷ்டமாக இருந்தது.

மோஹனா, 'நா ஒரு கால் கேர்ல்' என்று சொன்ன வாக்கியம் தந்த அதிர்ச்சியைவிட, இந்த விசும்பலும் கேவலும் மனைசை என்னவோ செய்ய, அவன் அப்படியே உட்கார்ந்திருந்தான்.

இவள் ஏன் இப்படி அழுகிறாள்?

இத்தனை சோகமாய், இத்தனை கிட்டத்தில் எந்தப் பெண்ணும் அழுது பரத் பார்த்ததில்லையாதலால், நிமிஷங்கள் செல்லச்செல்ல அவன் ரொம்ப சங்கடப்பட்டுதான் போனான்.

நளினியை அவன் அறிந்தது மொத்தம் இரண்டு வருஷம்... முதல் வருஷம் காதல், இரண்டாம் வருஷம் மணவாழ்க்கை. இந்த இரண்டு வருஷத்திலும், எந்த ஒரு விஷயத்துக்காகவும் நளினி இப்படி அழுது பரத் கண்டது கிடையாது. சொல்லப்போனால், சிரித்துச் சிரித்து கண்களில் நீர் துளிர்க்க நளினி நின்றுதான் அவனுக்கு அனுபவமே தவிர, வேறு எந்த வகையிலும் இல்லை.

ஸந்த்யா பிறக்கும் முன், பிரசவ வலி எடுத்து ஹாஸ்பிடலுக்குப் போனபோது இவனும் கூடச் சென்றான். வலி பளிச்பளிச்சென்று வயிற்றில் கோடுபோட்ட கணங்களில், அழுத்தமாய் உதட்டைக்

கடித்துக்கொண்டு, அதை அடக்க நளினி முயன்றதற்கு சாட்சியாய் கண்ணோரங்களில் நீர் ததும்பி நின்றது.

"என்ன, நளினிம்மா?"

"ஒண்ணுமில்ல..." விரல் நுனியால் கண்ணீர்த் துளிகளைத் தட்டிவிட்டு, அந்த வலியிலும் சிரித்தவள் அவனுடைய நளினி.

அவளோடு வாழ்ந்த நாட்களில், ஒரு மூஞ்சியைத் தூக்கல், ஒரு சண்டை, ஓர் அழுகை...? ம்ஹூம், ஒன்றுமில்லை! அம்மா அழுது பரத் பார்த்திருக்கிறான்... அப்பா போன போது, அவர் திவசத்தின்போது, நளினி அகாலமாய் உசிரை விட்ட போது...

ஆனால், அந்த அழுகை வேறு தினுசில் இருக்கும். கண்களில் மாலை மாலையாய் ஜலம் வரும், வாய் அரற்றும், புடவைத் தலைப்பை கை வாய்க்குள் திணிக்கும்...

அது, வயசான மனசின் அழுகை.

இது வேறு...

சினிமாவிலும், அங்கும் இங்கும், எப்போதாவது வாய்விட்டுச் சில பெண்கள் அழுது பரத் பார்த்திருக்கிறான். ஆனால், அவை இவனைப் பாதித்ததே கிடையாது.

இது வேறு...

அலாதியான கம்பீரத்தோடு மலரமலர இருந்த மோஹனா, இப்போது கூம்பிப்போய் நெஞ்சுருக அழும் இந்த அழுகை, பரத்துக்கு ரொம்பப் புதுசு. இவள் ஏன் இப்படி அழுகிறாள்?

குனிந்து மோஹனாவைக் கண் சிமிட்டாமல் பார்த்தான் பரத்.

குனிந்த தலையும், குலுங்கும் தோள்களும், தலைப்பு நழுவிவிட்டால் தெரிந்த வழவழா இடுப்பும், அந்த மடிப்பும்...

கடவுளே! அழும்போதுகூட இவளால் இத்தனை அழகாக இருக்க முடியுமா!

சட்டென்று ரவிக்கைக்கும் கொண்டைக்கும் இடையில் தெரிந்த பின்கழுத்தில் கையை வைத்து, லேசாய் வருடிக்கொடுத்தான்

பரத். அப்படியும் அந்த விசும்பல்கள் அடங்கும் வழியாய்த் தெரியாததால், எழுந்து அவளருகில் நின்று, இரண்டு கைகளாலும் தோள்களைப் பற்றி மெதுவாய் அவளை நிமிர்த்தினான். பின், "மோஹனா... ப்ளீஸ்..." என்றான் ரொம்ப சின்னக் குரலில்.

ஒரு கணம் கண்களை விரித்து, அவனை நிமிர்ந்து பார்த்தாள் மோஹனா.

குளமாய் நீர் கட்டியிருந்த அந்தக் கண்களையும், அதன், 'என்னைப் புரிந்து கொள்வீர்களா?' என்ற பாவத்தையும் பார்த்து, பரத்துக்கு ஸந்த்யாவின் நினைப்பு எழுந்தது.

கஞ்சிபோட்டுக்கொண்டு கண்களை விறைத்துக்கொள்ளும் மோஹனாவா இது? தன் நேர்ப் பார்வையால் எதிரில் நிற்பவர்களை முழுசாய் அளக்கும் மோஹனாவா இது?

இல்லையில்லை... இது இன்னொரு ஸந்த்யா.

இப்படியொரு சின்னக் குழந்தையின் சாயலோடு பரிதவிக்கும் மோஹனாவா, ஒரு கால் கேர்லாக இருந்தாள்? சாத்தியமேயில்லை. என்னால் நம்ப முடியாது. சில வினாடிகள் அடங்கி, மீண்டும் துக்கம் தாங்காமல் பீறிடுவதைப்போல உதடுகள் கோண மோஹனா விசும்ப முற்படுடதும், தோளைப் பற்றியிருந்த விரல்களால் அழுக்கி, "மோஹனா, ப்ளீஸ்... என்ன இதெல்லாம்? ஒண்ணும் பேசாம இப்படி அழுதா என்ன அர்த்தம்? ப்ளீஸ் ஸ்பீக் அப், மோஹனா... ப்ளீஸ்..." என்றான்.

என்ன பேசுவாள் மோஹனா?

என்னவென்று சொல்லுவாள்?

எங்கு ஆரம்பிப்பாள்?

ஆதியில் கிட்டத்தட்ட பதினொரு வருஷங்களுக்கு முன்னால் கடலூரில் அம்மா வாழ்ந்த வாழ்க்கையிலா? கோதண்டத்தோடு ஓடிவந்ததிலா? தம்பி பைத்தியமானதிலா? கோதண்டம் செத்துப்போனதிலா? இல்லை, ராணியோடு சினேகம் உண்டாகி, பாதை மாறியதிலா? எதிலிருந்து? எதைச் சொல்ல, எதை விட?

துக்கத்தை அழுக்கிக்கொண்டு நிதானமாய் யோசிக்க மோஹனா முயற்சி செய்தாள்.

இதென்ன அசட்டுத்தனம்?

'ஸாரி மிஸ்டர் பரத், உங்களை மணப்பது எனக்கு சாத்தியமில்லை. இது குறித்து மேலே எதுவும் நான் பேச விரும்பவில்லை' என்று அழுத்தமாய் சொல்லிவிட்டு எழுந்து போகாமல், நான் கால் கேர்லாக இருந்தேன் என்று எதற்காகச் சொன்னேன்?

சரி, சொல்லிவிட்டேன்... போகட்டும். இப்போது ஏன் இப்படி கலங்கித் தவிக்கிறேன்?

நான் கால் கேர்லாக இருந்ததை இந்த பரத் எப்படி எடுத்துக்கொண்டால் எனக்கென்ன?

இரண்டு வரியில்... 'என்ன பண்ணுவது, துன்பங்கள் மனுஷியை ஓட ஓட விரட்டும் போது, நல்லது கெட்டதெல்லாம் ஒன்றாகிவிடுகிறது. எதிர்நீச்சல் போட்டுக் காயம் பட்டவர்களுக்குத்தான் இந்த வேதனை, இந்த நிர்ப்பந்தம் புரியும்' என்று சொல்லிப் பேச்சை முடிப்பதை விட்டுவிட்டு, தவிப்பும், பித்துக்குளித்தனமான அழுகையுமாய்... என்ன இதெல்லாம்?

சமாளித்துக்கொள்ள மோஹனா முயன்ற அந்தக் கணத்திலேயே அவள் சிந்தனைகள் மாறிப்போயின.

நான் ஏன் பயப்படுகிறேன்?

சொன்னால் என்ன ஆகிவிடும்?

நினைத்த நினைப்பில்லாமல், பரத் 'என்னைக் கல்யாணம் பண்ணிக்கொள்ள ஏன் மறுக்கிறாய்?' என்று துளைத்த துளைப்பில், சமாதி கட்டிவிட்டு ஒரு விஷயத்தைப் பொட்டென்று போட்டு உடைத்தாகிவிட்டது... இனி விளக்கமாய்ப் பேச பயந்தால் எப்படி? இல்லையில்லை... சொல்லிவிடுகிறேன். அதுசரி, ஆரம்பத்திலிருந்து சொன்னால், பரத் புரிந்துகொள்வாரா?

என் அம்மா பட்ட கஷ்டத்தை, கோதண்டம் எங்களுக்காக உழைத்த உழைப்பை, அப்புறம் அவர் திடுமென்று செத்துவிட்ட பிறகு ஒரு ரூபாய்ப் பணத்துக்குக்கூட வக்கில்லாமல் நாங்கள் தவித்துப் பறந்ததை... சரியாய்ப் புரிந்துகொள்வாரா?

வேறு வழியே தெரியாமல், நிர்ப்பந்தத்தின் காரணமாய், கடமையின் உந்துதலால், நான் உடம்பை விற்க முன்வந்ததை...?

நாதி என்று யாருமில்லாமல் போனதால், தொடர்ந்து ஐந்து வருஷங்களுக்கு மேல் நான் கால் கேர்லாய் இருந்திருந்தாலும், உடம்பு வெறி கொண்டு அலையாமல், ஆண்கள் ஸ்பரிசத்தால் உருகாமல், இன்னுமின்னும் என்று பணத்துக்காகப் பறக்காமல் இருந்ததையெல்லாம்...?

தம்பியும் அம்மாவும் போன மறுநிமிஷமே, சம்பாதிக்க வேண்டிய என் நிர்ப்பந்தம் மறைந்த மறு நிமிஷமே, இந்தச் சகதியிலிருந்து நான் விடுபட விரும்பினேனே, அதை...?

காசிக்குப் போய் கங்கையில் மூழ்கி, என் பாவங்களையெல்லாம் அலம்பிவிட்டேன் என்று சொன்னால், அதை...?

'ஹோ'வென்று பரந்து விரிந்து ஆர்ப்பரித்த கங்கையும், அதன் கரையும், அந்தப் படிக்கட்டும், அதில் மணிக்கணக்கில் அமர்ந்து தான் சிலிர்த்ததும், திடீரென்று மோஹனாவின் நெஞ்சில் கூத்தாடின.

என்னவோ ஓர் ஆசை... இல்லை, வெறி. ஏனோ டெல்லியிலிருந்து சென்னைக்கு வந்து புதுவாழ்வு தொடங்குமுன், கங்கையில் ஸ்நானம் செய்ய வேண்டும் என்கிற தாபம்...

வாரணாசி ஸ்டேஷனில் சாமான்களை ரிடையரிங் ரூமில் வைத்துவிட்டு, ஒரு ஜோல்னாப் பையில் மாற்றுப்புடவை, ரவிக்கை, உள்பாவாடை, துண்டுடன் டோங்காவில் ஏறி கங்கையைப் பார்க்க விரைந்ததை இப்போது நினைத்துப்பார்த்தாள் மோஹனா.

ஹனுமான் காட்டில் இறங்கி ரொம்ப நேரத்துக்குக் கடைசி படிக்கட்டில் உட்கார்ந்து, சலசலவென்று பிரவாகமெடுத்த நதியைப்

பார்த்துக்கொண்டு உட்கார்ந்திருந்தவளின் மனசுக்குள் ஆயிரம் எண்ணங்கள்.

அம்மாவை நினைத்தாள்.

தம்பியை நினைத்தாள்.

கோதண்ட மாமாவை நினைத்தாள்.

அழுத்தமில்லாத குரலில் மென்மையாய் அவர்,

'பகவத் கீதா கிஞ்சித பீதா...
கங்கா ஜலலவ கணிதா மீதா...'

என்று முணுமுணுக்கும் ஸ்லோகத்தை நினைத்தாள்.

'கங்கா ஜலலவ கணிகா மீதா... ஆச்சார்யா என்ன சொல்றார் தெரியுமா, மோஹனா? கங்கை ஜலத்துல ஒரு திவலை பானம் பண்ணிடுடா, 'தஸ்ய யமேனன சர்சா' அப்பறம் அவனோட யமன்கூட தர்க்கம் பண்ண மாட்டான்'னு...'

'நிஜமாவா, மாமா? கங்கைக்கு அத்தனை சக்தியா?'

'என்னம்மா அப்படிக் கேட்டுட்டே? ஏழு ஜன்மத்துல பண்ண பாவத்தை அலம்பிடற சக்தி அவளுக்கு உண்டும்மா...'

மனுஷப் பிறவி எடுத்துவிட்ட ஒவ்வொருத்தரும் ஜென்மம் கடைத்தேற ஒரு தரமாவது காசிக்குப் போக வேண்டும் என்பதும், ஆயுசு முடிவதற்குள் ஒரு தரமாவது காசி மண்ணை மிதித்து, அந்த கங்கையில் முங்கி எழ வேண்டும் என்பதும் கோதண்ட மாமாவின் ஆசை, இல்லை?

அந்த அல்ப ஆசைகூட நிறைவேறாமல் அவர் தவறிவிட்டதைச் சொல்லிப் புலம்பிக் கொண்டே அம்மாவும் போய்ச்சேர்ந்தாள், இல்லை?

கடைசியில் இந்தக் காசி தரிசனமும், கங்கை ஸ்நானமும் எனக்குத்தான் பிராப்தமா?

ஒரு திவலை ஜலத்தைப் பானம் பண்ணி, இந்த நீரை என் தலையில் தெளித்துக்கொண்டுவிட்டால், பாவங்களுக்கு விமோசனம் கிடைத்துவிடுமா?

கண்களில் நீர் பிரவாகமாய்ப் பெருக, அன்று கங்கையில் பல முறைகள் மோஹனா முங்கிமுங்கி எழுந்தாள்.

ஜில்லென்ற நீர் உடம்பைத் தழுவினபோது மனசு சிலிர்த்துத்தான்போயிற்று. உடம்பு அழுக்கையும், உள்ள அழுக்கையும், ஒட்ட கங்காதேவி சுரண்டி அலம்பிவிட்ட மாதிரி ஒரு தெம்பு... ஒரு சந்தோஷம். ஈரம் சொட்டச்சொட்ட சந்துகளில் நடந்துபோய், காசி விஸ்வநாதரையும் விசாலாக்ஷியையும், கருணையே வடிவான அன்னபூரணியையும் தரிசனம் பண்ணியபோது, கோதண்ட மாமா, 'ஆயுசில் ஒரு தடவையாவது காசி மண்ணை மிதிக்கணும்' என்ற சொன்னதற்கு அர்த்தம் புரிந்த மாதிரி இருந்தது.

'ஹர ஹர மஹா தேவ
ஜெய ஜெய மஹா தேவ...'

சலவைக் கல் லிங்கத்தை அத்தனை பக்தர்களும் அணைத்துத் தழுவுவதைப் பார்த்துக்கொண்டே மூலையில் மோஹனா நின்றாள். ஸ்வாமியைத் தொட பயம். தான் சுத்தமில்லாதவள் என்ற அச்சம். பிரமித்து நின்ற அந்த நிமிஷத்தில், 'நீதான் பரிசுத்தமாயிட்டியே... அப்பறம் என்ன?' என்று யாரோ கிசுகிசுத்த உணர்வில் மோஹனா திடுக்கிட்டுப்போனாள்.

யார்... யார் அது?

அம்மாவா? கோதண்ட மாமாவா?

இல்லை, கோதண்ட மாமா வாய் ஓயாமல் சொல்லிப் பெருமைப்பட்ட கங்கையா?

தனக்கு அப்போது சிலிர்த்ததையும், தைரியமாய் லிங்கத்தை நெருங்கி தொட்டு நமஸ்கரித்ததையும், இனி நான் புது மோஹனா

என்று நிம்மதி மனசில் அலைபாய வெளியில் வந்ததையும், இப்போது மோஹனா நினைத்துப்பார்த்தாள்.

இதையெல்லாம் பரத் புரிந்துகொள்வாரா?

"மோஹனா... என்னப் பாரு..."

தோள்களைத் தட்டி பரத் லேசாய் உலுக்கவும், மோஹனா தலையைத் திருப்பி அவனைப் பார்த்தாள்.

நான்தான் புது மோஹனாவாக மாறிவிட்டேனே, அப்புறம் அத்தனையும் இவரிடம் சொல்ல எனக்கு என்ன தயக்கம்?

என் மனசாட்சிக்கும் அந்தக் கடவுளுக்கும் உண்மை பூராவும் தெரியும்... அப்புறம், யோசனை என்ன?

மோஹனா கண்களைத் துடைத்துக்கொண்டாள். தெளிந்துவிட்ட புத்தியோடு அவசரமில்லாமல் பேசத் தொடங்கினாள்...

அத்தியாயம்

13

வொர்க்கிங் விமன்ஸ் ஹாஸ்டல் முன் பரத்தின் கார் நின்றபோது, மணி பத்துக்கு மேல் ஆகியிருந்தது.

பௌர்ணமி நிலாவில் ஹாஸ்டலும் தெருவும் முலாம் பூசிக்கொண்டு பளபளத்தன. வண்டியை நிறுத்தின பரத், மோஹனா பக்கம் திரும்ப சங்கடப்படுகிறவனாய், பார்வையை சாலையில் படரவிட்டான்.

பரத்தின் மௌனத்தைக் கலைக்க விரும்பாதவள் போல மோஹனா ஒரு நிமிஷம் சும்மா இருந்தாள். அப்புறம், சன்னக் குரலில் நிதானமாய் பேசினாள்.

"ஐ'ம் ஸாரி, மிஸ்டர் பரத்... சொல்லக்கூடாதுன்னுதான் ரொம்ப முயற்சி பண்ணினேன்... ஆனா, நீங்க விடலை... பொய் சொல்லவோ, எதையும் மறைக்கவோ நா விரும்பலை! இன்னிக்கு விஷயத்தை மறைக்கறது சுலபம்... ஆனா, நாளைக்கு உண்மை தெரியவந்தா, அப்ப பாதிப்பு ரொம்ப அதிகமாயிருக்கும், இல்லையா? நா என்னிக்கும் எனக்குத் தெரிஞ்ச விதத்துல நேர்மையா இருக்கறதைத்தான் விரும்பறேன்... அதை நீங்க நம்பணும்..." கொஞ்சம் நிறுத்தினவள், தொடர்ந்தாள். "ஏதாவது தனிப்பட்ட காரணத்தால, நா உங்க ஆபீஸ்ல தொடர்ந்து வேலை பண்றதை நீங்க விரும்பலேன்னா, சொல்லிடுங்க... நா புரிஞ்சுப்பேன்..."

கதவைத் திறந்துகொண்டு மோஹனா கீழே இறங்கினாள். ஜன்னலிடம் குனிந்து, "ஸோ... பை மிஸ்டர் பரத்!" என்றபோது,

அவள் குரல் தழுதழுப்பதாய்த் தோன்ற, சட்டென்று தலையைத் திருப்பி பரத் அவளைப் பார்த்தான்.

ஒரு கணம்தான்...

நெகிழ்ந்த கண்கள் சமாளித்துக்கொண்டுவிட்டன.

அடி உதட்டை லேசாய்க் கடித்துக்கொண்டு நின்றவளின் கண்கள், கஞ்சி போட்டுக்கொள்ளத் தொடங்கிவிட்டதைப் புரிந்துகொள்ள முடிந்தது.

அவன் பேசக் காத்திருக்க விரும்பாதவள்போல மோஹனா திரும்பி கேட்டைத் திறந்து கொண்டு கட்டடத்திற்குள் நுழைந்து மறைந்தாள்.

பரத் காரை ஸ்டார்ட் செய்தான். இப்போது என்ன பண்ணலாம்? வீட்டுக்குப் போக மனசில்லை.

முதலில் ஒரு ட்ரிங்க் வேண்டும்...

ஸ்காட்சை நீட்டாக சாப்பிட வேண்டும்... அப்புறம், எல்லாவற்றையும் கொட்டித் தீர்த்துவிட வேண்டும்.

யாரிடம்?

ஷ்யாம்தான்... அவனை விட்டால் வேறு யாரிடம் அத்தனை நெருக்கம்?

வண்டி தெருமுனையை அடைவதற்குள், எங்கு போக வேண்டும் என்பது தீர்மானமாக,

பரத் வேகத்தை அதிகரித்து, காரை விரட்டினான்.

வழக்கம்போல ஷ்யாம் தனியாக இல்லை... கூட யாரோ நாலு பேர்கள்.

இவனைக் கண்டதும், "ஹாய் தேர்... என்ன ஆச்சர்யம்!" என்றான். க்ளாஸை எடுத்து விஸ்கியை விட்டு, ஐஸ் கட்டிகளைப் போட்டு பரத்திடம் நீட்டியவன், அவன் முகம் சரியில்லாததைக் கண்டு, "ஹேய்... என்ன விஷயம்?" என்றான்.

"உன்கிட்ட பேசணும், ஷ்யாம்..."

சாதாரணமாய் இப்படிக் கலைந்துபோய் வந்து நின்று, 'உன்னோடு பேசணும்' என்று சொல்லும் ஆசாமி பரத் இல்லை.

ஷ்யாம் புரிந்துகொண்டான்.

"என் லாயர்கிட்ட ஒரு பிராப்ளம் டிஸ்கஸ் பண்ணணும்... குட் நைட் எவ்ரிபடி!" என்று பத்து நிமிஷத்துக்குள் நால்வரையும் அனுப்பிவிட்டு, கையில் கிளாஸுடன் சோபாவில் சாய்ந்தான். 'அப்புறம் என்ன?' என்று கேட்கும் கண்களுடன் பரத்தைப் பார்த்தான்.

"உனக்கு மோஹனாவை ஞாபகமிருக்கா?"

"எந்த மோஹனா? உன் செக்ரட்டரி... அந்தப் ப்ரிட்டி கேர்ள்?"

"ம்..."

"அவளுக்கு என்ன?"

சக்ரவர்த்தி அண்ட் அஸோஸியேட்ஸின் வாடிக்கையாளன் என்ற முறையில், ஆபீஸுக்கு ஆலோசனைகளைக் கேட்க அடிக்கடி வருவதால், அங்குள்ள அனைவரையும் ஷ்யாமுக்குத் தெரியும்.

நிறுத்தி நிறுத்தி, மோஹனா சொன்ன விவரங்களை பரத் ஷ்யாமிடம் சொன்னான். ட்ரிங்க் ஒரு கையிலும் சிகரெட் இன்னொரு கையிலுமாய், உன்னிப்பாய், பரத் பேசியதைக் கேட்டான் ஷ்யாம். மோஹனாவின் பின்னால் இப்படியொரு கதை இருக்கும் என்பது அவனுக்கு ஆச்சர்யத்தைத் தந்ததை, 'ரியலி?', 'ஐ காண்ட் பிலீவ் இட்!' என்று அவ்வப்போது சொல்வதன் மூலம் வெளிப்படுத்தினான்.

மோஹனாவுக்கு ஏதோ பிரச்சினை, அது விஷயமாய் பரத் தன்னிடம் பேச வந்திருக்கிறாள் என்று எண்ணியதால், பரத் பேசி முடித்த பிறகு, "புவர் கேர்ல்... அவளைப் பாத்தா இந்த ரகம்னு தெரியவேயில்லியே! சின்ன வயசுக்குள்ள இத்தனை அனுபவமா? பாவமா இருக்கு..." என்றான்.

அப்புறம், "அந்த கோதண்டம் செத்தப்பறம் அவ ஏன் தன் அப்பாகிட்ட போகலை, பரத்? அவங்கதான் ஒரளவுக்கு வசதியா இருந்ததா சொன்னாளே! போயிருக்கலாமே?" என்றான்.

"இவ அம்மா ஓடிவந்த மறுவருஷமே அவர் இன்னொரு கல்யாணம் பண்ணிண்டுடாராம், ஷ்யாம்... பணம் என்னதான் பண்ணாது? நீ கேட்ட இதே கேள்விய நானும் மோஹனாகிட்ட கேட்டேன்... 'எங்க மேல பிடிப்பு, பாசம்னு எதுவுமே இல்லாதவர்கிட்ட உதவிக்குப்போய் எப்படி நிக்க முடியும்? என்னைப் பொறுத்தவரை எங்கப்பா எனக்கு அஞ்சாவது வயசுல செத்துப்போயிட்டார்'னு அவ பதில் சொன்னா... அந்த வைராக்கியத்தை என்னால புரிஞ்சுக்க முடியறது! ஆனா, அதுக்காக இப்படியா? இந்த வழியா?"

"வேற என்ன பண்றது, பரத்? அவ நிலைமைய நினைச்சுப் பாரு... படிப்பு பூர்த்தியாகலை... எங்கேயிருந்து திடீர்னு நானூறும் ஐந்நூறும் கிடைக்கும்? அம்மாவையும் தம்பியையும் காப்பாத்த மோஹனாவுக்கு வேற வழி தெரியலைன்னுதான் நா நினைக்கறேன்... அவ நிலைமைய என்னால நல்லா புரிஞ்சுக்க முடியுது..."

ஷ்யாம் எழுந்து இரண்டு பேருக்கும் ட்ரிங்க் விட்டுக் கொண்டுவந்தான். வேலைக்காரன் கொண்டுவைத்த வறுத்த முந்திரித் தட்டை பரத் முன் நகர்த்தினான்.

"அது சரி, எதுக்காக இந்தப் பேச்சு இன்னிக்கு எழுந்தது... அதை நீ சொல்லலியே? தானாவா மோஹனா தன் கதையைச் சொன்னா? ஏன்?"

" ...
    ....."

பரத்தின் மௌனமும் வேதனையும் ஷ்யாமைக் குழப்பத்தில் ஆழ்த்தின. மோஹனா ஒரு கால் கேர்லாக இருந்த விஷயம் இவனை ஏன் இப்படிக் கஷ்டப்படுத்துகிறது?

தன் செக்ரட்டரி இப்படிப்பட்டவள் என்று தெரிந்து கொண்டதால் உண்டான சங்கடமா?

ம்ஹூம், இல்லை... வேறு என்னவோ இருக்கிறது.

ஐஸ்கட்டிகள் கிளிங்கிளிங் என்று ஓசையிட டம்ளரைக் குலுக்கிக்கொண்டே, "இந்தப் பேச்சு எழக் காரணம் என்ன, பரத்?" என்றான் திரும்ப.

பரத் அவனை நிமிர்ந்து பார்க்காமலேயே பதில் சொன்னான். "ஏன்னா, நா அவளுக்கு ப்ரபோஸ் பண்ணினேன்..."

"என்னது?"

ஆமாம் என்று பரத் தலையாட்டினான்.

"எப்போ?"

"பத்து நாள் முன்னால..."

"பத்து நாளைக்கு முன்னாலயா? என்கிட்ட நீ சொல்லவேயில்லியே?"

"சொல்லக்கூடாதுன்னு இல்லே, ஷ்யாம்... நா மோஹனாவோட பேசணும்னு தீர்மானம் பண்ணிண்ட சமயத்துல, நீ ஊர்ல இல்ல... அவகிட்ட நா என்னைக் கல்யாணம் பண்ணிக்கறயான்னு கேட்டு, அவ மறுத்ததும், எனக்கு ஒண்ணும் புரியலை... கொஞ்சம் அவமானமாக்கூட இருந்தது, நாம்ப கேட்டு ஒரு பொண்ணு மாட்டேன்னுட்டாளேன்னு! ஏன்னு கேட்டேன்... நா பொண்டாட்டிய இழந்தவன்ங்கறதும், ஸந்த்யா இருக்கறதும்தான் காரணமான்னு கேட்டேன்... இல்லேன்னு சொன்னா. அப்பறம் இன்னிக்குத் திரும்ப பேச்சை எடுத்து வற்புறுத்தினப்போ, தன் கதையைச் சொன்னா... அதைக் கேட்டுட்டு நேர உன்கிட்டதான் வரேன்... ஒரே அதிர்ச்சியா இருக்கு, ஷ்யாம்..."

மெல்லியதாய் ஷ்யாம் விஸில் அடித்தான், இந்த சமாச்சாரத்தில் இப்படியொரு திருப்பமா என்பதைப்போல.

சில நிமிஷங்களுக்கு இரண்டு பேரும் ஏதும் பேசவில்லை.

பரத் தனக்கு இன்னொரு ட்ரிங்க் விட்டுக்கொண்டான்.

"நீ அவளை விரும்பறியா?"

"அப்படித்தான் நினைச்சேன், ஷ்யாம்…"

"இப்போ?"

"தெரியலை…"

"அவ கதையைக் கேட்டப்பறம் அவ மேல ஆத்திரம் வந்துதா? கோவம் வந்துதா?"

"ஆத்திரம் இல்ல… ஆனா, ரொம்ப அதிர்ச்சியா இருந்தது…"

"அவளை வெறுக்கறியா?"

பரத் யோசித்தான்.

நான் மோஹனாவை வெறுக்கிறேனா? ம்ஹூம், இல்லை. பாவமாய்த்தான் இருக்கிறதே தவிர, வெறுப்பு இல்லை… நிச்சயம் இல்லை.

"நோ!" என்றான்.

"அப்போ, இன்னும் அவளை விரும்பறியா?"

"அப்படித்தான் நினைக்கறேன்…"

"கல்யாணம் பண்ணிக்கற அளவுக்கு?"

பரத் திரும்ப யோசித்தான். குழப்பமாய் இருந்தது.

"தெரியலை, ஷ்யாம்…"

"தெரியலைன்னா என்ன அர்த்தம்? கல்யாணங்கறது விளையாடற சமாச்சாரம் இல்ல, பரத்… உனக்கே அது தெரியும்! நல்லா யோசனை பண்ணி முடிவு எடுத்தாச்சுன்னா, அப்பறம் வருத்தப்படவே கூடாது… என்ன, சரிதானே?"

"….."

சிகரெட்டுடன் அறையில் குறுக்கும் நெடுக்குமாய் ஷ்யாம் நடந்தான்.

"மோஹனா மேல உனக்கு நம்பிக்கை இல்லேன்னு தோணிச்சுன்னா, அவளை மறந்துட வேண்டியதுதானே? ஏன் இப்படி அவஸ்தைப்படறே?"

"மோஹனாவை அத்தனை சீக்கிரமா மறக்க முடியும்னு எனக்குத் தோணுலை, ஷ்யாம்..."

"ஏன்?"

"அதான் சொன்னேனே... அவளை விரும்பறேன்னுதான் நினைக்கறேன்..."

"நினைக்கறேன்னு சொன்னா என்ன அர்த்தம்?"

"நளினிக்கு அப்பறம் நா வேற எந்த பொண்ணுகிட்டயும் இந்தத் தினுசுல நினைச்சதில்ல..."

".....

அடுத்து வந்த அரைமணியில் நண்பர்கள் எதுவுமே பேசவில்லை. மௌனமாய் குடித்தார்கள். எதிரில் இருந்த தீனியைத் தின்றார்கள்.

நாலு பெக் போல உள்ளே போனதும், பரத் நிதானமிழக்கத் தொடங்கினான்.

"நா யாருக்கு என்ன துரோகம் பண்ணினேன், ஷ்யாம்? ஏன் நளினி என்னை விட்டுட்டுப் போனா?" என்றான். "நா மோஹனாவை ஏன் சந்திச்சேன்? ஏன் அவளை லவ் பண்ணினேன்? இப்போ அவ பின்னால இத்தனை பயங்கரமான கதை இருக்கறதை ஏன் தெரிஞ்சுண்டேன்?" என்றான். "இத்தனை தெரிஞ்சும் அவ மேல எனக்கு ஆத்திரம் வரலியே, ஷ்யாம்! இப்பவும் அவ வேணும்னு ஏன் நினைக்கறேன்?" என்றான். "அவளை நா வெறுக்கக் கூடாதா? அப்பறம் எல்லாத்தையும் மறந்துடலாமே!" என்றான்.

அவன் புலம்பல்கள் சகிக்க முடியாமல் போனதும், "அவ டெல்லி வாழ்க்கையைப்பத்தி என்ன சொன்னா, பரத்? விளக்கமா சொல்லு..." என்று ஷ்யாம் கேட்டான்.

"விளக்கமா சொல்லலை... டெல்லில மிஸஸ் தாவனோட ரெண்டு வருஷமும், அப்பறம் மத்த சினேகிதிகளோட இருந்த

ரெண்டு வருஷமும், தான் வாழ்ந்த வாழ்க்கையைப்பத்தி எதுவுமே மோஹனா சொல்லலை! ஈடுபாடு இல்லாம மனசை மரத்துப் போக வெச்சிண்டு நா அந்த வருஷங்களை வாழ்ந்தேங்கறதுதான் நிஜம். எந்த ஆணோட ஸ்பரிசமும் என்னை உருக வெச்சதில்லே... எந்த ஆணோட நெருக்கத்துக்காகவும் நா ஏங்கினதில்லை... இதுதான் சத்தியம்'ன்னா... அவ்வளவுதான்..."

யோசனையில் ஆழ்ந்த ஷியாம், திடுமென்று பேசினான். "பரத்... யோசிச்சுப் பாக்கறப்போ, உனக்கும் மோஹனாவுக்கும் ரொம்ப வித்தியாசம் இருக்கறதா எனக்குத் தோணலை..."

"நீ என்ன சொல்றே, ஷியாம்?"

"ஆமா... நீ ஒரு பொண்ணோட வாழ்ந்திருக்கே, அவ பல ஆண்களோட வாழ்ந்திருக்கா... ஒரு விதத்துல, ரெண்டு பேருமே முன் அனுபவம் உள்ளவங்கதான்! ரெண்டு பேருக்குமே எதுவும் புதுசு இல்ல... சரிதானே?"

"அதெப்படி ஷியாம்? எங்க ரெண்டு பேரையும் எப்படி கம்பேர் பண்ணுவே?"

"எனக்கு அப்படித்தான் தோணுது, பரத்... நீயாவது உன் நளினியோட மனசு லயிச்சு வாழ்ந்திருக்கே... தான் அப்படிக்கூட வாழலேன்னுதானே அவ சொல்றா?"

"அதனால?"

"அதனால... மோஹனாவைக் காதலிக்கறதா நீ நம்பினா, அவளை தாராளமா கல்யாணம் பண்ணிக்கலாம்! இதுல தப்பொண்ணும் இருக்கறதா எனக்குத் தோணலை!"

"....."

"நா விளையாடலை, பரத்... குடிச்சுட்டும் உளறலை! நல்லா யோசனை பண்ணினப்பறம்தான் பேசறேன். ஒரு நிர்ப்பந்தத்துல மோஹனா அப்படி நடந்துகிட்டா, ரைட்? நிர்ப்பந்தம் மறைஞ்ச நிமிஷத்துல அதை விட்டுட்டுடா, ரைட்? அப்பறம் என்ன? கல்யாணத்துக்கு முன்ன எல்லாப் பொண்களும் ஆண்களும்

ஒழுங்கா இருக்கறதா உன்னால சொல்ல முடியுமா? நோ! இவ துரதிர்ஷ்டம், விஷயம் வெளிய வந்துடுச்சு... அவ்வளவுதான்! எனிவே... இதுல முடிவு எடுக்க வேண்டியது நீதான்... அவளை அந்த அளவுக்கு விரும்பினா, நிச்சயமா கல்யாணம் பண்ணிக்கலாம்... இதுல தப்பு எதுவும் இல்லே, புரியுதா?"

பரத் புரிந்துகொண்டான்.

அத்தியாயம்

14

"நீங்க கொஞ்சம் அவசரப்படற மாதிரி தெரியறது, மிஸ்டர் பரத்... இது விளையாடற விஷயமில்லே... நா சொன்னதை நீங்க சரியாப் புரிஞ்சுக்கலைன்னே நினைக்கறேன்... ப்ளீஸ், மறுபடி யோசிச்சுப்பாருங்க, மிஸ்டர் பரத்..."

"எதை நினைச்சுப்பாக்கணும், மோஹனா?"

"நா சொன்னதையெல்லாம்..."

"நினைச்சுப்பாத்தாச்சு..."

"போறாது, மிஸ்டர் பரத்... தனியா உக்காந்துண்டு, நல்லது கெட்டதை அலசிப்பாக்கணும்..."

"பாத்தாச்சு!"

"மனசுல குறுகுறுப்பு இருக்கக்கூடாது... அப்பறம் ஆயுசு பூரா வீணாயிடும்..."

"ஆகாது!"

எதற்கும் ஒற்றை வார்த்தையில் பதில் சொல்லி, எதிரில் புன்சிரிப்புடன் அமர்ந்திருக்கும் பரத் முகத்தை நிமிர்ந்து பார்த்தாள் மோஹனா.

அவளால் சிரிக்க முடியவில்லை.

மனசுக்குள் படர்ந்த சிலிர்ப்பையும் மீறிக்கொண்டு, பயம் முழுசாய் அவளை ஆட்டிவைத்தது.

பரத் யோசித்துவிட்டுத்தான் பேசுகிறாரா?

நம்பலாமா?

நாளைக்கு எதுவும் தப்பாகப் போகாமல் இருக்குமா?

அவள் தவிப்பைப் புரிந்துகொண்டு பரத் அவளருகில் குனிந்தான்.

"ரிலாக்ஸ், மோஹனா..." என்றான்.

அவள் கையைத் தன் கையோடு கோர்த்துக்கொண்டு ரகசியம் பேசுவது போன்ற குரலில் நீளமாய்ப் பேசினான். "ஆபீஸுக்கு லீவு போட்டுட்டு பகல் பூரா என்ன பண்ணேன்னு நினைச்சேள், மோஹனா? எல்லாத்தையும் நன்னா யோசிச்சுப்பாத்தேன்... முதல்ல கொஞ்சம் குழப்பமாத்தான் இருந்தது... ஆனா இப்ப இல்ல! தப்புப் பண்ணாத மனுஷா யாரு, மோஹனா? யாருமே இல்ல! உங்க பழங்கதையை மறக்க நா ரெடின்னு என் மனசு சொல்லிடுத்து... நீங்க எப்படி இருந்தேள்ங்கறது எனக்கு அவசியமில்ல... இனிமே எப்படி இருக்கப்போறேள்ங்கறதுதான் முக்கியம்! ஓகே?"

நிஜம்தான்.

ஷ்யாம் வீட்டிலிருந்து காலை இரண்டு மணிக்குத் திரும்பிய பரத்தால் நிம்மதியாய் தூங்க முடியவில்லை. சீக்கிரம் விழிப்புக்கொடுத்துவிட்டது. என்ன பண்ண வேண்டும்?

படுக்கையில் படுத்த வண்ணம் நிறைய யோசித்தான். 'யோசிச்சுப்பாக்கறப்போ, உனக்கும் மோஹனாவுக்கும் ரொம்ப வித்தியாசம் இருக்கறதா எனக்குத் தோணலை...'

'நீ ஒரு பொண்ணோட வாழ்ந்திருக்கே, அவ பல ஆண்களோட வாழ்ந்திருக்கா... ஒரு விதத்துல, ரெண்டு பேருமே முன் அனுபவம் உள்ளவங்கதான்!'

'நீயாவது உன் நளினியோட மனசு லயிச்சு வாழ்ந்திருக்கே... தான் அப்படிக்கூட வாழலேன்னுதானே அவ சொல்றா?'

'மோஹனாவைக் காதலிக்கறதா நீ நம்பினா, அவளை தாராளமா கல்யாணம் பண்ணிக்கலாம்! இதுல தப்பொண்ணும் இருக்கறதா எனக்குத் தோணலை!'

முடியுமா? எனக்கு சாத்தியமா?

மோஹனாவைப் பார்க்கும்போது, தொடும்போது, அவளோடு சல்லாபிக்கும்போது, இவள் ஏற்கனவே இதையெல்லாம் அனுபவித்தவள் என்ற எண்ணம் தோன்றி என்னை வதைக்காமல் இருக்குமா?

பேசாமல் மோஹனாவை மறந்துவிடுவதுதான் சரியோ?

மோஹனா இல்லாவிட்டால் இன்னொரு ஷோபனா...

அப்படி இவளைத்தான் மணக்க வேண்டுமென்று என்ன நிர்ப்பந்தம்?

ஆமாம், நிர்ப்பந்தம்தான்... மோஹனாவை நான் விரும்புகிறேன். நளினிக்குப் பிறகு எந்தப் பெண்ணிடமும் தோன்றாத அன்பு இவளிடம் உண்டாகியிருப்பது வாஸ்தவம்தான். மோஹனா இல்லாவிட்டால் ஷோபனா என்று என்னால் சுலபமாகத் தாவ முடியாது...

கஷ்டம்.

பழைசை மறந்து மன்னிக்குமளவுக்கு, நான் மோஹனாவைக் காதலிக்கிறேனா? அவள் வேண்டும் என்று அவ்வளவு தீவிரமாக நினைக்கிறேனா?

நிதானமாய் யோசனை பண்ணிப்பார்க்கும்போது, 'எஸ்' என்றே சொல்லத் தோன்றியது.

எந்தப் பெண்ணும், அப்படியொரு கஷ்டம் வந்தால் இப்படித் திண்டாடி, பாதை மாறித்தான் போயிருப்பாள் என்று தோன்றியது.

பாவம் மோஹனா... அவள் என்ன செய்வாள்! என்றும் தோன்றியது. 'ஜூரம் வருகிற மாதிரி இருக்கிறது' என்று சொல்லி

ஆபீஸுக்கு லீவு போட்டுவிட்டு, பகல் பூராவும் பரத் அழுத்தமாய் சிந்தித்தான்.

யோசிக்க யோசிக்க மனசு தெளிந்துபோனது.

எனக்கு மோஹனா வேண்டும்... மனசாலும் உடம்பாலும், அவள் எனக்குச் சொந்தமாக வேண்டும்.

வாழ்க்கையில் அடிபட்டு நொந்து கிடக்கும் அந்த உள்ளத்துக்கு, நான் சந்தோஷம் தர வேண்டும்.

'எல்லாவற்றையும் மறந்துவிடு, மோஹனா... இனி உனக்குப் புது வாழ்வை நான் தருகிறேன்' என்று சொல்லி, அந்த முகத்தைக் கையில் ஏந்தி சமாதானம் செய்ய வேண்டும்.

நினைப்புகள் இந்த ரீதியில் செல்லத் தொடங்கின பிறகு, மோஹனாவைப் பார்க்கும் போதெல்லாம் அவள் கடந்தகாலம் இதயத்தைப் பிறாண்டாதா என்ற சந்தேகம் மறைந்துபோனது.

இன்னும் சொல்லப்போனால், தான் ரொம்ப உயர்ந்த மனுஷன் போலவும், தனக்கு மிகப் பரந்த நோக்கம் இருப்பது போலவும், தான் செய்யப்போவது ஓர் உன்னதமான விஷயம் என்பதுபோலவும்கூடத் தோன்றத் தொடங்கின.

தன்னை நினைத்தால் பரத்துக்கு சந்தோஷமாக இருந்தது. எனக்கு இவ்வளவு பரந்த மனசா? பிற ஆண்கள் வெகுண்டெழும் பிரச்சினையை, 'நான் சென்ஸ்' என்று ஒதுக்கிவிடும் மனபலம் எனக்கு இருக்கிறதா?

இந்த மோஹனா அதிர்ஷ்டசாலிதான்!

ஒரு முடிவுக்கு வந்த பிறகு, ஷ்யாமுக்கு போன் செய்து தன் தீர்மானத்தை பரத் சொன்னான்.

"வெரி குட், பரத்! யூ ஆர் ரியலி க்ரேட்! கங்க்ராட்ஸ்! மோஹனாகிட்ட சொல்லிட்டியா?"

"இன்னும் இல்லே... சாயங்காலமாத்தான் சொல்லப்போறேன்..."

"இங்கே வரியா? செலிப்ரேட் பண்ணலாம்?"

"நோ... நாட் டுடே... இன்னிக்கு நேரமிருக்காதுன்னு தோண்றது..."

"எனக்குப் புரியுது... குட்லக் அண்ட் ஹாவ் எ நைஸ் டைம்!" கேலியாய் ஷ்யாம் சீண்டியது புரிய, பரத் தொடர்பைத் துண்டித்தான்.

ஐந்தரை மணி சுமாருக்கு விஸில் பண்ணிக்கொண்டே ஷேவ் பண்ணி, ரொம்ப நேரத்துக்குக் குளித்தான். சோப்பை நுரைக்க நுரைக்கத் தேய்த்து உடம்பை மணக்க வைத்தவன், உடை உடுத்தித் தயாரானதும், 'ஃப்ரூட்' கோலோனை தாராளமாய் தெளித்துக் கொண்டான்.

மோஹனா ஆபீஸிலிருந்து திரும்ப ஆறுக்கு மேல் ஆகிவிடும்... அதனால் ஆறரைபோல ஹாஸ்டலுக்குப் போனால் போதும்.

மோஹனாவை நினைக்கும்போது புதுசாய் மனசு கிளுகிளுத்தது. அந்த உயரமும் அந்தச் செழுமையும்...

கடவுளே! என்ன உயரமாக இருக்கிறாள்!

பூ அளக்கிற மாதிரி அந்த உடம்பை முழம் போட்டு அளந்தால், கிட்டத்தட்ட ஐந்து முழங்கள் இருக்காது?

நிச்சயம் இருக்கும்.

டிபன் காப்பியுடன் மாடிக்கு வந்த ஜெயம்மா, மகனின் உற்சாகம் புரிய, "என்னப்பா... வெளில போப்போறியா? உடம்பு சரியில்லேன்னியே?" என்றாள்.

"உடம்புக்கு ஒண்ணுமில்லம்மா... கொஞ்சம் டயர்டா இருந்தது... அவ்வளவுதான்!" பரத்துக்கு திடீரென்று வெட்கமாய் இருந்தது.

அம்மாவிடம் சொல்லலாமா? மோஹனா சீக்கிரம் உனக்கு மாட்டுப் பெண்ணாகிவிடுவாள் என்று சொல்லலாமா?

சின்னச் சிரிப்பாய் உதடுகள் விரிய, "இன்னிக்கு ராத்திரி அவளை இங்கே கூட்டிண்டு வரட்டுமாம்மா? பாக்கறியா?" என்றான்.

"யாரை? மோஹனாவையா?"

"ம்..."

"இது என்னப்பா கேள்வி? கட்டாயம் கூட்டிண்டு வா... இதுக்காகத்தானே நா காத்துண்டிருக்கேன்! சாப்பாட்டுக்கே வந்துடுங்கோ... என்ன?"

பரத் சரி என்று தலையாட்டிவிட்டுப் புறப்பட்டான்.

ஹாஸ்டலுக்கு முன் வண்டியை நிறுத்திவிட்டு, வரவேற்பறையில் அவன் நுழைந்தபோது, மணி ஆறேமுக்கால்.

பத்து நிமிஷத்தில் மோஹனா உள்ளே வந்தாள்.

ஆபீஸிலிருந்து வந்ததும் குளித்திருக்க வேண்டும். முகமும் உடம்பும், துடைத்துவிட்ட மாதிரி இருந்தன. கொண்டையை அவிழ்த்து தளர ஒற்றைப் பின்னல் பின்னியிருந்ததில், இரண்டு வயசு குறைந்துபோய், ஒரு கல்லூரி மாணவி போலத் தெரிந்தாள்.

பரத் கண்ணும் முகமும் மலர எழுந்து நின்று, "ஹலோ..." என்றான். அப்புறம், "அம்மா உங்களை சாப்பாட்டுக்கு அழைச்சுண்டு வரச் சொன்னா... வரேளா?" என்றான்.

பரத் பேசின அந்த ஒரு வரி மூலம் மோஹனா அத்தனையும் புரிந்துகொண்டாள்.

அம்மா அழைச்சுண்டு வரச்சொன்னா... இதற்கு என்ன அர்த்தம்?

சந்தோஷத்தில் அழுகை வந்துவிடும்போல இருந்தது. கஷ்டப்பட்டு அடக்கிக்கொண்டாள். சீறிக்கொண்டு எழுந்த படபடப்பை ஒதுக்கிவிட்டு, அதே விவேகத்தோடு, பரத் எடுத்த முடிவைக் குறித்து சில கேள்விகள் கேட்டாள்.

புன்சிரிப்போடு அத்தனைக்கும் அவன் பதில் சொல்லிவிட்டு, முடிவில், "நீங்க எப்படி இருந்தேள்ங்கறது எனக்கு அவசியமில்ல... இனிமே எப்படி இருக்கப்போறேள்ங்கறதுதான் முக்கியம்! ஓகே?"

என்றதும், மோஹனாவுக்குச் சில நிமிஷங்களுக்கு என்ன பேசுவதென்றே புரியவில்லை.

இப்போது என்ன செய்வது?

"மோ...ஹ...னா... ஆர் யூ லிஸனிங்?"

"எஸ்... நா திரும்பத்திரும்ப இப்படிக் கேக்கறதுக்காக நீங்க என்னை மன்னிக்கணும்... வந்து... வந்து... மிஸ்டர் பரத், நா ஏற்கனவே பல ஆண்களோட இருந்த விஷயம் நிச்சயமா உங்களைப் பாதிக்காதுன்னா நீங்க நம்பறேள்? நிஜமாச் சொல்லுங்கோ..."

"நா ஏற்கனவே நளினியோட வாழ்ந்த வாழ்க்கை உங்களைத் தொந்தரவு பண்ணுமா, மோஹனா?"

"அதெப்படி? அவ உங்க மனைவி..."

"மனைவியோ, இல்ல வேற யாரோ... ஒருத்தரோட வாழ்ந்தது நிஜம்தானே! நளினி நினைவு உங்களைக் கஷ்டப்படுத்தாத மாதிரி, என்னையும் எதுவும் கஷ்டப்படுத்தாது!"

"இல்லே... வந்து..."

"ப்ளீஸ், மோஹனா... நா தெளிவா இருக்கேன்... என்னை ஏன் நீங்க அனாவசியமா குழப்பப் பாக்கறேள்?"

அறைக்குள் யாரோ ஒரு பெண்மணி எட்டிப் பார்க்கவும், மோஹனாவின் கையைப் பிடித்திருந்த பிடியை பரத்விட்டான்.

"கிளம்பலாமா?"

மோஹனா நிமிர்ந்து பார்த்தாள்.

'நிஜமாகவா? நீங்கள் சொல்வது அத்தனையும் சத்தியம்தானா?' என்று அந்தப் பார்வை கேட்க, திரும்ப பரத் மோஹனாவின் கையைப் பிடித்துக்கொண்டான்.

"என் வார்த்தையில நம்பிக்கை இல்லையா, மோஹனா?"

மோஹனா எழுந்துகொண்டாள். மாடிக்குப்போய் அறையைப் பூட்டிவிட்டு, ஐந்து நிமிஷத்தில் திரும்ப வந்தபோது, நூல் புடவையை அவிழ்த்துவிட்டு பிரிண்டடு சில்க் ஒன்றை உடுத்தியிருந்தாள்.

காரில் ஏறி அமர்ந்தார்கள். வண்டியைக் கிளப்பாமல் கையை நீட்டி பின் சீட்டில் வைத்திருந்த பெரிய மலர்க் கொத்தை எடுத்து மோஹனாவிடம் பரத் நீட்டினான். சிவப்பு ரோஜாக்கள்... மொட்டு மொட்டாய், குமிழ்குமிழாய்... ஆழ்ந்த காதலைத் தெரிவிக்கும் சிவப்பு ரோஜாக்கள்!

கூடவே, 'ஐ லவ் யூ, மோஹனா' என்று பரத் கையெழுத்திட்டிருந்த சின்ன அட்டை. தீர்மானம் பண்ணியதுமல்லாமல், ஏற்பாட்டுடன் வந்திருக்கிறாரா? ஸோ... முடிவே எடுத்துவிட்டார் போலிருக்கிறதே!

இத்தனை நாழிகை அடக்கி வைத்திருந்த உணர்வுகள் சட்டென்று பீறிட்டுக்கொண்டு எழ, மலர்க்கொத்தை வாங்கி மார்போடு அணைத்து, அந்தப் பூக்களில் தன் முகத்தை மோஹனா புதைத்துக்கொண்டாள்.

அத்தியாயம்

15

கார் ஜெமினி சர்க்கிளை நெருங்கிக்கொண்டிருந்தது.

பரத்தின் வீட்டுக்கு இதுநாள்வரை மோஹனா போனதில்லை என்றாலும், அவன் வீடு கஸ்தூரிரங்க ஐயங்கார் ரோடுக்குப் பக்கத்தில் வீனஸ் காலனியில் இருக்கிறது என்பது அவளுக்குத் தெரியும்.

வீடு கிட்டத்தில் வரவர, அடங்கியிருந்த தவிப்பு மீண்டும் தலைதூக்கத் தொடங்கியது.

இவர் அம்மா என்னைச் சரியாகப் புரிந்துகொள்வாரோ? அவருக்கு என்னெல்லாம் தெரியும்?

அவர் எந்த மாதிரி கேள்விகள் கேட்பார்?

நான் எந்த தினுசில் பதில் சொல்ல வேண்டும்?

பரத்திடம் கேட்டால் என்ன?

'ட்ரைவ் இன்' ரெஸ்டாரெண்டைக் கார் தாண்டியதும், "மிஸ்டர் பரத்..." என்று சின்னக் குரலில் அழைத்தாள்.

"எஸ்?"

"வந்து... வீடு கிட்டக்க வந்துடுத்தா?"

"ஆல்மோஸ்ட்... ஏன்?"

"இல்லே... உங்ககிட்ட கொஞ்சம் பேசனும்..."

பரத் புருவத்தைத் தூக்கி, நெற்றியைச் சுருக்கினான். இன்னும் என்ன பேச்சு பாக்கியிருக்கிறது என்று அது கேட்டது.

காரின் வேகத்தை மட்டுப்படுத்தி, சாலையின் ஓரத்தில் நிறுத்தியவன், மோஹனாவைப் பார்த்து திரும்பி உடுகார்ந்துகொண்டான்.

"என்ன, மோஹனா?"

"உங்க வீட்டுக்குத்தானே இப்ப போறோம்?"

"ம்..."

"அங்க யாரெல்லாம் இருக்கா?"

"அம்மா, ஸந்த்யா, ஆயா, அப்பறம் தம்பு..."

"தம்பு?"

"சமையக்காரர்..."

"ஓ..."

அடுத்த கேள்வியை எப்படிக் கேட்பது என்ற தயக்கத்துடன் சில கணங்களுக்கு மோஹனா மெளனமாய் இருந்தாள். மடியிலிருந்த ரோஜா மலர்களின் வாசம் மெல்லியதாய் எழுந்து சுவாசத்தோடு கலந்தது. தலையை நிமிர்த்தாமலேயே மோஹனா கேட்டாள். "என்னைப் பத்தின விவரமெல்லாம் உங்கம்மாவுக்குச் சொல்லியாச்சா, மிஸ்டர் பரத்?"

"எந்த விவரம்?"

"எல்லாம்தான்..."

"நீங்க என் செக்ரடுடரின்னு தெரியும்... ரொம்ப ஸ்மார்ட், புத்திசாலின்னு தெரியும்... அப்பறம், உங்களை நா விரும்பறேன்னு தெரியும்... போறாதா?"

"இல்லே, நா இதைக் கேக்கலை... என் டெல்லி வாழ்க்கையப்பத்தி..."

மோஹனாவை முடிக்கவிடாமல் பரத் குறுக்கிட்டான். "நோ! அந்த விவரம் அம்மாவுக்கோ, இல்லே வேறு யாருக்கோ ஏன் தெரியணும், மோஹனா? அவசியமேயில்ல! நீங்களும் நானும்தான் சேர்ந்து வாழப்போறோம்... அதனால, நம்ப ரெண்டு பேருக்கும் மட்டும் தெரிய வேண்டிய விஷயங்கள், வேறு யாருக்கும் தெரிய அவசியமே இல்லைனுதான் நா நினைக்கறேன்!"

"அதில்லே, மிஸ்டர் பரத்... அம்மாகிட்ட இன்னிக்கு மறைக்கறது, நாளைக்கு எப்படியாவது தெரியவந்தா... பொய் சொல்லிட்டேன்னு அவர் நினைக்கக்கூடாது இல்லியா?"

"எனக்குத்தான் உண்மை பூரா தெரியுமே, மோஹனா? அப்பறம் என்ன?"

கையை நீட்டி மோஹனாவின் தோளைப் பற்றி நன்றாய் தன் பக்கம் அவளை பரத் திருப்பினான். "ரிலாக்ஸ், மோஹனா... வீணா உங்களை ஏன் இப்படிக் குழப்பிக்கறேள்?" என்றவாறு அவள் கையைப் பற்றித் தன் நெஞ்சில் வைத்துக்கொண்டான்.

"ஐ லவ் யூ, மோஹனா... அவ்வளவுதான்! புரியலை?" நெஞ்சிலிருந்த கையை வாய்க்குக் கொண்டுவந்து உள்ளங்கையில் மென்மையாய் முத்தமிட்டபின், அதைத் தன் கன்னத்தில் பதித்துக்கொண்டு, இதம் தரும் தினுசில் மோஹனாவைப் பார்த்து புன்னகைத்தான்.

எதிர்ப்பக்கத்திலிருந்து வந்த காரின் விளக்கு வெளிச்சம் பரத் முகத்தில் பட்டு, அவன் சிரிப்பை மோஹனாவுக்குக் காட்டிக்கொடுத்தது.

"போலாமா?"

"ம்..."

பரத் காரைக் கிளப்பினான். அடுத்த நாலாவது நிமிஷம் வீனஸ் காலனி வீட்டில் வண்டி நின்றது.

ஜெயம்மா வாசல் வெராந்தா நாற்காலியிலேயே உட்கார்ந்திருந்தாள்.

'அவளை நா அழைச்சுண்டு வரட்டுமாம்மா?' என்று பரத் கேட்ட கணத்திலிருந்து, ஜெயம்மாவுக்குக் கால் தரையில் பாவவில்லைதான்.

ஒருவழியாய் பரத் சம்மதித்துவிட்டானா!

அவளோடு பேசி அவள் இஷ்டத்தையும் தெரிந்து கொண்டுவிட்டானா!

முருகா... அந்தப் பெண் எப்படிப்பட்டவள்? ஏற்கனவே ஒருமுறை அடிபட்ட மனசு பரத்துடையது என்பதைப் புரிந்துகொள்கிற பக்குவம் அவளுக்கு உள்ளதா? இந்த மோஹனா யாருடைய பெண்? எங்கே பிறந்து வளர்ந்தவள்? உறவுக்காரர்கள் எந்த ஊரில் இருக்கிறார்கள்?

பரத்திடம் அவளைப்பற்றிக் கேட்கலாமா?

அனாவசியமாத் துருவுகிறேன் என்ற நினைப்பானோ?

அம்மாவின் குழப்பம் புரிந்த மாதிரி, கீழே ஹாலுக்கு வந்த பரத் நின்றான்.

தன்னைத் தொடர்ந்து வந்தவளிடம் என்ன பேசவேண்டுமென்று ஏற்கனவே தீர்மானித்து விட்டவனாய்ப் பேசினான்.

"மோஹனா இங்க வர்றதுக்கு முன்னால அவளைப்பத்தி நீ தெரிஞ்சுக்கறது நல்லதில்லையாம்மா? அவ அப்பா சின்ன வயசிலேயே செத்துப்போயிட்டார். ஒரே தம்பி... அவனும் பைத்தியம். போன வருஷம் திடுதிப்னு தம்பி பைத்தியக்கார ஹாஸ்பிடல்லேந்து தப்பி ஓடின விஷயம் தெரிஞ்ச ஷாக்ல, அம்மாவும் தவறிப்போயிட்டா! தம்பி போன எடம் தெரியலை... முடிஞ்சளவு தேடிப்பாத்தப்பறம், இவ யாரோ சினேகிதா வீட்டுல, டெல்லில தங்கிண்டு படிப்பை முடிச்சிருக்கா. பணம் காசு கிடையாது. சினிமா டிராமால வர்ற மாதிரி அடுக்கடுக்கா துன்பப்பட்டவம்மா இந்த மோஹனா... அதனால, கொஞ்சம் ரிசர்வ்டாகூட இருக்கற மாதிரி உனக்குத் தெரியலாம்... நீ அவளைச் சரியா புரிஞ்சுப்பே, அனாவசியமா எந்தக் கேள்வியும்

கேக்கமாட்டே, அவ சகஜமா ஆரம்பத்துல பழகாம இருக்கறதைத் தப்பா எடுத்துக்க மாட்டேங்கற நம்பிக்கை எனக்கு இருக்கு! என்னம்மா?"

ஜெயம்மாவுக்கு ரொம்ப கஷ்டமாய் இருந்தது.

சின்னப் பெண்ணுக்கு இத்தனை வேதனைகளா? பெற்றவர்கள்போய், கூடப் பிறந்தவன் பைத்தியமாகி, யார் வீட்டிலோ தங்கிப் படிக்குமளவுக்கு இந்தப்பெண் வாழ்க்கையில் துன்பங்களா?

ஐயோ, பாவமே!

"நா அவகிட்ட கேக்கறதுக்கு என்ன இருக்கு, பரத்? உனக்கு அவளைப் பிடிச்சிருக்கு... எனக்கு அது ஒண்ணு போதும்பா! நா அவளை எதுவும் கேட்டு வேதனைப்படவைக்க மாட்டேன்... நீ தைரியமா இரு..."

அம்மா, சொன்ன வார்த்தையைக் காப்பாற்றுவாள் என்று பரத்துக்குத் தெரியும்.

காரை விட்டு இவர்கள் இறங்கி நாலடி எடுத்து வைப்பதற்குள் ஜெயம்மா எழுந்து வந்துவிட்டாள். கண்ணெல்லாம் சிரிக்க, வாய் நிறைய "வாம்மா..." என்று அழைத்தாள்.

ஹாலில் நழைந்ததும், "ப்ளீஸ் ஸிட்..." என்றான் பரத்.

ஜெயம்மா உட்காரும் முன் தான் அமருவது மரியாதை அல்ல என்பதுபோல மோஹனா நின்று கொண்டிருக்கவே, அவள் கையைப் பற்றி, "உக்காரும்மா..." என்ற ஜெயம்மா, தானும் அருகிலேயே அமர்ந்தாள்.

மோஹனாவைப் பார்த்த ஜெயம்மாவுக்கு சந்தோஷமாய் இருந்தது. இத்தனை அழகையும் இத்தனை கம்பீரத்தையும் அவள் எதிர் பார்த்திருக்கவில்லைதான். ராஜவம்சத்தில் பிறந்த பெண் மாதிரி, இது என்ன உயரம், செழுமை, அழகு! பரத்துக்கு எல்லா விதத்திலும் சரியான ஜோடிதான்!

பரத் அருமையான பெண்ணிடம்தான் மனசைப் பறிகொடுத்திருக்கிறான். இரண்டு நிமிஷங்கள் போல தன் வருங்கால மருமகளைக் கண்சிமிட்டாமல் பார்த்து குதூகலித்த ஜெயம்மா, "இதோ வந்துடுடேம்மா..." என்று சொல்லி உள்ளே எழுந்து போனாள்.

திரும்பி வந்தவளின் கையில் ஒரு குங்குமச் சிமிழ்... இரண்டு முழம் கெட்டியாய்த் தொடுத்த ஜாதிப்பூ...

மோஹனாவின் எதிரில் நின்று சிமிழைத் திறந்து நீட்டினாள். ஆள்காட்டி விரலால் குங்குமத்தை எடுத்து நெற்றியில் இட்டு, பூவை வாங்கி நாலாக மடித்துக் கூந்தலில் வைத்துக்கொண்ட மோஹனா, சட்டென்று அப்படியே குனிந்து ஜெயம்மாவை நமஸ்கரித்தாள்.

"தீர்க்க சுமங்கலியா இருக்கணும்மா..."

வணங்கியவளை ஆசிர்வதித்துத் தூக்கிய ஜெயம்மாவின் கண்களில் நீரைக்கண்டதும், மோஹனாவும் நெகிழ்ந்துபோனாள்.

மனசெல்லாம் பரபரவென்றது... இத்தனை வருஷங்களாய் இந்த மாதிரி ஓர் உணர்வை நான் அனுபவித்ததேயில்லை என்று இதயம் குதியாய் குதித்தது.

"சாப்பிடலாமா பரத்? நாழியாயிடுத்து..." அம்மா கேட்ட கேள்விக்கு பதில் சொல்லாமல் பரத் மோஹனாவைப் பார்த்தான், சாப்பாட்டுக்கு நீ ரெடியா என்கிற மாதிரி.

மோஹனாவுக்கு சாப்பிடப் போகவேண்டும்போல இல்லை. முதலில் ஸந்த்யாவைப் பார்க்க வேண்டும்... அப்புறம்தான் பாக்கியெல்லாம்.

"ஸந்த்யா எங்க?"

"தூங்கிட்டாம்மா... மணி ஒம்பது ஆகப்போறதே..." மோஹனா கொஞ்சம் தயங்கினாள். அட்றம், "நா அவளைப் பாக்கலாமா? தூங்கறவளைத் தொந்தரவு பண்ணாம பாக்கலாமா?" என்றாள் மெதுவாக.

"இதென்ன கேள்வி, மோஹனா? தூங்கறவளை எழுப்ப உனக்கில்லாத உரிமையா, ம்? பரத்... நீ இவளை ஸந்த்யாவைப் பாக்கக் கூட்டிண்டு போயேன்... அப்படியே வீட்டையும் சுத்திக் காட்டணும்னாலும் காட்டிடு... நா டேபிள்ள சாப்பாடு எடுத்து வெச்சு, சாப்பிட ஏற்பாடு பண்றேன்..."

பரத் மோஹனாவுடன் கிளம்பினான்.

"முதல்ல வீடா, ஸந்த்யாவா?"

"ஸந்த்யா..."

ஸந்த்யாவின் படுக்கையறைக் கதவைத் திறந்துகொண்டு இருவரும் உள்ளே நுழைந்தார்கள்.

ஏ.ஸியின் ஜிலுஜிலுப்பு... நீல விளக்கின் வெளிச்சம்... இவர்களைக் கண்டதும் ஆயா எழுந்து நின்றாள்.

"ஸந்த்யா தூங்கிட்டாளா?"

"ஆமாங்க..."

படுக்கையில் ஒருபக்கமாய் சாய்ந்து உறங்கும் குழந்தைக்கருகில் மோஹனா உட்கார்ந்தாள்.

முகத்திலிருந்த முடியை ஓரமாய் ஒதுக்கினாள். கலைந்திருந்த போர்வையை சரிசெய்தாள்.

ஆயாவிடம் ஜெயம்மா முன்கூட்டியே ஏதாவது சொல்லியிருந்தாளோ என்னவோ, அவள் வெளியில் போய்விட்டாள்.

தனிமை கிடைத்ததை உணர்ந்து மோஹனாவை நெருங்கித் தானும் உட்கார்ந்து கொண்டான் பரத்.

"ஸந்த்யாவையும் உங்களையும் சேர்த்துப் பாக்கறப்போ, எனக்கு ரொம்ப சந்தோஷமா இருக்கு, மோஹனா... இந்த நிமிஷம் நா ரொம்ப சந்தோஷமா இருக்கேன்!" என்றவன், குனிந்து அவள் பின்கழுத்தில் முத்தமிட்டான்.

அவன் தன் நெருக்கத்தை விரும்புகிறான் என்பது புரிய, அப்படியே அவளை இறுக அணைக்க முயன்றதும், "ப்ளீஸ் மிஸ்டர் பரத்... அம்மா வந்துடலாம்..." என்று மோஹனா தடுத்தாள்.

பரத்துக்குச் சட்டென்று சிரிப்பு எழுந்தது. "இன்னுமா 'மிஸ்டர் பரத்', மோஹனா? இந்த 'மிஸ்டரை' எப்போ விட உத்தேசம்?"

மோஹனா அவனைத் திரும்பிப் பார்த்தாள். சின்னப் பெண்ணின் குறும்பு திடுமெனக் கண்களில் கூத்தாட, "நீங்க என்னை உரிமையோட 'நீ'னு சொல்றபோது..." என்றாள்.

அந்தக் குறும்பும், அந்தப் பளிச்சென்ற பதிலும் வித்தியாசமான மோஹனாவைக் கண் முன்னால் காட்ட, பரத் தாங்கமாட்டாத அவசரத்துடன் அவளைத் தன்னிடம் இழுத்து, "ஐ லவ் யூ, மோஹனா..." என்று சொல்லிய கணத்தில், ஸந்த்யா, "பாத்தி..." என்று அழைத்த வண்ணம் கண்களைத் திறந்தாள்.

மோஹனாவைப் பிடித்திருந்த பிடியை விட்டுவிட்டு, ஸந்த்யாவை பரத் கையில் அள்ளிக்கொண்டான்.

"ஸந்த்யா... இங்க பாரு யார் வந்திருக்காணு..."

தூக்கக் கலக்கத்தோடு விழித்த குழந்தையிடம், "உங்கம்மா... உங்கம்மா வந்திருக்கா பாரு, ஸந்த்யா... அ...ம்...மா..." என்று பரத் சொன்னது மனசையும் உடம்பையும் சிலிர்க்கச் செய்ய, குழந்தையைத் தான் வாங்கிக்கொள்ள மோஹனா கையை நீட்டினாள்.

அத்தியாயம்

16

"**எ**ழுந்திரு, டார்லிங்!" மோஹனாவின் முகத்தருகில் குனிந்து சின்னதாய் முணுமுணுத்த பரத், அவளிடம் எந்தச் சலனமும் தோன்றாததால், இன்னும் நெருங்கி, முகத்தோடு முகம் வைத்து காதுக்குள் திரும்ப, "ஹேய், ஸ்வீட்ஹார்ட்... எழுந்திரு..." என்றான்.

"ம்... ம்..."

சுகமான தூக்கத்தைக் கலைக்க விரும்பாதவள் போல மோஹனா லேசாய் முனகினாள்.

குளிருக்கு அடக்கமாய்ப் போர்த்தி, முகத்தை மட்டும் ரோஜாப்பூ மாதிரி வெளியில் காட்டிக்கொண்டு உறங்கும் மோஹனாவைப் பார்க்கையில், பரத்துக்குக் கைகள் பரபரத்தன.

ரஜாயைச் சற்று கீழே இழுத்து அவள் தூக்கத்தைக் கலைக்க முயற்சித்தான்.

சரியாய் அரை நிமிஷத்தில், "ஆ... குளிர்றது..." என்ற மோஹனா, திரும்ப ரஜாயை மேலே இழுத்துக்கொண்டாள்.

பரத் விடுவதாய் இல்லை.

"எழுந்திரு, டார்லிங்... மணியாச்சு... கமான், வாக் போலாம், வா..." கண்களைத் திறக்காமலேயே மோஹனா பதில் சொன்னாள். "ஐயோ வாக்கா? நா வரலை... ஆளை விடுங்கோ! வாக் போக இதுவா நேரம்?"

"மத்தியானம் மூணு மணிக்கு வாக் போகாம, ராத்திரியா போவா? இது மெட்ராஸ் இல்ல, மோஹனா... ஊட்டி! கமான், கெட் அப்..."

"வேண்டாம், பரத்... தூக்கம் வர்றது..."

"கேக்கறவா சிரிக்கப்போறா... மத்தியானம் மூணு மணிக்கு யாராவது இப்படித் தூக்கம் வர்றதுன்னு சொல்வாளா?"

"ராத்திரி தூங்க விட்டாத்தானே!"

பரத் குரலைத் தழைத்துக்கொண்டான். "ஏன் தூங்கலை, மோஹனா?"

ஒரு கண்ணை மட்டும் திறந்து கணவனை மோஹனா பார்த்தாள்.

இவருக்கு என்ன பதில் சொல்வது?

சதா வாயைக் கிண்டி, சீண்டிக்கொண்டேயிருக்கும் குறும்பை, இத்தனை நாட்களாய் எங்கே ஒளித்து வைத்திருந்தார்?

நினைத்ததை வெளியில் சொன்னாள் மோஹனா. "உங்ககிட்ட வாயைக் குடுக்க நம்மால ஆகாதுப்பா..."

சட்டென்று பரத்தின் பதில் வந்தது. "வாயைக் குடுக்க, கல்யாணம்ங்கற லைசென்ஸ் வாங்கியாச்சே... அப்பறம், குடுக்கமாட்டேன்னா எப்படி!"

பரத் எந்த அர்த்தத்தில் பேசுகிறான் என்பது புரிந்துபோகவே, "மை காட், யூ ஆர் தி லிமிட்!" என்று சொன்னபடி அவன் மார்புக்குள் அவள் புகுந்துகொண்டாள்.

தன் நாசிக்கு வெகு சமீபத்திலிருந்த மோஹனாவின் தலை முடியில் முகத்தைப் பதித்துக்கொண்ட பரத்துக்கு சந்தோஷமாக இருந்தது.

இருபத்தைந்து நாட்களுக்கு முன், எண்ணி இருபத்தைந்து நாட்களுக்கு முன், மோஹனாவைத் தன் வீட்டுக்கு அம்மாவையும் ஸந்தியாவையும் சந்திக்க அழைத்துச் சென்றபோதுகூட, இத்தனை

சுருக்க இவளை மார்பில் இப்படிக் கிடத்திக்கொள்ள உரிமை பெற்றுவிடுவோம் என்று அவன் நம்பவில்லை.

வேளை, காலம் வந்தால், அதது தானாய் நடக்கும் என்று அம்மா சொல்வதுபோல இதுவும் நடந்துவிட்டதா?

அன்றைக்கு வீட்டுக்கு வந்துபோன மோஹனா, மறுநாளும் வந்தாள். அப்புறம் மறுநாள், அதற்கும் அடுத்த நாள் என்று தினம்தினம்...

மோஹனாவிடம் என்ன காந்த சக்தியை ஸந்த்யா உணர்ந்தாளோ, சாதாரணமாய் வேற்று மனுஷர்களிடம் கொஞ்சம் யோசிக்கும் குழந்தை, மோஹனா விரித்த கைக்குள் ஸ்வாதீனத்துடன் தாவினாள்.

இரண்டு நாட்கள் காரில் பீச், காந்தி மண்டபம் என்று போய்வந்த பிறகு, ஸந்த்யாவுக்கு ஆயா சாதம் ஊட்டுவது நின்றுபோயிற்று.

மோஹனா, ஸந்த்யாவிடம் முழுக்க முழுக்க வித்தியாசமான மோஹனாவாகப் பழகியதாய்த்தான் பரத்துக்குத் தோன்றியது.

'காக்காக் கதை வேணுமா, குருவிக் கதை வேணுமா, பௌபௌ கதை வேணுமா?' என்று ஸந்த்யாவின் பாஷையிலேயே பேசிக்கொண்டு, மோஹனா அவளோடு தன்னை ஐக்கியப்படுத்திக்கொள்ள முனைந்ததற்குக் கை மேல் பலன்.

முழுசாய் ஒரு வாரம் போவதற்குள், எதற்கெடுத்தாலும் அம்மா வேண்டும் என்று சொல்லுமளவுக்கு ஸந்த்யா மாறிப்போனாள்.

"பாத்தியா, பரத்... சின்ன வயசுக்காரிகிட்ட குழந்தை எப்படி ஒட்டிக்கறது! இதுக்குத்தான் முக்கியமா ஒருத்தி வரணும்னு நா ஆசைப்பட்டேன்... அந்தக் குழந்தைக்குச் சரியா பேச, விளையாட, மனசுக்குப் பிடிச்ச தினுசுல நடந்துக்க எனக்கு எங்க தெரிஞ்சது? ஒரே வாரத்துல இவளும் அவளும் எப்படி ஒட்டிண்டுட்டா, பாத்தியா? மோஹனாவும் இந்தப் பெண் மேல

உசிரா இருக்கா... அது பகவான் நமக்குக் குடுத்த ஆசிர்வாதம்! என்னமோ, எல்லாரும் நன்னாயிருக்கணும்... வேற எனக்கு ஒண்ணும் வேண்டாம்..."

மோஹனாவை ஹாஸ்டலில் இறக்கி விட்டுவிட்டு பரத் வீடு திரும்பிய ஒரு நாள், இரவு பதினொரு மணி அளவில் மாடிக்குப்போய் மகனோடு பேசிய ஜெயம்மா, தன் சந்தோஷத்தை அவனிடம் வெளியிட்டாள்.

அம்மாவின் 'அப்பாடா' என்ற உணர்வை பரத்தால் புரிந்துகொள்ள முடிந்தது. கடந்த சில நாட்களாய் மோஹனாவையும் ஸந்த்யாவையும் சேர்த்துப் பார்த்து, அவர்களின் ஆழ்ந்த பாசத்தைக் கண்கூடாய் அனுபவித்துவிட்டதால், அம்மாவின் இந்த நிம்மதி அவனுக்கு நன்றாகவே விளங்கியது.

பழகத் தொடங்கி பத்து நாட்கள்போல ஆன பிறகு, பரத்தின் ஆதங்கம் புரிந்த திஸில், ஜெயம்மாவின் அனுமதியோடு ஸந்த்யாவை 'ப்யூட்டி பார்லருக்கு' மோஹனா அழைத்துச் சென்றாள்.

அவர்களுக்காகக் காரில் காத்திருந்த பரத், அரைமணி கழித்து வெளியில் வந்த ஸந்த்யாவைப் பார்த்து பிரமித்துப்போனான்.

நெற்றியில் ஃப்ரிஞ்ஜ், கழுத்தோடு வெட்டப்பட்டு ஷாம்பூ செய்து பிரஷ் பண்ணிய புஸூபுஸூ தலைமுடி!

ஷ்யாமின் பெண்ணைப் பார்த்து மனசுக்குள் ஏங்கிய ஸந்த்யாவின் பிம்பம்...

முதல்நாள் தான் வாங்கிவந்திருந்த 'பின்னஃபோர்' உடையை ஞாபகமாய் கையில் எடுத்துவந்த மோஹனா, பார்லரிலேயே குழந்தைக்கு மாற்றியிருந்தாள்.

ஸந்த்யாதானா இது!

அரைமணியில் இப்படி அடியோடு மாறிப்போனது ஸந்த்யாதானா? பரத்துக்கு மட்டுமில்லை... ஜெயம்மா, ஆயா, அப்புறம் பார்த்தவர்கள் அத்தனை பேருக்கும் ஆச்சர்யமான ஆச்சர்யம்!

"வெள்ளைக்கார ஊட்டுக் கொளந்தை மாதிரி நம்ப பாப்பாவ அம்மா மாத்திட்டாங்களே!" என்றாள் ஆயா.

"இது ஸந்த்யாவா, இல்லை, ஸெலுலாய்டு பொம்மையா!" என்றான் தம்பு.

"ஓ... ஷீ ஈஸ் லவ்லி... ஸோ ப்ரெட்டி!" என்றான் பரத்.

"குழந்தைக்கு என் கண்ணே பட்டுடும்போல இருக்கும்மா! ஊர்க் குழந்தைகளையெல்லாம் இப்படி தினுசுதினுசான அலங்காரத்துல பாக்கறப்போ, இவளைப் பெத்தவ இருந்தா இவளையும் இப்படித்தானே சிங்காரிப்பானு நினைச்சு ஆத்தாமைப்படுவேன்... இப்ப நீ வந்துட்டே... என் ஏக்கம் தீர்ந்துடுத்து, மோஹனா!" என்றாள் ஜெயம்மா, கண்கள் கலங்க.

மேற்கொண்டு நாலு நாட்கள் ஆன பிறகு, "வர்ற புதன்கிழமை முகூர்த்த நாளாயிருக்கு... அன்னிக்கு ஸ்வாமி ஸன்னிதானத்துல கல்யாணத்தை வெச்சிக்கலாமா?" என்று ஜெயம்மா கேட்டதற்கு, பரத்தும் மோஹனாவும் சம்மதித்தார்கள்.

ஆடம்பரம்?   அமர்க்களம்?   பணக்காரத்தனம்? ம்ஹூம், ஒன்றுமில்லை. கபாலீஸ்வரருக்கு ஓர் அர்ச்சனை. கற்பகாம்பாளுக்கு   ஒரு   புடவை.   உண்டியலுக்கு ஆயிரத்தியொரு ரூபாய். சன்னதியில் மாலை மாற்றி, ரொம்ப வேண்டிய நாலு பெரியவர்கள் ஆசிர்வாதத்தோடு, பரத் மோஹனாவுக்குத் தாலி கட்டி, அவளைத் தன் மனைவியாக்கிக் கொண்டான்.

சக்ரவர்த்தி அண்ட் அஸோஸியேட்ஸின் சீனியர் பார்ட்னர்கள் நால்வர், ஷ்யாம், ஜெயம்மாவின் ஒன்றுவிட்ட சகோதரன் என்று அன்று பகல் விருந்துக்கு இருபத்தைந்து பேர்கள் வந்திருந்தனர். அவ்வளவுதான். வேறு தடபுடல் எதுவுமில்லை.

கல்யாணம் ஆன கையோடு ஆபீஸுக்கு மறுநாளிலிருந்தே செல்வதாக இருந்த பரத்தின் எண்ணத்தை மாற்றிய பெருமை, ரமணனைச் சேரும்.

மோஹனாவை பரத் மணக்கப்போகும் சேதியை அறிந்த பின்னர், தன் மனப்பூர்வமான வாழ்த்துக்களை உடனடியாய் தெரிவித்துவிட்டு, இரண்டு நிமிஷங்கள் ஏதோ யோசனை செய்தவர், மேலே பேசினார். "கல்யாணம் ஆனதும் மோஹனா வேலையை விட்டு நின்னுடுவாளா?"

"இல்லே சார்... தொடர்ந்து வேலை பண்றதுதான் நல்லதுன்னு நா நினைக்கறேன்... உங்க அபிப்ராயம் என்ன, சார்?"

"மோஹனாவோட இஷ்டம் என்ன, பரத்?"

"அவ ஒண்ணும் சொல்லலை... ஆனா, அம்மாவும் நானும் அவ மேற்கொண்டு ஒரு வருஷமாவது வேலை பண்றது தேவலை, உடனே அவ சூழ்நிலையை அடியோட மாத்தறது நல்லதில்லைன்னே நினைக்கறோம்! ஸந்த்யாவும் அவளும், ஒருத்தர்கிட்ட ஒருத்தர் ரொம்பப் ப்ரியமா இருக்கா... ஆனாலும், வேலையை விட்டுட்டு வீட்டுலயே இருந்தா, மோஹனா பொழுது போகாம கஷ்டப்படலாம்... வீட்டுல எல்லாத்துக்கும் ஆள் இருக்கா... அம்மா வேற... எல்லாத்தையும்விட, ஒரு நல்ல செக்ரட்டரிய இழக்க எனக்கு இஷ்டமில்ல, சார்..."

ரமணன் சிரித்தார். "ஆபீஸ் நேரத்துலயும் பொண்டாட்டியைக் கூடவே வெச்சுக்கணும்னு ஆசைப்படறே... ஜமாய்! ஆனா, அதுக்கு எதுக்கு இத்தனை நொண்டிச் சாக்கு?"

பரத் வெட்கப்பட்டான்.

"அதுசரி... மறுநாளே வேலைக்கு வரப்போறோம்னு சொல்றியே, இது எனக்கு சரியாப் படலை... ஒரு வாரம் லீவு போட்டுட்டு, அவளை ஹனிமூனுக்கு அழைச்சிண்டு போ... ஒருத்தரை ஒருத்தர் சரியாப் புரிஞ்சுக்க அந்த ஒரு வாரம் உதவும், பரத்... மோஹனா சின்னப் பொண்ணு... நீ அதை ஞாபகம் வெச்சுக்கணும்..."

ரமணனின் விருப்பப்படி, கல்யாணமான மறுநாள் காலை காரில் ஊட்டிக்கு மோஹனாவோடு பரத் கிளம்பினான்.

"ஹனிமூனா? எதுக்கு, பரத்? வேண்டாம்... ப்ளீஸ், நோ..." மோஹனா விடாமல் மறுத்ததைக் காதில் போட்டுக்கொள்ளாமல் பரத் புறப்பட்டு, வழிநெடுக பதினெட்டு வயசுப் பையனாகத் தான் மாறியதுமல்லாமல் மோஹனாவையும் மாற்றினான்.

நாலு நாட்கள் ஓடின ஓட்டம் தெரியவில்லை!

சிரிப்பு, சிரிப்பு, சிரிப்பு!

எதற்கெடுத்தாலும் இப்படிச் சிரிப்பது சாத்தியமா?

எதற்கெடுத்தாலும் இப்படிப் பரவசப்பட்டுப்போவது சாத்தியமா?

மோஹனாவின் கூந்தலில் பதிந்திருந்த முகத்தை பரத் தூக்கினான். தன் தோள்களில் புதைந்திருந்த மோஹனாவை அலாக்காய் புரட்டினான்.

மோஹனாவின் தூக்கம் கலைந்துவிட்டிருந்தது. கண்களை அகல விரித்துக் கொண்டு சிரித்தவளின் முகத்தில், கொஞ்சம் வெட்கம், கொஞ்சம் சிரிப்பு.

"என்ன சிரிப்பு, டார்லிங்?"

"ஒண்ணுமில்ல..."

"அதெல்லாம் முடியாது... சொல்லித்தான் ஆகணும்..."

"நீங்க கொஞ்ச நாழி முன்னாடி விதண்டாவாதம் பண்ணினதை நினைச்சுண்டேன்..."

"எதை? வாயைக் குடுக்கறதையா?"

மோஹனா பதில் சொல்லாமல் சிரித்தாள். வாய் மட்டும் சிரிக்காமல் கண்களும் மலர அவள் சிரித்தவுடன், "ஹேய்!" என்றான்.

பரத் வியப்புடன். "நீ இப்ப சிரிச்சப்போ நளினி மாதிரியே இருந்தே, மோஹனா... அவ இப்படித்தான் மலரமலர சிரிப்பா... என்ன அதிசயம்! அவளுக்கும் உனக்கும் எதுவுமே சம்பந்தம் இருக்காதுன்னு நா நினைச்சேன்... ஆனா, இப்ப ஒரு கணம் நீ

அவளை மாதிரியே சிரிச்சதும், நா அசந்துபோயிடுவேன்!" என்று சொல்லி மோஹனாவை முத்தமிட்டான்.

கடந்த ஒரு வாரத்தில் பரத் நளினியைப்பற்றிப் பேசி மோஹனா அடிக்கடி கேட்டுவிட்டாள்.

விர்ரென்று எந்தப் பெண்ணாவது கார் ஓட்டிச் சென்றால்... நளினி இப்படித்தான் ஓட்டுவாள்!

கலகலவென்று ஸந்த்யா சிரித்தால்... நளினி இப்படித்தான் சிரிப்பாள்! மஞ்சள் கலர் புடவை உடுத்தினால்... ஆ, இது நளினிக்குப் பிடித்த நிறம்... உனக்குமா?

எதற்கெடுத்தாலும் இவர் அப்படி நளினி, நளினி என்பது என் மனசை உறுத்துகிறது என்பது இவருக்கு ஏன் புரியவில்லை? கொஞ்ச நாட்களாவது... குறைந்தது, நானும் இவரும் இன்னும் மனசாலும் எண்ணத்தாலும் நெருங்கும் வரையிலாவது, நளினி பேச்சை அதிகம் பேசாமல் இருப்பது நல்லது. இவர் ஏன் உணரவில்லை?

ஆயுசுக்கும், எந்த விஷயத்திலும், இவர் நளினியோடு என்னை ஒப்பிட்டே பார்க்கப்போகிறாரா?

நினைப்புகளைக் கஷ்டப்பட்டு ஒதுக்கித் தள்ளிய மோஹனா, கணவனைப் பார்த்து, "ஓகே... நா எழுந்து ட்ரெஸ் பண்ணிக்கறேன்... வாக் போலாம்..." என்றாள்.

அத்தியாயம்

17

தொட்டபெட்டா சிகரத்தை அடைந்து, வண்டியை ஒருபக்கமாய் பரத் நிறுத்தினான். இரண்டு பேரும் இறங்கி, கண்ணாடிக் கூடத்துக்குள் சென்றார்கள்.

சூடான டீ, பிஸ்கெட். அந்தக் குளிருக்கு டீயும் பிஸ்கெட்டும் அம்ருதமாக இருந்தன. மோஹனாவின் கையைப் பற்றிக்கொண்டு பரத் வெளியில் வந்தான். சற்றுத் தள்ளியிருந்த குட்டையான சுவர் ஒன்றின்மேல் உட்கார்ந்துகொண்டார்கள். காற்று உய்ங் உய்ங் என்று வீசியது. புடவைத் தலைப்பும் கொசுவமும் புஸ்ஸென்று பறந்தன.

"ர்ர்ர்... உங்களுக்குக் குளிரலை?"

"கொஞ்சம்..."

பரத் அவளை நெருங்கி வந்து, ஒரு கையால் தோளை அணைத்துத் தன்னோடு இறுக்கிக்கொண்டான். "இன்னுமா குளிர்றது?"

அந்த அணைப்பும் இறுக்கமும் உடம்புக்கு சுகமாக இருக்க, பரத்தின் தோளில் மோஹனா தலையைச் சாய்த்துக்கொண்டாள்.

"ம்... ரொம்ப நன்னா இருக்கு..."

"எது? நா அணைக்கறதா, இல்ல, இந்த இடமா?" மோஹனாவுக்குச் சிரிப்பு எழுந்தது.

எதைச் சொன்னாலும், அதை எப்படியாவது இந்த தினுசில் முடிச்சுப்போட்டுப் பேசும் இந்த மனுஷன் லேசில்லை!

"நா இந்த இடம் அழகாயிருக்குனு சொல்றேன்..."

"ஓ!" வேண்டுமென்றே ஏமாற்றத் தொனியில் பரத் பேசினான்.

நாலைந்து நிமிஷங்கள் மௌனத்தில் சென்றன.

பக்கத்தில் மனுஷ நடமாட்டம் இல்லை. இந்த ஊதக் காற்றில் பைத்தியங்கள்தான் உட்காரும் என்கிற மாதிரி, கண்ணாடிக் கட்டடத்துக்குள் இருந்த ஒரிருவரும் வெளியே தலைகாட்டவில்லை.

நாலு பக்கமும் பள்ளத்தாக்குகள்... உருளை சாகுபடி செய்ய படிப்படியாய் வெட்டின நிலப்பரப்பு... சிவப்பு ஓடு வேய்ந்த கூரையுடன் குட்டிக்குட்டி வீடுகள்...

பார்த்துக் கொண்டிருக்கையிலேயே, மலையே ராணிக்கு சாம்பிராணிப் புகை காட்டுகிற தினுசில் சப்தமில்லாமல் மேகங்கள் பறந்து வந்தன. நிமிஷத்தில் கண்ணெதிரில் தெரிந்த பள்ளத்தாக்குக்கும், சின்ன கிராமங்களுக்கும் பனித்திரை போடப்பட்டன.

முகத்திலும் கைகளிலும் பனியின் சாரல்.

"இதைப் பார்த்தா உனக்கு என்ன தோண்றது, டார்லிங்?"

"எதை?"

"இந்தப் பனிமூட்டத்தை..."

"ரொம்ப அழகாயிருக்குனு தோண்றது..."

"அவ்வளவுதானா?"

"ம்... ஏன்?"

"இல்லே... ஒரு தடவை நளினியும் நானும் கொடைக்கானல் போயிருந்தோம்... கோக்கர்ஸ் வாக்ல நடக்கறப்போ, திடும்னு இப்படித்தான் புகை மண்டலம் சூழ்ந்துபோச்சு... அப்ப நளினி, 'இங்கேயிருந்து தேனி பள்ளத்தாக்கைப் பாருங்கோ, பரத்... ஒரு பாலிதீன் பையில அந்த ஊரை, அந்த மரங்களை,

அந்தப் பள்ளத்தாக்கை, அத்தனையும் போட்டுக் கட்டிட்ட மாதிரி இல்லேனு கேட்டா... நா அசந்துபோயிட்டேன்! எதையுமே புது தினுசா வர்ணிக்கறதுல நளினி எக்ஸ்பர்டு! இப்ப அந்தக் கிராமத்தைப் பாரேன்... நிஜமாவே ஒரு பாலிதீன் பையில போட்டுக் கட்டிட்ட மாதிரி உனக்குத் தோண்றதா, இல்லியா?"

மோஹனா பார்த்தாள்.

உண்மைதான்... வெள்ளை பிளாஸ்டிக் பையொன்றில் சிறைப்பிடித்துவிட்ட மாதிரிதான் இருந்தது.

"என்ன, மோஹனா?"

"ம்... அப்படித்தான் இருக்கு, பரத்..."

அந்தப் பனிமூட்டம் கலைகிறவரைக்கும் இரண்டு பேரும் அங்கேயே உட்கார்ந்திருந்தனர். அப்புறம், மோஹனா, "போலாமா?" என்று கேட்டதும், கிளம்பினர்.

ரூமுக்கு அவர்கள் திரும்பி வந்தபோது மணி ஆறரை. அறையில் நெருப்பு கணகணத்தது.

போர்த்தியிருந்த சால்வையை நாற்காலிமேல் போட்டுவிட்டு படுக்கையில் மோஹனா உட்கார்ந்ததும், அவள் மடியில் தலையை வைத்து பரத் படுத்துக்கொண்டான். கீழிருந்து பார்த்தபோது, மோஹனாவின் முகவாயும் உதடுகளும் சிற்பத்தில் செதுக்கின மாதிரி இருக்க, அவள் கழுத்தில் இரண்டு கைகளையும் மாலையாக்கி அவளைக் கிட்டத்தில் இழுத்தான்.

"எனக்கு ஒரு குறை, மோஹனா..."

மோஹனா லேசாய் அதிர்ந்து பார்த்தாள்.

"நா பேசற அளவுக்கு நீ பேச மாட்டேங்கறே... நா கொஞ்சற அளவுக்கு நீ கொஞ்ச மாட்டேங்கறே..."

இதுதானா?

"ஐ லவ் யூ, டார்லிங்... உனக்கே தெரியுமே!"

மோஹனா வெட்கத்துடன் சிரித்தாள்.

"எனக்கு என்ன ஆசை தெரியுமா, ஸ்வீட்ஹார்ட்?"

கண்களாலேயே மோஹனா என்ன என்றாள்.

"சிரிக்கக் கூடாது... ஓகே?"

"ம்..."

"நாலு பிள்ளைகளாவது நமக்குப் பொறக்கணும்... டாக்டர், என்ஜினியர், வக்கீல், பிஸினெஸ்னு ஒவ்வொண்ணுக்கும் ஒவ்வொரு பையனைப் படிக்க வெக்கணும்... எந்த ஃபீல்டை எடுத்தாலும், அதுல ஒரு பையன் சிறப்பா இருக்கணும்! 'பரத்-ஆ? அடேயப்பா... அவனுக்கு என்ன'னு எல்லாரும் என்னைப் பாத்துப் பொறாமைப்படணும்... எப்படி!"

கஷ்டப்பட்டு சிரிப்பை அடக்கிக்கொண்டாள் மோஹனா. "ஏன்... ஆர்ட்டிஸ்டு பிள்ளை, அரசியல்வாதி பிள்ளை, அத்லெட் பிள்ளை... எல்லாத்தையும் விட்டுட்டா எப்படி? அதுக்கெல்லாம் இன்னும் ஆறு பெத்துண்டா சரியாயிருக்காதா?"

பரத் வாய்விட்டுச் சிரித்தான்.

"நாட்டி கேர்ல்! கேலியா பண்றே! சொன்னபடி செஞ்சுகாட்டறேனா இல்லையானு பாரு!" என்று சொல்லிக்கொண்டே எழுந்து தலைகாணியில் தலைவைத்துச் சாய்ந்து, மோஹனாவை இழுத்து மார்பில் கிடத்திக்கொண்டான்.

அவள் புருவத்தோடு விரலை ஒட்டினான். "யூ ஆர் ப்யூட்டி புல்!" என்று முணுமுணுத்தான்.

"நா விளையாடலை, மோஹனா... ஸீரியஸாத்தான் சொல்றேன்! நா தனிப்பிள்ளையா இருந்து ரொம்ப அவஸ்தைப்பட்டவன்... அதனாலதான் வீடு நிறைய குழந்தைகளைப் பெத்து வளர்க்கணும்னு ஆசைப்படறேன்... புரியறதா?"

"....."

"உனக்கு என்ன ஆசை சொல்லேன்... முதல்ல பொண்ணு வேணுமா? இல்லை, பிள்ளையா? குறைஞ்சபட்சம் அரைடஜனாவது பெத்துக்க நீ ரெடியா? அவள எப்படியெல்லாம் வளர்க்க நீ ஆசைப்படறே? சொல்லேன்..."

கண்களில் கனவுகள் வெளிச்சம்போடப் பேசும் கணவனை மோஹனா ஏறிட்டுப் பார்த்தாள்.

"டெல் மீ, டார்லிங்..."

பரத் இன்னொரு தரம் கேட்கவும், மோஹனா லேசாய் தோள்களைக் குலுக்கி, உதட்டைப் பிதுக்கி, "ஐ டோண்ட் நோ..." என்றாள்.

"தெரியாதுன்னா என்ன அர்த்தம், மோஹனா?"

மோஹனா கொஞ்சம் யோசித்தாள். அப்புறம் நிதானமாய்ப் பேசினாள்.

"மனசுல எந்தவிதமான ஆசைகளுமே எனக்கு இருந்ததில்லே, பரத்... கனவுகள் உண்டாகற வயசுல நா பாதை மாறிப்போயிட்டேன்... இனிமே ஆயுசுக்கும் ஒரு கல்யாணமோ, ஒரு அருமையான கணவரோட வாழற பாக்கியமோ எனக்குக் கிடையாதுன்னுதான் நா இருந்தேன். ஆனா, கடவுள் எம்மேல கருணை காட்டியிருக்கார்... உங்களை, அம்மாவை, ஸந்த்யாவை எனக்குக் குடுத்து, என் வாழ்க்கைய அர்த்தமுள்ளதாக்கிட்டார்! இப்போதைக்கு எனக்கு இதுவே ஜாஸ்தி... வேற எதுவும் வேணும்ன்னு சத்தியமா என் மனசு ஆசைப்படலை! அதனால, உங்க கேள்விக்கு என்ன சொல்றதுன்னே எனக்குத் தெரியலை..."

அந்த நிமிஷம் இருபது இருபத்தைந்து நாட்களாய் பார்க்கும் மோஹனா மறைந்துபோய், அவன் முதன் முதலில் கண்ட மோஹனா, வயசுக்கு மீறின முதிர்ச்சியோடு பழகிப் பேசும் மோஹனா, யாரோடும் ஒட்டிக்கொள்ள விரும்பாத மோஹனா அங்கு உருவாகிவிட்டது பரத்துக்கு தெளிவானது.

இத்தனை நாட்களாய் கண்களில் காதலுடனும், முகத்தில் நாணத்துடனும் எப்போதும் புன்னகைத்த மோஹனா, மாயமாய் மறைந்துபோய், கண்களுக்குக் கஞ்சி போட்டுக்கொண்டுவிட்ட மோஹனாவை திடுமென்று காணுகையில் பரத்துக்கு என்னமோபோல இருந்தது.

மடத்தனமாய் எதையோ பேசி, மோஹனாவைப் புண்படுத்திவிட்டேனோ? அவள் மறந்துபோன விஷயங்களைக் கிளறி, வலியை உண்டாக்கிவிட்டேனோ? நான் ஒரு இடியட்...

தன் மேலேயே கோபம் எழ, இவளிடம் இப்போது என்ன பேசி இந்த இறுக்கத்தை மாற்றலாம் என்று யோசித்த பரத், அரை நிமிஷத்தில் வலிய குறும்புச் சிரிப்பை வரவழைத்துக்கொண்டு, மோஹனாவின் கண்களை ஊன்றிப் பார்த்தான். அப்புறம், "உன் கண்ணு ரொம்பப் பொல்லாதது, டார்லிங்... ஒரு நிமிஷம் சிரிக்கறது, மறுநிமிஷம் கஞ்சி போட்டு இஸ்திரி பண்ண மாதிரி விறைச்சுப்போறது! இதெப்படி அதுக்கு சாத்தியமாறது, மோஹனா?" என்று சொல்லி, அவள் கண்ணுக்குள் எதையோ தேடுகிற பாவனையைச் செய்யவும், மோஹனா தன் விறைப்பை இழந்து சின்னதாய் புன்னகைத்தாள்.

"கஞ்சி போட்டுக்கறேனா? நீங்க சொல்றது எனக்குப் புரியலை, பரத்..."

"நிஜமாத்தான், டார்லிங்... முத தடவை இண்டர்வியூல உன்னைப் பாத்தப்போ, திடும்னு உன் கண்ணு ரெண்டும் விறைச்சுப்போச்சு... இவ கண்ணுக்குள்ள யாரோ உக்காந்துண்டு, வேலைமெனக்கெட்டு கண்ணைக் கஞ்சில முக்கி இஸ்திரி பண்றாளோன்னுகூட எனக்குத் தோணித்து! அப்படி ஒரு மாத்தம்! இதப்பத்தி உன்கிட்ட யாரும் சொன்னதில்லையா?"

விளையாட்டாக பரத் கூறும் வார்த்தைகளை மோஹனாவால் ஓரளவுக்குப் புரிந்துகொள்ள முடிந்தது.

ப்ரதீமா, ஷர்மிளா சொல்லிக்காட்டிய சமாச்சாரம்தான். ஏன், அவளிடம் டெல்லியில் வாடிக்கையாய் வந்த பாஸ்கூட

கேட்டிருக்கிறானே... 'ஏன் உன் கண்கள் நடுநடுவில் இப்படி இறுகிப்போகின்றன?' என்று!

பரத்திடமிருந்து விலகி தலைகாணியில் தலை வைத்தாள் மோஹனா. மனசு அலைபாய்ந்தது.

"மோஹனா, அப்ஸெட் ஆயிட்டியா? நா ஏதாவது வேதனைப்படற மாதிரி சொல்லிட்டேனா?"

இல்லை என்று தலையை அசைத்த மோஹனா, கண்களை மூடிக்கொண்டாள்.

கடலூர் வீடு. பத்ரகாளி பாட்டி. சூம்பின கைகால் அப்பா. அந்த நாள்... ஆயுசுக்கும் நான் மறக்கமுடியாத அந்த நாள்.

விவரம் புரியாத வயசில், என்னை விக்கித்து, விறைத்துப்போகவைத்த அந்த நாள். கஜலட்சுமிக்கு அன்று ஏகக் கோபம். யார் மேல் அத்தனையும் கொட்டுவோம் என்று தவித்தவளிடம், வகையாய் பார்வதி மாட்டிக்கொண்டாள்.

மதியம் டிபனுக்கு தோசை வார்க்க பார்வதி உட்கார்ந்தபோது, தோசை முழுசாய் எடுக்க வராமல் விண்டுவிண்டுபோனது.

விண்குபோன தோசைத் துண்குகளைப் பார்த்த கஜலட்சுமிக்கு ஆத்திரம் வெடுடிக்கொண்டு வந்தது. மருமகள் மேல் பாய்ந்தாள். வலக்கையை எடுத்து, சூடேறிய தோசைக் கல்லில், 'ஆ... அம்மா...' என்று பார்வதி துடிக்க, 'ஐயோ பாட்டி... எங்கம்மாவை விட்டுடு...' என்று அஞ்சுவயசு மோஹனா கதற, 'தோசை வார்க்கக்கூட வக்கில்லாத கை இதானே? இதுக்கு இத்தனை திமிர் எதுக்கு?' என்று கத்திய வண்ணம் அழுந்த வைத்துத் தேய்த்தாள்.

அன்றிரவு, வெந்த கையுடன் பார்வதி அனாதைபோல கொல்லைக்கட்டில் புலம்பியதைக் கண்டு தாளமுடியாமல்போன கோதண்டம், 'நீ கிளம்பு, பார்வதி... இவா உன்னை சித்ரவதை பண்ணி, உண்டு இல்லேன்னு ஆக்கறதுக்கு முன்னால நீ

கிளம்பிடு! உன்னையும் குழந்தைகளையும் நா மூட்டை தூக்கியாவது காப்பாத்தறேன்...' என்று தூண்டவே, ஏதோவொரு ஆத்திரத்தில், யாருமறியாமல் குழந்தைகளுடன் பார்வதி வீட்டைவிட்டு வெளியேறிவிட்டாள்.

நினைவில் படர்ந்த சம்பவத்தைத் துண்டுதுண்டாய் விவரித்த மோஹனா, தொடர்ந்து பேசினபோது குரல் ரொம்ப செம்மியிருந்தது.

"எனக்கு அப்ப அஞ்சு வயசுதான், பரத்... காசு பெறாத தோசை சமாச்சாரம்... அதுக்காக... நா பாத்துண்டே நிக்கறச்சே, அந்த ராட்சசி, அம்மா கையைப் பிடிச்சு தோசைக் கல்லுல தேய்ச்சா... அம்மா துடிச்ச துடிப்பை இப்ப நினைச்சாலும் என் உடம்பு பதர்றது! தாலி கட்டினவன் குத்துக்கல் மாதிரி நின்னான்... சே, என்ன மனுஷானு அப்ப எனக்குள்ள நா கசந்துபோனது நன்னா ஞாபகம் இருக்கு... மனசுக்குள்ள இது என்ன அநியாயம்னு விறைச்சுப்போனது நன்னா ஞாபகம் இருக்கு... வாயில்லாப் பூச்சியான அம்மா அன்னிக்குத் தன்னையும் எங்களையும் காப்பாத்திக்கறதுக்காக ஓடிவந்தப்பறம், அவளை நடத்தை கெட்டவன்னும், தே***ன்னும் சொல்லி ஊர் ஏசினப்போ, எனக்குள்ளயே நா இறுகிப்போயிட்டது எனக்கே நன்னாப் புரிஞ்சது! அதுக்கப்பறம் என்னால சாதாரணப் பொண்கள் மாதிரி சிரிக்க முடியலை, பேச முடியலை, பழக முடியலை, கனவு காணக்கூட முடியலை! பிடிக்காத வார்த்தையை யாராவது சொல்லிட்டா, மனசும் உடம்பும் விறைச்சுப்போயிடும்... போகப்போக அதுவே பழக்கமாயிடுத்து! நீங்க சொல்ற 'கஞ்சி போட்டுண்ட கண்'கூட அந்த சம்பவத்தோட பாதிப்புதான்னு நினைக்கறேன்! என்னை சாதாரணப் பொண்ணா மதிக்கணும்னுதான் நானும் முயற்சி பண்றேன்... ஆனா, முடியலையே, பரத்! சாதாரணப் பொண்ணோட ஆசாபாசங்களோட நானும் வாழணும்னு சதா முயற்சி பண்றது யாருக்குப் புரியாட்டாலும், உங்களுக்கு மட்டுமாவது புரிஞ்சா சந்தோஷப்படுவேன்... உங்களுக்குப் புரியறதா, பரத்?"

கிசுகிசுப்பாய் மோஹனா பேசி நிறுத்தினபோது, அவள் கண்களில் கலங்கல் இல்லை... ஜலம் இல்லை... வேதனை இல்லை... ஆனால், அடிபட்டுப்பட்டுக் காய்த்துப்போன விறைப்பு மட்டும் ஏகமாய் பரவியிருந்தது.

அத்தியாயம்

18

"**அந்**தக் குருவி என்ன பண்ணித்தாம், குப்பையக் குப்பைய தோண்டித்தாம்... ம்... வாயைத் திற, ஸந்த்யா... ஆ... அப்படித்தான்! குப்பையில ஒரு நெல் கிடைச்சுதாம்..."

"இல்லே... நெல் இல்லே, அச்சி..."

"ஓ, ஸாரிம்மா... மறந்துட்டேன்... ஒரு அரிசி கிடைச்சுதாம்! அதை எடுத்துண்டு பாட்டிகிட்டே போச்சாம்..."

"அம்மையாப் பாத்தி..."

"நா வெறும் பாட்டினு சொல்லிட்டேனா? ஓகே... அம்மையார் பாட்டிகிட்ட போச்சாம்... போயி, 'பாட்டி, பாட்டி! இந்த அரிசியை வெச்சு எனக்குக் கொஞ்சம் பாயசம் பண்ணித் தரேளா'னு கேட்டுதாம்... ம்... வாயத் திற, ஸந்த்யா..."

டைனிங் ஹாலுக்குப் பக்கத்திலிருந்த வராந்தா ஊஞ்சலில் உட்கார்ந்தபடி, ஸந்த்யாவுக்குக் கதை சொல்லிக்கொண்டே மோஹனா உணவு ஊட்டியதை, சாப்பாட்டு டேபிளின் அமர்ந்து ஜெயம்மாவும் பரத்தும் ரசித்தார்கள்.

"இவருக்கு நீங்க டிபன் பரிமாற முடியுமாம்மா? இவர் சாப்பிடறதுக்குள்ள நா ஸந்த்யாவுக்கு ஊட்டிட்டு வந்துடறேன்..." என்று சொல்லி மோஹனா சென்றிருந்ததால், பரத்துக்கு டிபன் எடுத்து வைக்கும் பணியில் ஜெயம்மா ஈடுபட்டிருந்தாள்.

கல்யாணத்துக்கு முன்னாலேயே ஸந்த்யாவைக் கவனிக்கத் தொடங்கிவிட்ட மோஹனா, கழுத்தில் தாலி ஏறி, ஹனிமூன் சென்றுவந்த பிறகு, முழுப் பொறுப்பையும் தானே வலிய ஏற்றுக்கொண்டுவிட்டாள்.

காலையில் ஸந்த்யா எழுந்திருக்கும்முன் தான் குளித்து, பரத்துக்கு வேண்டியவற்றைக் கவனித்துத் தயாராய் இருப்பாள்.

ஆறரை, ஆறேமுக்காலுக்கு ஸந்த்யா எழுந்திருப்பாள்.

அவள் கண், முகம் துடைத்து, 'பாட்டி'யில் உட்காரவைத்து, பால் கொடுத்து, கொஞ்ச நாழி அவளோடு விளையாடிவிட்டு, குளிக்க அழைத்துப் போவாள். பாத்டப்பில் உட்கார்ந்து அரைமணி லூாட்டியடிப்பதற்கு ஈடு கொடுத்து, அவளை டிரெஸ் பண்ணி, ஆயாவிடமோ மாமியாரிடமோ விட்டு வந்து, தான் தயாராவாள். அப்புறம், ஸந்த்யாவுக்கு ப்ரேக்ஃபாஸ்ட்... கதை சொல்லி, கெஞ்சி, கொஞ்சி அதை முடித்து வருவதற்குள், ஆபீஸுக்குப் புறப்பட நாழியாகிவிட்டது என்று பரத் பறப்பான்.

ஜெயம்மா, பரத் இருவருக்கும் எதிரில் மகளோடு கொஞ்சி விளையாட, அபிநயத்தோடு அவளுக்குக் கதை சொல்ல மோஹனா வெட்கப்பட்டதால், பால்கனிக்கோ, வராந்தாவுக்கோ, தோட்டத்துக்கோ ஸந்த்யாவை எடுத்துப்போய்விடுவாள். மறைவாக இருந்து, அம்மாவும் பெண்ணும் குலாவுவதை இவர்கள் அனுபவிப்பது வழக்கம்.

மாலையிலும் இப்படித்தான். ஆபீஸிலிருந்து ஆறு மணிக்குத் திரும்பும்போதே, 'குழந்தை என்ன பண்ணுகிறாளோ, பாட்டியை ஆட்டி வைத்தாளோ' என்ற பதைப்போடு, என்னவோ தானே அவளைப் பெற்று இத்தனை நாட்கள் வளர்த்துவிட்ட மாதிரி மோஹனா வருவாள். ஸந்த்யாவும் இவளைக் கண்டதும், "அம்மா... அம்மா..." என்று காணாததைக் கண்டுவிட்ட அழுகையோடு தாவுவாள்.

ஸந்த்யாவுக்கு டிரெஸ், பால் ஆனதும், பீச்சுக்குக் கிளம்புவார்கள். இல்லாபோனால், வாக்.

கல்யாணமாகி ஒரு மாசம்தானே ஆகிறது, சின்னஞ்சிறுசுகள் சினிமாவுக்குப் போகாதா, வெளியில் வாசலில் போகாதா என்று தனக்குள் எண்ணிய ஜெயம்மா, பல தடவைகள், "நா ஸந்தியாவைப் பாத்துக்கறேன், மோஹனா... நீயும் அவனும் எங்கயாவது போகணும்னா போயிட்டு வாங்களேன்..." என்று சொல்லவே செய்தாள். ஆனால் பலன்தான் இல்லை.

"எனக்கு எங்கயும் போகவேண்டாம்ம்மா..." என்று பதில் சொல்வுதோடு மோஹனா நிற்கமாட்டாள். "உங்களுக்கு எங்கயாவது போகணுமா?" என்று பரத்திடம் கேட்டு, அம்மாவின் எதிரிலேயே அவனையும் 'நோ' என்று சொல்ல வைப்பாள்.

இந்த ஒரு மாசமாய் ஸந்தியாவின் படுக்கை, மாடியில்தான்.

"ஏம்மா?"என்றாள் ஜெயம்மா முதல் நாள். மோஹனாவிடமிருந்து புன்னகையைத் தவிர வேறு பதில் ஒன்றும் வராததால், அப்புறம் அவள் ஏதும் பேசவில்லை.

எப்போதாவது விளையாட்டுக்காக பரத் மட்டும் மோஹனாவைச் சீண்டுவதுண்டு.

"என்னமோ நா இருக்கற ஞாபகம் இருந்தாச் சரி!" என்பான்.

"ஹேய்... நா யார்னு தெரியறதா? போன மாசம் உனக்குத் தாலி கட்டினேன்... ஞாபகமிருக்கா?" என்பான்.

"கொஞ்சம் கருணை காட்டும்மா... ஒரேயடியா நம்பளை ஒதுக்காதம்மா..." என்பான்.

பரத் கேலியாய்ப் பேசுகிறான் என்பது புரிய, மோஹனா நாணத்துடன் சிரிப்பாள்.

ஆனால், முழுக்க முழுக்க கேலி இல்லாமல், கொஞ்சம் ஏமாற்றம், கொஞ்சம் கோபம் என்று பரத் குரலில் விரவியிருந்த ஒருநாள், குழந்தை தூங்கின பிறகு அவன் மார்பில் சாய்ந்துகொண்டு மோஹனா உட்கார்ந்தாள்.

"கோவமா, பரத்?"

"....."

"இன்னிக்கு படத்துக்குப் போலாம்னு நீங்க கூப்பிட்டு வரலைன்னு கோவமா?"

"நோ..."

"இல்லே... நீங்க எம்மேல கோவமாதான் இருக்கேள், எனக்குத் தெரியறது... ஐ'ம் ஸாரி, பரத்..."

பரத் பதில் சொல்லாமல் புத்தகத்தில் பார்வையை ஓடவிட்டான்.

"ஸந்த்யா என்கிட்ட நெருங்கி வர முயற்சி பண்ணிண்டிருக்கற இந்த சமயத்துல, நா அடிக்கடி அவளை விட்டுட்டு வெளிய போனா, அவ என்னை மிஸ் பண்ணுவா, பரத்... ஏற்கனவே பகல் பூரா ஆபீஸுக்குப் போயிடறேன்..."

"அடிக்கடியா கூப்பிடறேன், டார்லிங்? ஹனிமூன்லேந்து வந்தப்பறம், நீயும் நானும் சேர்ந்து ஒரு படம் போயிருக்கோம்... அவ்வளவுதான்..."

பரத்தின் புஸ்தகத்தில் கையை வைத்து அதை மோஹனா தாழ்த்தினாள். அவனது தலை முடியில் கையை விட்டுக் கோதினாள்.

"நா இங்க வந்த புதுசுல ஸந்த்யா என்னோட விளையாடுவா, என்கிட்ட சாப்பிடுவா... ஆனா, படுத்துக்கவும், நா ஏதாவது கண்டிப்பா சொன்னாலும் பாட்டிகிட்ட ஓடுவா! இப்ப பத்து நாளா அப்படியில்ல... நா 'நோ ஸந்த்யா'னு அவ அடத்துக்கு எடம் குடுக்காம சொன்னாக்கூட, அழுதுண்டே என்கிட்டதான் மறுபடி வரா... அவகிட்ட மாத்தம் தெரியறது... என்னை அவ அம்மாவாவே நினைக்க ஆரம்பிச்சுட்டா! இந்த ஒட்டுதல் ஸ்திரமாயிடுத்துன்னா, அவளை விட்டுட்டு வெளிய போலாம்... தனியாக்கூட படுக்கவெக்கலாம்... இன்னும் ஆறு மாசமோ என்னவோதான்... பொறுத்துக்கக்கூடாதா, பரத்? ப்ளீஸ், டார்லிங்..."

பரத் வார்த்தைக்கு நூறு 'டார்லிங்' போட்டாலும், மோஹனா பதிலுக்கு 'டார்லிங்', 'டியர்' என்று அழைப்பவளில்லை. 'பரத்' என்பாள்... அவ்வளவுதான்.

அந்த மோஹனா இப்போது 'டார்லிங்' என்றதும், பரத் சட்டென்று நிமிர்ந்து உட்கார்ந்தான்.

"வாட்? என்ன சொன்னே? இன்னொரு தரம் சொல்லு..." கணவனிடம் இந்த மாற்றத்தை எதிர்பார்த்ததுபோல, லேசான வெட்கத்துடன் மோஹனா 'டார்லிங்' என்றாள் மெள்ள.

"இன்னொரு தரம்..."

"டார்லிங்..."

"நீ கூப்பிடறப்போ அந்த வார்த்தைக்குத் தனி அர்த்தம் வந்துட்ட மாதிரி இருக்கே! திஸ் ஈஸ் கிரேட்!" சின்னப் பிள்ளை போல குதித்த பரத், அவளை அலாக்காய் தூக்க...

ஸந்த்யா அந்தக் கலாட்டாவில் முழித்துக்கொண்டு 'அம்மா' என்றதும், பரத் அடங்கிப்போனான்.

"இன்னும் ஒரு தோசை போடட்டுமா, பரத்?"

"வேண்டாம்மா... போதும்! காபி..." என்றவன், குரலை உயர்த்தி, "மோஹனா, நாழியாறது..." என்றான்.

"வந்துட்டேன்... ஒரு நிமிஷம்... வாயைத் திற, ஸந்த்யா... அந்தப் பாயசத்துல மூக்கை வெச்சதும், பாயசத்தோட சூடு குருவி மூக்கை சுட்டுடுத்தாம்..."

"ஆ, ஊனு அழுதுதாம்!"

"ஆமா... ஆ, ஊனு அழுதுதாம்... வாயத் திறம்மா... அப்பா கோச்சுக்கறார், பாரு..."

ஸந்த்யாவுக்கு ஒரு வார்த்தைகூடக் குறைக்கக் கூடாது. நித்தமும் கேட்கும் கதையானாலும், அதே வர்ணனை, அதே பாவங்களோடு இருக்க வேண்டும்.

"மோஹனா..."

"வரேன்... பாயசத்தைக் குடிச்ச குருவி, சந்தோஷத்தோட பறந்துபோச்சாம்! வா ஸந்த்யா... அப்பாகிட்ட போலாம்..."

"கத்திரிக்காம்மா?"

"ஓ! அதை மறந்துட்டேனா! கதையும் முடிஞ்சுதாம், கத்திரிக்காயும் காய்ச்சுதாம்! போதுமா?"

சிரித்துக்கொண்டே உள்ளே மகளுடன் வந்து அவளை மாமியாரிடம் கொடுத்த மோஹனா, அவசரமாய் டிபனை சாப்பிட்டாள். புடவையை மாற்றிக்கொண்டு தயாராய் பரத்தோடு புறப்பட்டாள்.

வீட்டில் இப்படியொரு கலாட்டா என்றால், ஆபீஸில் இன்னொரு தினுசு. நினைத்து நினைத்து பரத் மோஹனாவை உள்ளே கூப்பிடுவான்.

"லெட்டர் டிக்டேஷன்..." என்பான்.

"ஒரு க்ளையண்ட்பத்திப் பேசணும்..." என்பான்.

"என் பேனாவைக் காணும்... வந்து செக்ரட்டரியா லட்சணமா தேடிக் குடு!" என்பான்.

ஏதோ லொட்டு லொசுக்குக் காரணம்... இண்டர்காமில் நிமிஷத்துக்கொரு தரம் பரத் கூப்பிடும்போது, மற்றவர்கள் என்ன நினைப்பார்கள் என்ற வெட்கத்தோடு மோஹனா அவஸ்தைப்படுவாள்.

டிக்டேஷனுக்கென்று உள்ளே போனால், டிக்டேஷனாவது, மண்ணாவது!

"மடியில் உட்கார்!" என்பான்.

"கிவ் மீ எ கிஸ்!" என்பான்.

சரியான கூத்துதான்.

"சே! பரத்... யூ ஆர் த லிமிட்! ஆபீஸ்ல மத்தவா என்ன நினைச்சுப்பா? திடீர்னு சீனியர் பார்ட்னர், இல்ல, ப்யூன் யாராவது வந்தா, என்னாகும்?"

"என்னாகும்? என்ன நினைச்சுப்பா? என் பொண்டாட்டிகிட்ட நா கொஞ்சறேன்... தப்பா?"

சின்னப் பையனின் குறும்போடு, முகமும் கண்களும் பரபரக்க பரத் அவளை மடக்குவான்.

ரமணன்கூட ஒரு தடவை, "மோஹனா அவ சீட்ல இல்லாட்டா, நாங்க யாரும் உன் ரூமுக்குள்ள வர மாட்டோம்... பயப்படாதே!" என்று கிண்டல் செய்யுமளவுக்கு பரத்தின் விஷமம் ஆபீஸ் அறிந்ததாய் இருந்தது.

அன்று ஆபீஸில் நுழையும் முன் வண்டியிலேயே பரத் அவளிடம் சொல்லிவிட்டான்.

"மத்தியானம் லஞ்சுக்கு நாம்ப வெளில போயிட்டு, அப்படியே ப்ளு டைமண்ட்ல படத்துக்குப் போறோம்... ஞாபகம் இருக்கு, இல்லியா?"

இருக்கிறதென்று தலையை ஆட்டிவிட்டுப் புன்சிரிப்போடு மோஹனா வண்டியை விட்டு இறங்கினாள்.

சீனியர் பார்ட்னர் இருவர் ஊரில் இல்லை. ரமணன் மட்டும்தான்... அவர்தான் எதற்கும் பரத் பக்கமாயிற்றே!

பன்னிரண்டு மணி அளவில், முக்கியமான மெமோ டைப் பண்ணிக்கொண்டிருக்கையில், போன் ஒலித்தது. மோஹனா எகுத்தாள்.

"மோஹனா? ஓ! ஐ'ம் ஸாரி... மிஸஸ் பரத்? நா ஷ்யாம்..."

"ஹலோ மிஸ்டர் ஷ்யாம்... ஹவ் ஆர் யூ? ரொம்ப நாளா ஊர்ல இல்லே போலருக்கே?"

"எஸ், மோஹனா... ரெண்டாவது ஹனிமூன்... காஷ்மீருக்கு!" மோஹனா சிரித்தாள்.

"நா எதுக்கு போன் பண்ணினேன்னா, நாளைக்கு உங்களுக்கு என் வீட்டுல விருந்து... கல்யாணமாகி ஒரு மாசம் ஆயாச்சு... இன்னும் நா விருந்து குடுக்காட்டி எப்படி? ஏழு மணிக்கு வந்துடுங்க... என்ன?"

"பரத்கிட்ட சொல்லியாச்சா, மிஸ்டர் ஷ்யாம்?"

"இல்லே... இனிமேதான்... லேடீஸ் ஃபர்ஸ்டு, இல்லியா!"

மேற்கொண்டு ஒரு நிமிஷம் பேசிவிட்டு மோஹனா ரிஸ்வரை வைத்தாள்.

மதியம் சாப்பிட உட்லாண்ட்ஸுக்குக் காரில் போனபோது, ஷயாம் போன் பண்ணிய விவரத்தை பரத்திடம் சொல்லி, "உங்ககிட்ட பேசினாரா?" என்றாள் மோஹனா.

பரத் உடனே பதில் சொல்லவில்லை. என்னவோ யோசனை பண்ணுகிற தினுசில் பேசாமல் இருந்தான்.

அப்புறம் மெதுவாய் கூறினான். "ஷயாம் வீட்டுக்கு நாம போறதுல எனக்கு அவ்வளவா இஷ்டமில்ல, மோஹனா..."

மோஹனாவுக்கு வியப்பாக இருந்தது.

ஏன் இப்படிச் சொல்கிறார்? இவரும் அவரும் ரொம்ப சினேகிதம் ஆயிற்றே!

இரண்டு நிமிஷ மௌனத்துக்குப் பிறகு பரத்தே பேசினான். "அவனுக்கு உன்னைப் பத்தின எல்லா விவரமும் தெரியும்... அதனால, அவன் வீட்டுக்கு நீ வரதையோ, அவனோட அதிகம் பேசறதையோ நா விரும்பலை..."

அன்றைக்கு அம்மாவுக்குச் சொல்ல வேண்டாமா என்றபோது, 'எதற்காக மூன்றாம் மனுஷருக்கு இந்த விஷயம் தெரிய வேண்டும்?' என்றவரா, ஷயாமிடம் சொல்லியிருக்கிறார்?

"நீ உன் கதையைச் சொன்னதும், எனக்கு யார்கிட்டயாவது பேசித் தெளிவடையணும்போல இருந்தது... அதனால ஷயாம்கிட்ட பேசினேன்... அவனாவே என் சங்கடத்தைப் புரிஞ்சுண்டு, நம்மகிட்டயிருந்து விலகியிருப்பான்னு நினைச்சேன்... இல்லே! சரி, கூப்பிட்டுட்டான்... இனிமே மாட்டேன்னா நன்னாயிருக்காது! நாளைக்குப் போலாம்... பேருக்கு அரைமணி இருந்துட்டு வந்துடலாம்... என்ன?"

மோஹனா பதில் ஏதும் சொல்லாமல், ஜன்னல் வழியாகத் தெருவைப் பராக்குப் பார்க்கத் தொடங்கினாள்.

அத்தியாயம்

19

மோஹனாவுக்கு அலுப்பாக இருந்தது.

ஜில்லென்ற தண்ணீரில் குளித்துவிட்டு, மெத்தென்ற காட்டன் சேலையை உடுத்திக் கொண்டு, ஸந்த்யாவுடன் காற்றாட தோட்டத்தில் நாற்காலி போடச் சொல்லி உட்கார்ந்தால் தேவலை போல இருந்தது.

ம்ஹ்ஹும்... அதற்கெல்லாம் நேரமில்லை. ஆபீஸிலிருந்து வரும்போதே மணி ஆறு.

"நீ ரெடியா இரு, டார்லிங்... நா ரோட்டரி மீட்டிங்ல தலையைக் காட்டிட்டு ஏழு மணிக்குள்ள வந்துடறேன்... ஏழரைக்கு ஷ்யாம் வீட்டுல இருந்தாப் போதும்..." என்று சொல்லி அவளை இறக்கிவிட்ட பரத், குளித்து, வேறு உடை மாற்றிக்கொண்டு போய்விட்டான்.

மணி என்ன?

ஆறே முக்காலா?

காபி சாப்பிட்டு, காலைக் கொஞ்சம் நீட்டி உட்கார்ந்து, ஸந்த்யாவை ஒரு கொஞ்சல் கொஞ்சி நிமிர்வதற்குள் மணி ஓடிவிட்டதே!

மோஹனா எழுந்து மேலே போனாள். ஷவரைத் திருப்பி அலுப்புத் தீர குளிர்ந்த நீரில் குளித்தவள், ஹவுஸ் கோட்டை மாட்டிக்கொண்டு அலமாரியைத் திறந்து, என்ன புடவை உடுத்திக்கொள்ளலாம் என்று ஒரு நிமிஷம் யோசித்தாள்.

ப்ரிண்டடு சில்க்கா? இல்லை, ஜரிகை இல்லாத டெம்பிள் பார்டர் பட்டுப்புடவையா?

ப்ரிண்டட் சில்க்குகளை விரலால் தடவியவளுக்கு, நாலு நாட்களுக்கு முன் பரத் கேட்டது திடுமென ஞாபகம் வந்தது.

பத்திரிகை ஒன்றைப் புரட்டிக்கொண்டிருந்தவன் கண்களில், பின்னி ஜார்ஜெட் விளம்பரம் விழுந்திருக்க வேண்டும்.

"நீ ஏன் ஜார்ஜெட், ஷிஃபான், நைலான் இதெல்லாம் கட்டிக்கறதேயில்லே, டார்லிங்?"

அரைத் தூக்கத்திலிருந்த மோஹனா, கொஞ்சம் விழித்தாள்... அப்புறம், "ம்?" என்றாள்.

"ஆபீஸுக்கு காட்டன் கட்டிக்கறே... வெளில போன, சிம்பிளா பட்டு... ஏன் மத்த வெரைட்டி எதையும் கட்டமாட்டேங்கறே? பிடிக்காதா?"

நிஜம்தான்... மோஹனாவுக்கு ஆதி நாளிலிருந்தே இந்த இரண்டு ரகம் மட்டும்தான் பிடிக்கும். உடம்பு தெரியாமல், எங்கேயெங்கே என்று அலையும் கண்களுக்கு விருந்தாக இல்லாமல், இந்தப் பட்டும் நூலும்தான் பிடிக்கும்.

ப்ரதீமாவும் ஷர்மிளாவும் எத்தனை முறைகள் கேலி செய்திருக்கிறார்கள்!

"மோஹனா, நீ ஒரு சரியான அம்மாமி! இந்த அம்மாமித்தனத்துக்கே இத்தனை பேர் போட்டா போட்டி போடுகிறார்களே... நீ இன்னும் நாகரிகமாய் இருந்தால், எப்படி அடித்துக்கொள்வார்கள்!"

எதற்கும் பதில் பேசினவளில்லை மோஹனா.

அழுத்தமாய், சின்னதாய் புன்னகைப்பாள். அவ்வளவுதான். ஆனால், பரத் இந்தப் புன்னகையை ஏற்றுக்கொள்ளவில்லை.

"ஏன் டார்லிங்?" என்றான் திரும்ப. மோஹனா, தெரியாது என்று தோளைக் குலுக்கினாள். "ஐ டோண்ட் நோ... ஏனோ

அந்த தினுசுகளை வாங்கணும், உடுத்திக்கணும்ங்கற ஆர்வமே எனக்கு இல்லே, பரத்!"

"நளினிக்கு ஷிஃபான்னா ஏக ஆசை, மோஹனா... காத்துல மிதக்கற மாதிரி ஒரு தோற்றம் இருக்கணும்னா, ஜார்ஜெட் வகைகளைக் கட்டணும்னு சொல்லுவா! உன் உயரத்துக்கும் வாளிப்புக்கும், அதெல்லாம் ரொம்பப் பொருத்தமா இருக்கும்... அப்படியே உடம்போட ஒட்டி... அப்படியே..."

அன்று பரத் 'அப்படியே... அப்படியே...' என்று ஒருவிதப் புளகாங்கிதத்தோடு அனுபவித்த வேகம் நினைப்புக்கு வர, பட்டுப்புடவை மேல் வைத்த கையை மோஹனா மடக்கினாள்.

ட்ரெஸ்ஸிங் டேபிளிடம் சென்று அதன் ட்ராயரிலிருந்த சாவிக்கொத்தை எடுத்தாள். அறையில் ஒரு பக்கமாய் இருந்த பீரோவைத் திறந்தாள். கல்யாணம் நிச்சயமான உடனேயே அந்த சாவிக்கொத்தை மோஹனாவிடம் பரத் கொடுத்துவிட்டான்... நளினியின் பொருள்கள் எல்லாம் இனி உன்னுடையவை என்பதுபோல...

நூறுக்கும் மேற்பட்ட புடவைகள்... லாக்கர் நிறைய நகைகள்... எந்தப் புடவை உடுத்தலாம்?

தோரணங்களாய் தொங்கிய புடவைகளில், வயலட் நிற ஷிஃபானைத் தேர்ந்தெடுத்தாள். இதற்குச் சரியாய் என்னிடம் ப்ளவுஸ் இருக்கிறதோ? இருந்தது. லாக்கரைத் திறந்து பெட்டிப் பெட்டியாய் இருந்த நகைகளை எடுத்துப் பார்த்தாள்.

இரட்டை வடம் முத்து மாலை, ஒற்றை முத்துத் தோடு, முத்து வளை, முத்து மோதிரம்.

கருத்த கத்தரிப்பூ நிற உடம்பில், பொட்டுப் பொட்டாய் வெள்ளியில் நட்சத்திரங்கள் ஜொலித்த அந்தப் புடவையையும் முத்துக்களையும் அணிந்து, திட்டமாய் அலங்காரத்தை முடித்துக்கொண்டு பால்கனியில்போய் மோஹனா நின்றபோது, சொல்லிவைத்த மாதிரி பரத்தின் கார் உள்ளே நுழைந்தது.

இரண்டு நிமிஷத்தில் பரத் மேலே வந்தான்.

படுக்கையறையில் அவளைத் தேடிப் பார்த்துவிட்டு, பால்கனிக் கதவு வழியாக எட்டிப் பார்த்தவனுக்கு, ஷாக் அடித்தது.

"ஹேய்!" அடிக்குரலில் ஆச்சர்யப்பட்டவன், மெல்லியதாய் விசில் அடித்துக் கொண்டே மோஹனாவை ஒரு தரம் சுற்றிவந்தான்.

அப்புறம், இருதயத்தில் கை வைத்துக்கொண்டு மயங்கி விழுந்துவிடுவதைப் போலத் தடுமாறினான்.

பரத்தின் 'ஹே'யும், விரிந்த கண்களும், இந்தத் தடுமாற்றமும் மோஹனாவுக்கு சந்தோஷத்தைத் தந்தன.

"நீ இப்போ எப்படியிருக்கே தெரியுமா, டார்லிங்?"

"எப்படி?"

"ஒரு தேவதை மாதிரி... ஜஸ்டு லைக் ஆன் ஏஞ்ஜல்!"

பரத் அவள் தோள்களை அழுந்தப் பிடித்து, எட்டித் தள்ளி நிறுத்தி, தீர்க்கமாய் பார்த்தான். பின் சடக்கென்று இழுத்து அணைத்துக்கொண்டான்.

"ஷ்யாம் வீட்டுல சும்மா பேருக்கு அரைமணி இருந்துட்டுப் புறப்பட்டுடணும், மோஹனா... ஓகே?"

"எங்க?"

"இன்னிக்கு பௌர்ணமி, ஞாபகமிருக்கா? முழு நிலாவுல மகாபலிபுரத்தைப் பாக்கணும்... அழகு அள்ளிண்டுபோகும்! உன்னை மாதிரியே! நாம என்ன பண்ணலாம்... ஒம்பது மணி சுமாருக்கு ஷ்யாம் வீட்டுலேந்து கிளம்பிடலாம்... பத்து மணிக்குள்ள மகாபலிபுரம் போயிடலாம்... அங்க கொஞ்ச நாழி பீச்சுல இருந்துட்டு, அப்பறமா வரலாம். நிலா வெளிச்சத்துல மணலும் சிற்பங்களும் வெள்ளி மாதிரி தகதகனு மின்னும்... கூட நீ... ஆ, அவ்வளவுதான்! ஐயா இப்பவே அவுட்!"

கார் ஷ்யாமின் வீட்டை அடைந்தபோது, ஏழெட்டு வண்டிகள் தோட்டத்தில் நின்றிருந்தன. வண்ண விளக்குகளும் மெல்லிய த்வனியில் ஆங்கிலப் பாட்டுமாய், லான் அமர்க்களப்பட்டுக் கொண்டிருந்தது.

இறங்கி நாலடி வைப்பதற்குள் வயிற்றில் பட்டாம்பூச்சிகள் பறப்பதை மோஹனாவால் உணர முடிந்தது.

கள்ளப் பார்வையும் நமட்டுச் சிரிப்புமாய் ஷ்யாம் பேச்சுக்கொடுத்தால், என்ன செய்வது?

உன் ரகசியத்தை அம்பலமாக்கட்டுமா என்ற மதர்ப்புடன் நடந்துகொண்டால் என்ன பண்ணுவது?

இல்லை... மோஹனா தப்புக்கணக்குப் போட்டுவிட்டாள்.

"ஹலோ... குட் ஈவ்னிங்!"

உரக்கக் குரல்கொடுத்த ஷ்யாமின் முகத்தில், கள்ளம் இல்லை, கபடு இல்லை. வெகுளித்தனம் இருந்தது. நிறைய சந்தோஷம் இருந்தது.

இவர்கள் லானில் காலடி எடுத்து வைத்ததுமே, ஒரு கையை உயர்த்தி, "லேடீஸ் அண்ட் ஜென்டில்மென்..." என்று குரலெழுப்பியவன், மற்றவர்களின் கவனத்தைத் தன் பக்கம் திருப்பினான்.

"மீட் மிஸ்டர் அண்ட் மிஸஸ் பரத்... அவர் சீஃப் கெஸ்ட் பார் தி ஈவ்னிங்!" அங்குமிங்குமாய் பத்துப் பன்னிரண்டு ஆண்கள், நாலைந்து பெண்கள்... திரும்பியவர்கள், மோஹனாவைப் பார்த்து வியந்துபோனது தெளிவானது.

"மிஸஸ் பரத்தா? கல்யாணம் எப்ப நடந்தது, பரத்?"

"என்ன பரத், இப்படி திடும்னு! முன்னால சொன்னா என்னவாம்?"

"பூ, ஸோ அண்ட் ஸோ! இத்தனை அழகான பொண்ணை கல்யாணுத்துக்கு முன்னால எங்ககிட்ட காட்டாம ஒளிச்சா வெச்சிருந்தே?"

பரத் மறுமுறை திருமணம் பண்ணிக்கொண்ட சேதி வெளியில் இன்னும் பரவவில்லையாதலாலும், 'உங்களுக்கெல்லாம் ஓர் ஆச்சர்யம் தரப்போகிறேன்' என்று சொல்லி ஷயாம் நண்பர்களை விருந்துக்கு அழைத்திருந்ததாலும்... கூடியிருந்த அத்தனை பேரும் திகைத்துதான் போனார்கள்.

"மோஹனா... இது அஸ்வத், இது ராகவன், திஸ் ஈஸ் சாரதா அண்ட் குமார்..."

"ஹலோ..."

"மதன், இங்க வா... அப்பறம் என் பொண்டாட்டிக்கு உன்னை அறிமுகப்படுத்தலேன்னு கத்தாதே..."

"ஹலோ, மோஹனா... கங்க்ராட்ஸ்! டேய், லக்கி பாய்... எங்கேயிருந்துடா இத்தனை அழகைப் பிடிச்சே!"

அறிமுகங்கள்... தொடர்ந்து பாராட்டுக்கள்.

ஷயாம் கையில் கண்ணாடிக் கோப்பைகளுடன் வந்தான். பரத்திடம் ஒன்றை நீட்டிவிட்டு, மற்றதை மோஹனாவிடம் கொடுத்தபோது, அவள் சின்னதாய் தலையாட்டி மறுத்தாள்.

"நோ? ஏன், மோஹனா? இது ஷாம்பெயின்... உங்க கல்யாணத்தைக் கொண்டாடணும்னு ஸ்பெஷலாய் வாங்கியிருக்கேன்..."

"வேண்டாம், மிஸ்டர் ஷயாம்... நா குடிக்கறதில்லே..."

கண்ணை விரித்து நிஜமாகவா என்பதுபோல ஷயாம் பார்த்தான். அப்பறம், சற்றுத் தள்ளி நின்ற பரத்திடம் புகார் செய்தான்.

"என்னப்பா இது? மோஹனா ஷாம்பெயினை வேண்டாம்னு சொல்றா?"

"எடுத்துக்கோ, டார்லிங்... பி எ ஸ்போர்ட்!"

"இல்லே, பரத்... எனக்கு வேண்டாம்... ப்ளீஸ்..."

ஷயாம் உதவிக்குத் தன் மனைவி ப்ரீதியை அழைத்தான்.

"ப்ரீதி... வந்து இவங்களை ஒரு கிளாஸ் எடுத்துக்கச் சொல்லு..."

"கமான், மோஹனா... நா எடுத்திட்டிருக்கேன், பாருங்க... டோஸ்ட் பண்ண வேணாமா?"

இப்படி நாலு பேராய்ச் சேர்ந்து வற்புறுத்தியது மோஹனாவுக்கு வேதனையாய் இருந்தது.

"ப்ளீஸ்... நோ... எனக்கு ஆரஞ்ச் ஜூஸ் குடுங்களேன், ப்ளீஸ்..."

பரத் முகத்தை என்ன இது என்று சுணுக்க, ஏமாற்றத்துடன் ஷ்யாம் உதட்டைப் பிதுக்க, ப்ரீதி ஆரஞ்சு ஜூஸ் கொண்டுவந்து கொடுத்தாள்.

பரத்-மோஹனாவின் சந்தோஷமான மண வாழ்க்கைக்காக ஷாம்பெயின் கோப்பைகளை ஒன்றோடு ஒன்று மோதி நண்பர்கள் வாழ்த்தினார்கள்.

மணி ஒன்பதரை ஆகும்போது பரத் எங்கே என்று மோஹனா தேடிப்பார்க்க வேண்டியிருந்தது.

நாலு நண்பர்கள் நடுவில் கையை ஆட்டி ஆட்டிப் பேசிக்கொண்டிருந்தவன், இவளைக் கண்டதும் 'ஹாய்' என்றான்.

பரத் மூன்று 'பெக்'காவது குடித்திருக்க வேண்டும். கண்களில் லேசான செவ்வரி... ஜலதோஷம் வந்த மாதிரி கொண கொணத்த மூக்கு...

"போலாமா?" மோஹனா கிசுகிசுத்தாள்.

"இப்பவா? அதுக்குள்ள என்ன அவசரம், டார்லிங்?"

மோஹனா பதில் சொல்லவில்லை.

'அரை மணி இருக்கலாம், அப்பறம் மகாபலிபுரம் போகலாம், வெள்ளி மாதிரி பீச்சும் சிற்பமும் தகதகப்பதைப் பார்க்கலாம் என்று சொன்னீர்களே?' என்றெல்லாம் கேட்கவில்லை.

நகர்ந்து போய் ப்ரீதியிடம் உட்கார்ந்து கொண்டாள்.

சில நிமிஷங்களில் ஷ்யாமும் அஸ்வத்தும் அவர்களுடன் சேர்ந்து கொண்டார்கள்.

சாப்பிட்டு முடித்து வீட்டுக்குக் கிளம்ப காரில் அமர்ந்தபோது மோஹனாவின் வாட்ச், மணி ஒன்று என்றது.

பரத் இத்தனை குடிப்பான், இத்தனை போதையுடன் இருப்பான் என்று மோஹனா எதிர்பார்க்கவில்லை.

"ஓட்ட முடியுமா, பரத்?" என்றாள் மெள்ள.

"அஃப்கோர்ஸ்! என்ன அப்படிக் கேட்டுட்டுடே?" தான் சொன்னதை நிரூபிக்கும் தினுசில், பரத் காரை சப்தத்தோடு கிளப்பி வேகமாய் விரட்டினான்.

மௌண்ட் ரோடு வெறிச்சிட்டிருந்தது.

"ஆமா... இன்னிக்கு ஏன் ட்ரிங்க் எடுத்துக்க மாட்டேன்னுட்டே?"

"இதுல ஃபஸ் என்ன, பரத்? ட்ரிங்க் எடுத்துண்டு எனக்குப் பழக்கமில்லே, அவ்வளவுதான்..."

"பழக்கம் இல்லியா? நம்பச் சொல்றியா? டெல்லில குடிக்காமயா இருந்திருப்பே? சரி, விடு... நா சொன்னதுக்காகவாவது ஒரு ஸிப் எடுத்துண்டிருக்கலாம்... நளினின்னா நா சொன்னதைக் கேட்டிருப்பா... இப்படி ஃபஸ் பண்ண மாட்டா!"

இப்போது டெல்லி வாழ்க்கையைப்பற்றி ஏன் பேச்செடுக்க வேண்டும்? அனாவசியமாய் நளினியோடு ஏன் ஒப்பிட வேண்டும்?

சுர்ரென்று கோபம் எழுந்ததை மோஹனா சிரமப்பட்டு அடக்கிக்கொண்டாள்.

"நா பாட்டுக்கு பேசிண்டேயிருக்கேன், நீ சும்மா இருந்தா என்ன அர்த்தம்?"

"....."

"இனிமே இந்த மாதிரி மெல்லிசு புடவை கட்டிக்காதே... எனக்குப் பிடிக்கலை! ஷ்யாமும் மத்தவாளும் உன்னை முறைச்சு முறைச்சுப் பாத்தா! என்ன?"

இனியும் மோஹனாவால் சும்மா இருக்க முடியவில்லை. "நீங்கதானே பரத், என்னை ஷிஃபான் ஜார்ஜெட் எல்லாம் கட்டிக்கச் சொன்னேள்?"

"ஆமா, சொன்னேன்... எப்போ? நீயும் நானும் தனியா இருக்கறப்போ! இந்த மாதிரி கும்பல்ல இல்ல!"

வீடு வந்துவிட்டது. போர்ட்டிகோவில் வண்டியை நிறுத்திவிட்டு, உள்ளேபோய் மாடிப் படிகளில் ஏறும்போது மோஹனாவை அணைக்க பரத் கையை நீட்டினான்.

நீட்டிய கைக்குள் அகப்படாமல் மோஹனா தள்ளிப்போனது, அவனுக்கு ஆத்திரத்தைக் கிளப்பியிருக்க வேண்டும்.

ஒருவித முரட்டுத்தனத்துடன் எட்டி மோஹனாவை நிறுத்தினான்.

"ஷ்யாமுக்கு உன்னைப் பத்தின எல்லா விவரமும் தெரியும்னு சொல்லியிருந்தேனே... அப்பறம் அவன்கிட்ட சிரிச்சுச்சிரிச்சு அத்தனை நாழி ஏன் பேசினே? ம்? உன்னைப்பத்தி அவன் என்ன நினைப்பான்?"

தெளிவில்லாமல் எதையோ மனசில் வைத்துக்கொண்டு எதையோ பேசும் கணவனை மோஹனா நிமிர்ந்து பார்த்தாள்.

இத்தனை கேவலமாய் எண்ணுவதும் பேசுவதும், பரத்துக்கு சாத்தியமா என்ன?

வேகமாய்த் திரும்பி மாடிப்படிகளில் ஏறும்போது, தன் மனசும் கண்களும் விறைத்துப்போகத் தொடங்குவதை மோஹனாவால் உணர முடிந்தது.

அத்தியாயம்

20

சக்ரவர்த்தி அண்ட் அஸோஸியேட்ஸில் கிரிதர் பிற்பகல் மூன்று மணிக்கு நுழைந்தபோது, மோஹனா ஒரு டெலக்ஸ் செய்தியை அகமதாபாத் கிளைக்கு அனுப்ப வேண்டிய அவசரத்தில் இருந்தாள்.

டெலக்ஸ் ஆபரேட்டர் அன்றைக்கு லீவு. அதனால் அவளே போக வேண்டிய நிர்ப்பந்தம்.

திறந்திருந்த மேஜை டிராயரைப் பூட்டி சாவியை கைப்பையில் போட்டவள், "ஐயா கூப்பிட்டா நா டெலக்ஸ் ரூம்ல இருக்கேன்னு சொல்லு..." என்று ப்யூனிடம் கூறிவிட்டு எழுந்து செய்தி அடங்கின காகிதத்தோடு உள்பக்கம் சென்றாள்.

ஆபீஸினுள் புகுந்து சற்றே தள்ளியிருந்த பெண்மணியைக் காணநேர்ந்த கிரிதருக்குத் தூக்கிவாரிப்போட்டது.

மோனாவா? அது மோனாவா? இங்கா? எப்படி?

மோஹனா எழுந்ததையும், மேஜையைப் பூட்டினதையும், விறுவிறுவென்று உள்ளே போனதையும் பின்னாலிருந்து பார்த்த கிரிதருக்கு, அவள் இங்கு வேலை பார்ப்பவள் என்பது புரிந்தது.

புருவங்கள் முடிச்சு முடிச்சாய் சுருங்க நின்றவன், மோஹனா உட்பக்கம் போய்விடவே, அவள் டேபிளிடம் வந்து நின்றான்.

"யாருங்க? யாரைப் பாக்கணும்?"

இவனிடம் கேட்கலாமா? அது மோனாதானே என்று இவனிடம் கேட்கலாமா?

வேண்டாமென்று தீர்மானித்த கிரிதர், தன் பர்ஸிலிருந்து விசிட்டிங் கார்டை எடுத்து நீட்டி, "பரத் இருக்காரா? நா அவரைப் பாக்கணும்..." என்றான்.

"அப்பாயிண்ட்மென்ட் இருக்குங்களா?"

"ம்ஹூம்... இல்லே..."

"அப்ப இப்படி உக்காருங்க... அம்மா வந்துடுவாங்க..."

"நா அவரோட சினேகிதன்ப்பா... ரெண்டு நிமிஷம் சும்மா பாத்துட்டுப் போக வந்திருக்கேன்..."

ப்யூன் கொஞ்சம் நிதானித்தான். அப்புறம், கார்டுடன் பரத் அறைக்குள் போனான்.

திரும்பி வந்தவன், "ஐயா கூப்பிடறாரு... போங்க..." என்றான்.

அறைக்குள் நுழைந்த கிரிதரை, "என்ன ஆச்சர்யம்! வா... வா..." என்று வரவேற்ற பரத்தின் குரலில், நண்பனைக் கண்ட மகிழ்ச்சி இருந்தது.

"உக்காரு..."

உட்கார்ந்தான்.

"டெல்லிலேந்து எப்ப வந்தே?"

"நேத்து, பரத்..."

"நேத்து வந்தவனா இப்ப சாவகாசமா வரே? ஒரு போன் பண்ணக்கூடாது? எப்ப திரும்பி ஊருக்கு? வழக்கம்போல கால்ல வெந்நீரைக் கொட்டிண்டுதானே வந்திருக்கே?"

பரத்தும் கிரிதரும் லா காலேஜில் ஒன்றாகப் படித்தவர்கள். இவன் லா முடித்ததும் சி.ஏ. செய்தான்... அவன் எம்.பி.ஏ. முடித்துவிட்டு டெல்லி கம்பெனி ஒன்றில் கன்ஸல்டண்டாகச் சேர்ந்தான்.

இவன் அங்கு போகும்போதும், அவன் இங்கு வரும்போதும், மறக்காமல் பார்த்துக் கொள்ளுமளவுக்கு சினேகிதம் நீடிக்கிறது.

"இல்லே... வழக்கம்போல அவசரம் இல்லே! எனக்கு மெட்ராஸுக்கு மாத்தலாயிகுத்து... நேத்திக்குதான் இங்க ஜி.எம். மா ஜாயின் பண்ணினேன்..."

"அடி சக்கை... ஜி.எம்.மா! அப்போ ட்ரீட் பெரிசா வாங்கிட வேண்டியதுதான்! என்ன?"

"குடுத்தாப்போச்சு!" கிரிதர் சிரித்தான். அப்புறம், "ஸந்த்யா எல்லாம் எப்படியிருக்கா? நீ எப்படியிருக்கே?" என்றதும்தான், தனக்குக் கல்யாணமான விஷயம் இவனுக்கு இன்னும் தெரியாது என்பது ஞாபகத்துக்கு வர, பரத், "உன்கிட்ட ஒரு சமாச்சாரம் சொல்லணும்..." என்றான்.

"நாங்கூட உன்கிட்ட ஒரு விஷயம் கேக்கணும்..." என்றான் கிரிதர் பதிலுக்கு.

அட! இவனுக்குத் தெரியுமா? ஏண்டா என்னிடம் சொல்லலை என்று ஸ்வாதீனத்தோடு சண்டை போடப்போகிறானோ? யார் சொல்லியிருப்பார்கள்? சின்ன சிரிப்பில் உதடுகள் விரிய, "கேளு..." என்றான் பரத்.

எப்படிக் கேட்பது என்று அரைக்கணம் சங்கடப்பட்ட கிரிதர், "முன்ஹால்ல இருக்கறது யாரு, பரத்? அவ பேரு மோனாதானே?" என்றான் மெதுவாய். பரத்தின் சிரிப்பு பட்டென்று மறைந்துபோனது.

மோனாவா?

மோஹனா என்று சொல்லாமல் மோனா என்கிறானே... அப்படியென்றால்?

பரத்தின் திகைப்பு கிரிதருக்குப் புதுசாய் இருந்தது.

"என்ன, பரத்? அது மோனா இல்லியா? நா தப்பாக் கேட்டுட்டேனா?"

"ம்?"

"டெல்லில எனக்கு மோனான்னு ஒரு பொண்ணைத் தெரியும்... இவ அவ மாதிரியே இருந்ததால, அவதானாக்கும்னு நினைச்சிண்டுட்டேன்... தப்பா நினைச்சுட்டேன் போலருக்கு..."

கிரிதர் தன் முகத்தைப் பார்க்காமல் இருக்க வேண்டி பரத் சட்டென்று திரும்பி நின்று கொண்டான். ஃபைல் அலமாரியில் ஏதோ தேடுகிற பாவனையைச் செய்தான்.

தனக்குத்தானே யோசித்த கிரிதர் ஒருதினுசாய்ச் சிரித்தான். "அந்த மோனாவை நா பாத்து ஒரு வருஷத்துக்கும் மேலயே ஆயிடுத்து... அதான் ஒரு நிமிஷம் திகைச்சுப்போயிட்டேன்!"

கிரிதர் ஒரு கட்டை பிரம்மச்சாரி. கல்யாணம் என்கிற விலங்கைப் பூட்டிக் கொள்ளாமல், மனசுக்குப் பிடித்த விதத்தில் வாழ்க்கை நடத்துபவன்.

ஃபைல் ஒன்றை எடுத்த பரத்தின் விரல்கள் நடுங்கின. உள்ளங்கையில் வியர்வை ஊறியது.

கிரிதருக்கு மோஹனாவைத் தெரியும்... நிச்சயமாய்த் தெரியும். மோனாவாக அவள் இருந்த நாட்களில் அவளோடு பழகியிருக்கிறான்...

என் சினேகிதன் கிரிதர், என் மனைவி ஒரு கால் கேர்லாக இருந்தபோது அவளோடு தொடர்பு வைத்திருக்கிறான்...

கடவுளே!

இப்போது என்ன பண்ணுவது?

இவனிடம் என்ன சொல்ல வேண்டும்?

எந்த முகத்தோடு இவனை நிமிர்ந்து என்னால் பார்க்க முடியும்? தொண்டை உலர்ந்துபோனது.

நாற்காலியில் தொப்பென்று உட்கார்ந்து, இரண்டு கைகளாலும் தலையைத் தாங்கிப் பிடித்துக்கொண்டான்.

"ஹேய், பரத்... என்ன விஷயம்? ஏன் என்னவோ மாதிரி இருக்கே? பரத்..."

அவசரமாய் எழுந்து பரத்திடம் கிரிதர் தாவிய நிமிஷத்தில், அகமதாபாத்துக்கு அனுப்பிய டெலக்ஸ் செய்தியை பரத்துக்குக் காண்பிப்பதற்காக மோஹனா உள்ளே வந்தாள்.

அறைக்குள் கிரிதர் போயிருப்பதை ப்யூன் அவளிடம் சொல்லவில்லையாதலால், "பரத்..." என்று அழைத்துக்கொண்டே கதவைத் திறந்தவள், உள்ளே இன்னொரு நபர் முதுகைக் காட்டிக்கொண்டு நிற்பதைப் பார்த்து அப்படியே நின்றாள்.

மோஹனாவின் குரல் கேட்டு கிரிதர் திரும்பினான். பரத் தலையைத் தூக்கினான்.

கிரிதரைப் பார்த்த மோஹனா அதிர்ந்து போனாள்.

கிரியா? இங்கா?

தொய்ந்துபோன கால்களுக்கு பலம் கொடுக்கும் தினுசில் கதவை இறுகப் பிடித்துக் கொண்டாள்.

பரத் கிரிதரைப் பார்த்தான். மிகமிக மெல்லிய குரலில், "கிரிதர்... மீட் மை வொய்ஃப் மோஹனா..." என்று அவனிடம் சொல்லிவிட்டு, "மோஹனா... இது..." என்றவன், மேலே எதுவும் சொல்லாமல், உனக்குத்தான் தெரியுமே என்கிற மாதிரி பேசாமல் இருந்துவிட்டான்.

மோனா, பரத்தின் மனைவியா?

நிஜமாகவா? இல்லை, பரத் விளையாடுகிறானா? பரத்-மோஹனா இருவரையும் மாறிமாறிப் பார்த்த கிரிதருக்கு, இது விளையாட்டில்லை என்பது புரிந்தது.

தன்னைப் பற்றிய உண்மையை பரத்துக்கு மோஹனா சொல்லிவிட்டாளா? அதுதான், நான் அவளைத் தெரியும் என்றதும் பரத் ஆடிப்போனானா?

அடுத்து என்ன பேச வேண்டும், என்ன செய்ய வேண்டும் என்பது புரியாதது போல கிரிதர் பேந்தப்பேந்த விழித்தான்.

முதலில் சமாளித்துக்கொண்டது மோஹனாதான். "ஹலோ..." என்றாள். "நா அப்பறமா வரேன்..." என்றாள். திரும்பிக் கதவை சாத்திக்கொண்டு வெளியே போய்விட்டாள்.

மோஹனா ஒரே ஒரு நிமிஷம் மட்டும் பதட்டப்பட்டதையும், உடனுக்குடன் தன்னைச் சமாளித்துக்கொண்டதையும் பார்த்த பரத்துக்கு ஆச்சர்யம் எழுந்தது. இது இவளுக்கு எப்படி சாத்தியமாகிறது?

தாலி கட்டின கணவன் முன் இப்படியொரு சந்திப்பு நிகழலாமா என்ற பயம், துடிப்பு இல்லாமல் இருப்பது, இவளுக்கு எப்படி சாத்தியமாகிறது?

டெல்லியில் வாழ்ந்த காலத்தில், அடிக்கடி தெரிந்தவர்களைப் பொது இடங்களில் பார்க்க நேர்ந்து, சமாளித்துப் பழகிய அனுபவமா?

எப்படி?

கிரிதர் மெதுவாய் நடந்து பரத்திடம் வந்தான்.

"ஐ'ம் ஸாரி..." என்றான். "கங்க்ராட்ஸ், பரத்... உன் பெரிய மனசு யாருக்கும் வராது... கீப் இட் அப்!" என்றான். "நா வரேன்... வீணா எதையும் நினைச்சு அவஸ்தைப்படாதே..."

மேற்கொண்டு என்ன பேசுவது என்று தெரியாத வேதனையுடன் அறையைவிட்டு வெளியேறினான்.

பரத்துக்கு எழுந்திருக்கக்கூடத் தோன்றவில்லை. கிரிதரை அழைத்து இந்த உண்மையை யாருக்கும் சொல்லாதே என்று சொல்ல வேண்டுமா? சத்தியம் வாங்கிக்கொள்ள வேண்டுமா?

எதையும் நினைத்து அவஸ்தைப்படாதே என்றானே, என்ன அர்த்தம்? யாரிடமும் சொல்லமாட்டேன் என்றுதானே?

கிரிதர் வார்த்தையைக் காப்பாற்றுவானா? வேண்டுமென்றே இல்லாவிட்டாலும், எப்போதாவது, ஏதாவது சூழ்நிலையில், இப்போது என்னிடம் உளறினானே, அப்படி யாரிடமாவது போட்டு உடைத்துவிட்டால்?

ரமணனுக்கு கிரிதரைத் தெரியுமோ?

இந்த ஆபீஸில் வேறு யாருக்காவது தெரியுமோ?

என் வெளி நண்பர்களில் யாருக்கு கிரிதர் சினேகம்?

ஒரு பெரிய கம்பெனியின் ஜி.எம். என்ற முறையில், க்ளப், இங்கே அங்கே என்று போவான்... நாலு பெரிய மனிதர்களைப் பார்ப்பான்... எனக்குத் தெரிந்தவர்கள் யாராவது இருக்க நேர்ந்து, ட்ரிங்க் அது இது என்று ஏதாவது உள்ளே போக நேர்ந்து, பேசிவிட்டால்...?

ஏன் நடக்காது?

பரத்தால் பொருந்தி உட்கார முடியவில்லை. எழுந்து வெளியில் வந்தான்.

மோஹனா சீட்டில் இல்லை. "அம்மா இந்த சீட்டைக் குடுத்திட்டு, 'ஐயா வேலயா இருக்காரு, டிஸ்டர்ப் பண்ணாதே... வெளிய வந்தா குடு'னு இப்பத்தான் போனாங்க..." என்றான் ப்யூன்.

'நான் வீட்டுக்குப் போகிறேன் – மோஹனா'.

ஆபீஸில் நான் எதையாவது ரசாபாசமாய் கேட்டுவிடுவேனோ என்ற பயத்தில் வீட்டுக்குப் போய்விட்டாளா?

மீண்டும் அறைக்குள் வந்து பரத் உட்கார்ந்துகொண்டான். தலை பாரமாக இருந்தது. சுழல் நாற்காலியில் சாய்ந்துகொண்டு கண்களை மூடிக்கொண்டான்.

என்ன பண்ண வேண்டும்?

இன்றைக்கு கிரிதர்... நாளைக்கு இன்னும் யார் யாரோ! ஆபீஸில் என்னைப் பார்க்க வருகிறவர்களில் எத்தனை

பேர்களுக்கு இவளை, இவள் மோனா என்பதை, இவள் டெல்லி வாழ்க்கையைத் தெரிந்திருக்கும்?

கிரிதர் வேண்டுமானால் ஜென்டில்மேனாய் யாரிடமும் சொல்லாமல் இருக்கலாம்...

ஆனால், இனி அடுத்து யாரேனும் தெரிந்தவர் வந்தால், இதை ஒரு வம்பாக டாம்டாம் அடிக்கமாட்டார்கள் என்பது என்ன நிச்சயம்?

இப்போது நான் என்ன பண்ண வேண்டும்?

மோஹனா பற்றிய உண்மையை நான் தெரிந்துகொண்டுதான் அவளை மணந்தேன்... ஒப்புக்கொள்கிறேன்.

அதற்காக... அதற்காக...

பத்து பேர் மதிக்கும் ஆபீஸில், என்னைப் பார்க்க வருகிறவர்கள் கண்ணோட்டத்தில் நான் ஏன் தாழ்ந்து போக வேண்டும்? இரவு எட்டு மணி சுமாருக்கு வீட்டுக்குப் புறப்பட்ட பரத், ஒரு முடிவுக்கு வந்திருந்தான்.

இவன் வீட்டில் நுழையும்போது, மோஹனா கூடத்தில் அம்மா, ஸந்த்யாவோடு இருந்தாள்.

நிமிர்ந்து அவளைப் பார்த்தவனுக்கு, அந்த முகத்தில் தெரிந்த தெளிவு அசரச் செய்வதாய் இருந்தது.

இரவு அவனால் சாப்பிட முடியவில்லை.

மனசின் பதட்டம் அப்படியே இருந்தது.

வழக்கம்போல ஸந்த்யாவைக் கதை சொல்லித் தூங்கப் பண்ணிவிட்டு, எதுவுமே நடக்காத மாதிரி படுக்க வந்தவளை, பரத் ஒரு நிமிஷம் முழுசாய்ப் பார்த்தான்.

அப்புறம் நிதானமாய், "நீ இனிமே வேலைக்கு வரவேண்டாம், மோஹனா... வீட்டுல அம்மாவுக்கு உதவியா இரு... நா ரமண்கிட்ட பேசிக்கறேன்... என்ன?" என்றான்.

✳——✳

அத்தியாயம்

21

கிரியை பரத்தின் அறையில் பார்த்த நிமிஷத்தில் மோஹனா அதிர்ந்துபோனது நிஜம்தான்.

கிரியா?

மென்மையாய் பார்த்து, அதைவிட மென்மையாய் சிரித்து, மிகமிக மென்மையாய் 'மோ...னா...' என்ற இழுத்து அழைக்கும் கிரியா?

உமர்கயாமின் கவிதைகளை, தாகூரின் பாடல்களை, ஜே. கிருஷ்ணுமூர்த்தியின் சம்பாஷணைகளை, சின்னக் குரலில் இரவின் ஓட்டத்தில் படித்துக்காட்டிய கிரியா?

அந்த கிரியா!

கிரி ஒரு வித்தியாசமான ஆள். கல்யாணம், சடங்குகள், குடும்பம் என்பதில் நம்பிக்கை இல்லாதவன். மனசுக்குப் பிடித்ததைச் செய்யத் தயங்காதவன். அதே சமயம், மனசுக்குப் பிடிக்காததை எவ்வளவு நிர்ப்பந்தம் செய்தாலும் செய்ய மறுப்பவன்.

சாதாரணமாக 'கால் கேர்ல்'களிடம் வரும் ஆண்களிடம் இருக்கும் தவிப்பு, அவசரம், முரட்டுத்தனம், கிரியிடம் இருந்ததில்லை.

மோஹனாவை நல்ல கச்சேரிக்கு அழைத்துப் போயிருக்கிறான். மணிக்கணக்கில் ஜே.கே. பற்றி அவளோடு பேசியிருக்கிறான். மிகுந்த மரியாதையோடு நடத்தியிருக்கிறான்.

கம்பெனியில் வெளிநாடுகளுக்கு அனுப்பப்போகிறார்கள் என்று சொல்லிப் போனவனை, திரும்ப இப்போது சென்னையில் பரத்தின் அறையில்தான் மோஹனா பார்க்கிறாள்.

அந்த கிரியா?

பரத்துக்கு அவனைத் தெரியுமா?

மோஹனா அதிர்ந்து, சிந்தித்துத் தெளிவதற்குள் பரத், 'மோஹனா, இது...' என்று சொல்லி, உனக்குத்தான் தெரியுமே, நான் ஏன் அறிமுகம் செய்ய வேண்டும் என்ற தினுசில் நிறுத்தவும், மோஹனாவுக்கு நிலைமை புரிந்து போயிற்று.

பரத்துக்குத் தெரிந்துவிட்டது!

'நா அப்பறம் வரேன்...' என்று சொல்லி வெளியில் வந்தவள், நேரே பாத்ரூமுக்குள் சென்று கதவைத் தாளிட்டாள்.

கதவின் மேல் சாய்ந்து கண்களை மூடிக்கொண்டவளுக்கு, இதயத்தில் பறவைகள் படபடப்பது புரிந்தது.

கிரி, பரத்திடம் என்ன சொன்னான்?

ஏன் பரத் முகம் அப்படி வெளுத்திருந்தது?

அந்த முகமும் பார்வையும்...

கடவுளே! என்ன சொல்லி அவரைச் சமாதானப்படுத்துவேன்?

சின்னதாய் வெடித்த விம்மலை மோஹனா கஷ்டப்பட்டு அடக்கிக்கொண்டாள்.

பேஸினுக்குச் சென்று குளிர்ந்த நீரால் கண்களைக் கழுவி கண்ணீரைக் கட்டுப்படுத்த முயற்சித்தாள்.

இப்போது என்ன நடந்துவிட்டது? பரத்திடமிருந்து நான் உண்மையை மறைத்திருந்தால் அல்லவா இப்படி அவஸ்தைப்பட வேண்டும்?

இல்லையே!

அவரிடமிருந்து நான் எதையுமே மறைக்கவில்லை.

அப்புறம் எதற்கு பயம்? எதற்குப் படபடப்பு?

பரத் சரியாய் புரிந்து கொள்வார். எதிர்பாராமல் கிரி அந்தரங்கமான விஷயத்தைப்பற்றிப் பேசிவிட்டால், அவர் அடிபட்டுப் போயிருக்க வேண்டும். கொஞ்சம் நிதானித்தால், எனக்குத் தெரிந்த சமாச்சாரம்தானே என்று தேற்றிக்கொண்டு விடுவார்.

சில நிமிஷங்களில் நன்றாய் தன்னை ஆஸ்வாசப் படுத்திக்கொண்ட மோஹனா, வெளியில் வந்தாள்.

கிரி பரத்துடன் வெளியில் வரும்போது, அவர்கள் கண்களில் படாமல் இருந்தால் தேவலை என்று தோன்ற, ஒரு சீட்டில், 'நான் வீட்டுக்குப் போகிறேன்' என்று எழுதி ப்யூனிடம் கொடுத்தவள், டாக்ஸி பிடித்து வீட்டுக்கு வந்துவிட்டாள்.

தனியாய் டாக்ஸியில் வந்து இறங்கிய மருமகளைக் கண்டு ஜெயம்மாவுக்கு ஆச்சர்யம்.

"என்னம்மா, தனியா வரே? அதுவும் இத்தனை சுருக்க? பரத் எங்க?"

"அவருக்கு ஒரு மீட்டிங் இருக்கும்மா... எனக்கு வேலை ஒண்ணும் இல்லே... கொட்டுக்கொட்டுனு அங்க உக்கார்றதுக்கு பதிலா, ஆத்துல ஸந்த்யாவோட இருக்கலாமென்னு வந்துட்டேன்!"

ஸந்த்யாவுக்கு டிரெஸ் பண்ணி, அவளோடு வெளியே நடந்துவிட்டு வந்தபோதுகூடத் தெளிவாய் இருந்தவளுக்கு, ஏழு மணி அடித்த பின்னும் பரத் வராதபோதுதான், என்ன இது என்று அடிமனசில் பிறாண்டத் தொடங்கியது.

எட்டு மணிக்கு பரத் வந்தான்.

அந்த முகமும் அந்தப் பார்வையும்...

ஓ! அடிபட்ட வலி இன்னும் இவருக்குக் குறையவில்லையா? "ஏம்பா... பசி இல்லையா? ஒண்ணுமே சாப்பிடலையே?" என்று, சாப்பாட்டு நேரத்தில் ஜெயம்மா கேட்டதற்கு, பரத் பதில் ஏதும்

சொல்லவில்லை. ஸந்த்யாவைத் தூங்கவைத்த நாழிகையில், இருட்டில் பால்கனியில் உட்கார்ந்திருந்தவன், குழந்தை தூங்கின பிறகு உள்ளே வந்தான்.

ஒரு தரம் மோஹனாவை ஏறிட்டுப் பார்த்துவிட்டு, மெதுவாக, "நீ இனிமே வேலைக்கு வரவேண்டாம்..." என்றான்.

வேலைக்கு வரவேண்டாமா?

ஏன்?

இப்படி திடுமென்று வேலையை விட்டுவிடுமளவுக்கு இப்போது என்ன நடந்துவிட்டது?

படுக்கையில் உட்கார்ந்தவள், "ஏன், பரத்... என்ன காரணம்?" என்றாள், மெல்ல.

உனக்குத் தெரியாதா, இது என்ன கேள்வி என்று கேட்கிற மாதிரி பரத் பார்த்தானே ஒழிய, ஏதும் பேசவில்லை.

பயந்து சாவதால் ஆகப்போவது ஒன்றுமில்லை... மனசுக்குள் வைத்துப் பூட்டப்பூட்ட அத்தனையும் விஷமாகத்தான் மாறும். வெளிப்படையாய்க் கேட்க பரத் தயாராக இல்லாமல் இருக்கலாம்... ஆனால், அதற்காக நானும் பேசாமல் இருந்தால் எப்படி?

"நீங்க வருத்தப்படறபடி கிரி ஏதாவது சொன்னானா?"

கிரியா? கிரிதர் என்று நாங்களெல்லாம் அழைப்பவன், இவளுக்கு மட்டும் கிரியா?

அவ்வளவு நெருக்கமா?

"சொல்லுங்கோ, பரத்..."

"என்ன சொல்லணும்ங்கறே?"

"எல்லாம்தான்..."

"உன்னைத் தெரியும்னு கிரிதர் சொன்னான்..."

இதற்கா இப்படிக் கலைந்துபோயிருக்கிறார்?

"அவ்வளவுதானே, பரத்?"

"போறாதா?"

அவளைப் பார்க்கப் பிடிக்காத மாதிரி பரத் ஜன்னலுக்கு வெளியே வெறித்தான்.

மோஹனா எழுந்து வந்து பரத்தின் பக்கத்தில் உட்கார்ந்து, அவன் கையைப் பிடித்துக் கொண்டாள்.

"இதுக்கு இத்தனை அப்செட் ஆகணுமா, பரத்?" பரத் பதில் சொல்லாமல் தன் கையை விடுவித்துக்கொண்டான்.

"உங்களுக்கு ஏற்கனவே எல்லாம் தெரியும்தானே, பரத்? அப்பறம் எதுக்காக இத்தனை வேதனை? ம்?"

"ஓ, ஸ்டாப் இட், மோஹனா! என்னைக் கொஞ்சம் தனியா விட்டுடேன்! நீ நாளைலேந்து வேலைக்கு வரவேண்டாம்... அவ்வளவுதான்! வேற எதைப்பத்தியும் இப்ப பேச வேண்டாம்..."

பரத் எழுந்து பால்கனிக்குப் போனான். ஒரு நிமிஷம் தாமதித்துவிட்டு மோஹனா அவனைத் தொடர்ந்தாள்.

"திடீர்னு வேலைக்கு வரலைன்னா, ரமணன் என்ன விஷயம்னு கேக்கமாட்டாரா?"

"கேட்டா, நா சமாளிச்சுக்கறேன்."

"அம்மா கேட்டா?"

"அம்மாவையும்தான்!"

"என்ன காரணம் சொல்லப்போறேள்?"

"எனக்குப் பிடிக்கலைன்னு..."

"என்ன பிடிக்கலை, நா வேலைபாக்கறதா?"

"....."

"நிஜக்காரணம் அதுவா? இல்லே, எனக்கு ஏற்கனவே தெரிஞ்சவா, ஆபீஸ்ல என்னைப் பாத்துடக் கூடாதுங்கறதா?"

"....."

"கிரி என்னைத் தெரியும்னு சொன்னதால நீங்க இப்படி ஆடிப்போவேள்னு நா நினைக்கலை, பரத்... என்னோட வாழற நாள்ல எனக்குத் தெரிஞ்ச ஆண்கள் யாரையுமே சந்திக்காம இருக்க முடியும்னா நீங்க நினைச்சேள்?"

"....."

கையை நீட்டி கணவனைப் பின்பக்கமாக மோஹனா அணைத்துக்கொண்டாள்.

"உங்களுக்குப் பிடிக்கலைன்னா நா வேலைக்குப் போகலை... கொஞ்சம்கூட மனசு வருத்தம் இல்லாம சந்தோஷமா நின்னுடறேன்! ஆனா, நீங்க இத்தனை வேதனைப்படறது எதுக்காக, பரத்? ப்ளீஸ்... புரிஞ்சுக்கோங்கோ..."

மோஹனாவின் குரலும் வார்த்தைகளும் அவனை நெகிழ்த்தியிருக்க வேண்டும். பின்னால் இருந்தவளை முன்னுக்கு இழுத்து இறுக அணைத்துக்கொண்டான்.

"ப்ளீஸ், மோஹனா... எதையும் விளக்கமா பேசறதுக்கு எனக்கு இப்ப மனசில்ல... விட்டுடேன்! மேல எதையும் பேசாதயேன்!"

மோஹனா புரிந்துகொண்டு மௌனமானாள்.

மறுநாளிலிருந்து மோஹனா வேலைக்குச் செல்லவில்லை.

ரமணனிடமும் மற்றவர்களிடமும், 'மோஹனாவுக்கு ஜுரம்' என்று முதல் இரண்டு நாட்கள் சொன்னான். அப்புறம், 'அவளுக்கு வீட்டைக் கவனிச்சு, ஆபீஸ்லயும் வேலை பண்ண முடியலை... 'சின்னப் பொண்ணை அக்கடான்னு இருக்க விடாம இப்படித் தொந்தரவு பண்றியே'னு அம்மா கோச்சுக்கறா... நா என்ன பண்ணட்டும், சார்?" என்றான்.

ஆபீஸில் பழியை அம்மா தலையில் போட்டான்.

வீட்டில் அம்மாவிடம், "மோஹனாவுக்கு இஷ்டமில்லை..." என்றான். "சீனியர் திட்றார்ம்மா... பொண்டாட்டியை வீட்டோட

உக்காரவெச்சுப் பாத்துக்காம ஏன் இப்படி ஓட ஓட வேலை வாங்கறே?'னு திட்டறார்..."

ஆட்டைத் தூக்கி மாட்டில் போட்டான், மாட்டைத் தூக்கி ஆட்டில் போட்டான்.

எதையோ சொல்லி எப்படியோ சமாளித்துவிட்டான்.

ஆக, அந்த வாரம் முடிவதற்குள் மோஹனா இனி வேலைக்கு வரமாட்டாள் என்பதை அத்தனை பேர்களும் தெளிவாய்ப் புரிந்து கொண்டுவிட்டனர்.

வண்டி பணம் இருக்கிறது... விரலை அசைத்தால் ஓடிவர பட்டாளமாய் ஆட்கள் இருக்கின்றனர்... பரத்துக்கு இவள் வேலை பார்ப்பதில் அவ்வளவாய் விருப்பமில்லைபோலத் தோன்றுகிறது... அப்புறம், இடுப்பை ஒடித்து எதற்காக வேலை பண்ண வேண்டும்? என்று ஒட்டுமொத்தமாய் அனைவரும் நினைத்ததால், அதிகம் என்ன ஏது என்று துருவவில்லை.

ஸ்வாதீனத்தோடு விசாரித்தவர்களிடமும் மோஹனா வாயைத் திறக்கவில்லை.

"ஜூரம் தேவலையாம்மா?" என்று ரமணன் போனில் விசாரித்தபோதும்...

"பெரியம்மா வேலைக்குப்போய் எதுக்காக சிரமப்படணும்னு கேக்கறாங்களாமே?" என்று டைப்பிஸ்டு கேட்டபோதும்...

"உங்களை மாதிரி செக்ரட்டரி எங்க கிடைக்கப்போறா?" என்று ஆபீஸே வியந்தபோதும்...

"ஏன், மோஹனா?" என்று ஷ்யாம் வினவியபோதும்...

"ஏம்மா, உனக்கு வேலைபாக்கறது கஷ்டமாயிருக்குனு பரத் சொல்றானே! ரெண்டு மாசம் முன்னாலியே விட்டிருக்கலாமே... எதுக்கு சிரமப்பட்டே?" என்று ஜெயம்மாவும்...

இன்னும் மற்றவர்களும் கேட்டபோதும், எதுவும் சொல்லாமல் தன் சுபாவப்படி புன்னகைத்தாள். அவ்வளவுதான்.

விட்டுக்கொடுத்தல் இல்லாத வாழ்க்கை ஏது? கணவன்-மனைவி தாம்பத்தியம் என்றால், ஊடலும் சண்டையும் விட்டுக்கொடுத்தலும் இல்லாமல்போகாது என்ற ரீதியில், விவேகத்தோடு எதையும் எடுத்துக்கொள்ள மோஹனா முயன்றாலும், கிரியைச் சந்தித்ததையும், அதன் விளைவையும் பரத்தால் எளிதில் ஒதுக்க முடியவில்லை என்பதை, சம்பவம் நடந்த நாலாம் நாள் தெரிந்துகொண்டபோது, அவள் உடைந்துதான் போனாள்.

அன்று அவர்களுக்கு அஸ்வத் வீட்டில் திருமண நாள் டின்னர் இருந்தது.

"லேசாய் தலைவலிக்கிற மாதிரி இருக்கு... நா வரலை..." என்ற மோஹனாவை வற்புறுத்தாமல், தான் மட்டும் சென்று, இரவு பன்னிரண்டு மணி சுமாருக்கு வீடு திரும்பிய பரத், நல்ல போதையில் இருந்தான்.

தூங்கிக்கொண்டிருந்த மோஹனாவை உலுக்கி எழுப்பினான். முரட்டுத்தனமாய் நடந்து கொண்டான். அவள் இன்னும் அணைப்பில் இருக்கையிலேயே, "அந்த கிரியோட நீ எவ்வளவு நெருக்கமாப் பழகினே, மோஹனா?" என்று அடிக்குரலில் கேட்ட கணத்தில்தான், 'ச்சே, என்ன மனிதர் இவர்!' என்ற கசப்பும், அவசரப்பட்டுத் திருமணத்துக்குச் சம்மதித்து விட்டோமோ என்ற எண்ணமும், முதல் முறையாக மோஹனாவினுள் தோன்ற, அவள் உடைந்துபோனாள்.

அத்தியாயம்

22

படித்துக்கொண்டிருந்த புஸ்தகத்தில் புத்தி செல்லவில்லை என்பதை உணர்ந்து, மோஹனா அதை மூடி பக்கத்தில் வைத்தாள்.

எத்தனை நாழிகை படிப்பது?

தினம் ஒரு புஸ்தகம் என்ற கணக்கில் எத்தனை புஸ்தகங்களை முடிப்பது?

லேசாய் எரிந்த கண்களை, விரலால் அழுத்திவிட்டுக் கொண்டவள், எழுந்து படுக்கையறைக்குப்போய் ஸந்த்யாவின் பக்கத்தில் படுத்தாள்.

ஒருமணிநேரம் தூங்கி எழுந்தால், பொழுது ஓடிவிடும்... ஆனால், தூக்கம் எங்கே வருகிறது!

சுறுசுறுப்பாய் இருந்து உடம்பும் மனசும் பழகிவிட்டது. இப்போது அக்கடாவென்று சோம்பேறியாய்க் கிட, மத்தியானம் தூங்கு என்றால் எப்படி!

இத்தனைக்கும் மோஹனா அப்படியொன்றும் சோம்பி உட்காருவதில்லை.

ஸந்த்யா, பரத் காரியங்களோடு, சமையல், தோட்டம், வீடு என்று எல்லாவற்றையும்தான் இழுத்துப் போட்டுக்கொண்டு செய்கிறாள்.

ஆனாலும், ஹனுமார் வால் மாதிரி அல்லவா பொழுது நீண்டுகொண்டே போகிறது!

வீட்டில் மூலைக்கு மூலை ஆள்... சமையல்காரன், தோட்டக்காரன், டிரைவர், வேலைக்காரி, ஆயா என்று...

ஆபீஸுக்குப் போவதை நிறுத்தின கையோடு, 'இனிமேல் ஆயா எதற்கு, நான்தான் இருக்கிறேனே, ஸந்த்யாவைக் கவனித்துக்கொள்ள' என்று அவளை வீட்டுக்கு அனுப்பிவிட எண்ணியதற்கு ஜெயம்மா சம்மதிக்கவில்லை.

"நீ எதுக்கும்மா கஷ்டப்படணும்? மூணு தலைமுறைக்கு உக்காந்து சாப்பிடலாம், கொட்டிக்கிடக்கு... அப்பறம் உனக்கு என்ன தலையெழுத்தா!"

"இல்லேம்மா... நா சும்மாதானே இருக்கேன்... அதான்..."

"சும்மா எங்க இருக்கே? ஆள்களைப் பாதிநேரம் கையைக் கட்டி உக்காரவெச்சுட்டு நீதானே மன்னாடறே! வெளிய வாசல்லகூட நீ போறதில்ல... ஒரு கிளப், ஒரு சினேகிதி வீடுன்னு போயிட்டுவாயேன், மோஹனா... ஏன் சதா வீடு, காரியம்னு சிரமப்படறே?"

எங்கே போவது? யார் இருக்கிறார்கள், போய் சீராட!

படுக்கப் பிடிக்காமல் எழுந்து ஹாலுக்கு வந்த மோஹனா, மீண்டும் புஸ்தகத்தைத் தூக்கிக்கொண்டாள்.

பக்கத்தை விரித்து, அதில் கண்களை ஓட்டியபோது, வார்த்தைகள் புத்தியில் பதிய மறுத்ததால், ஆயாசத்துடன் நாற்காலியில் சாய்ந்து உட்கார்ந்தாள்.

மனசுக்குள் விவரிக்கத் தெரியாத அவஸ்தை... வேதனையா? எரிச்சலா? கோபமா?

வலியா? சலிப்பா?

எல்லாம்தானா?

பரத் ஏன் இப்படி மாறிவிட்டார் என்ற வேதனை...

குடித்துவிட்டு வரும் நாட்களில், நாக்கில் நரம்பில்லாமல் பேசிய பேச்சுக்கள் தந்த எரிச்சல்... கோபம்...

என்னைப் பார்த்தா அப்படியெல்லாம் கேட்டார் என்ற வலி...

நான் உண்டு, என் வேலை உண்டு என்று நிம்மதியாய் இருந்தேனே... அதை விட்டுவிட்டு ஏன் இந்தக் கல்யாணத்துக்கு சம்மதித்து, இப்போது அவஸ்தைப்படுகிறேன் என்ற சலிப்பு...

எத்தனை மாசங்கள்?

நாலு மாசங்களா? நாலே நாலு மாசங்களா! அதற்குள்ளா இத்தனை அனுபவங்கள்?

குடி உள்ளே போனால் பரத் புது மனுஷனாக மாறிவிடுகிறார் என்பதை, இந்த நாலு மாசங்களில் மோஹனா நன்றாகவே தெரிந்து கொண்டுவிட்டாள். கனிவாய்ப் பார்த்து, இதமாய் சிரித்து, வேடிக்கையாய்ப் பேசும் மனிதரை, இப்படி அடியோடு மாற்றுவது இந்தக் குடிக்கு எப்படி சாத்தியமாகிறது?

உள்ளேபோய் மூளையில் அது என்ன செய்கிறது?

அந்த முரட்டுத்தனமும், கண்களின் கோபமும், வாயில் அசிங்கமாய் வார்த்தைகளும், கேவலமான எண்ணங்களும் எங்கேயிருந்து உற்பத்தியாகின்றன?

மோஹனா நிறைய குடிகாரர்களைத் தன் டெல்லி வாழ்க்கையில் சந்தித்திருக்கிறாள்தான்... குடியோ, அந்த நெடியோ, அதன் பாதிப்போ அவளுக்குப் புதுசில்லைதான். ஆனாலும், அவர்களும் பரத்தும் ஒன்றா? என்றோ ஒருநாள் ஒரு மணியோ இரண்டு மணிகளோ வந்துபோன அவர்களும், பரத்தும் ஒன்றா?

தினம் குடிக்கும் ஆள் பரத் இல்லை என்றாலும், பார்ட்டி, அங்கே இங்கே என்று போகும் சந்தர்ப்பங்களில், ஒரு பெக் குடித்தால்கூட அதன் விளைவுகள் வருத்தம் தருபவையாய் இருக்கின்றனவே... என்ன செய்ய!

ஏழெட்டு முறைகள் இருக்குமா? அளவுக்கு மீறின போதையுடன் வந்து வார்த்தைகளைக் கொட்டினது, இந்த நாலு மாசத்தில் ஏழெட்டு முறைகள் இருக்காது?

ஏன் இருக்காது!

"நீ மெட்ராஸுக்கு வந்தப்பறம் ராணியைப் பாத்தியோ? உன் ஆதிநாளைய பெஸ்டு ஃப்ரெண்ட் ஆச்சே... பாக்காட்டா எப்படி?"

"ப்ரதீமா, ஷர்மிளா... எப்படியிருப்பா? உன்னை மாதிரியே ஷோக்கா, உயரமா...?"

"வெஸ்டர்ன் டான்ஸ் ஆடத் தெரியாதா? நிஜம்மாவா? உன் டெல்லி டேட்ஸ் உன்னை ஆடுன்னு கம்பெல் பண்ணினதில்லை?"

"உன் டெல்லி வாழ்க்கையப்பத்தி சொல்லு, மோனா..."

"உன்னை நா மோனான்னு கூப்பிட்டா உனக்குப் புடிக்கும், இல்லே?"

"மோனா... மோ...னா..."

காதருகே வந்து பரத் கிசுகிசுத்தது தாங்க முடியாமல், "ஓ, ஸ்டாப் இட்!" என்று ஒருநாள் மோஹனா கத்தியதுகூட உண்டு.

ஷ்யாம் வீட்டுப் பார்ட்டிக்குப் போய்விட்டு வந்து, 'ஏன் மெல்லிசு புடவை கட்டிக்கொள்கிராய்? ஏன் ஷ்யாமுடன் சிரித்துச்சிரித்துப் பேசினாய்?' என்று பரத் முதல் தடவையாய் கேட்டபோதும், இரண்டாம் முறை கிரிதர் வந்து, இவள் வேலையைவிட்டு, அஸ்வத் வீட்டுப் பார்ட்டிக்குச் சென்று திரும்பி, 'நீ அவனோடு எத்தனை நெருக்கமாய்ப் பழகியிருக்கிறாய்?' என்று கேட்டபோதும் மோஹனா மனசு உடைந்த மாதிரி, இப்போதெல்லாம் தவிப்பதில்லைதான்... அதிர்ச்சியும் கூச்சமும் கசப்பும், முதல் இரண்டு தடவைகள் இருந்த மாதிரி இல்லைதான்.

பழகிவிட்டதாலா? இல்லை, மறுநாளே பரத் தன் தவறுக்கு வருந்துவதாலா?

பேசக்கூடாத வார்த்தைகளைப் பேசிவிட்டு, போதை மயக்கத்தில் அடித்துப்போட்ட மாதிரி தூங்கிவிட்டு, மறுநாள் கன்த்த தலை, மனசுடன், இரவு என்னவோ அசிங்கமாய்ப் பேசிவிட்டோம் என்பது மட்டும் புகையாய்ப் புரிய, மோஹனாவை இறுக அணைத்துக் கொண்டு, 'ஸாரி டார்லிங்' என்று பரத்

முணுமுணுப்பது ஒரு பழக்கமாக ஆன பிறகு, அந்த போதை, வெறி, வார்த்தைகளின் பாதிப்பு, மோஹனாவிடம் கொஞ்சம் கொஞ்சமாய்க் குறையத்தான் தொடங்கின.

ஆனாலும்...?

குடித்துவிட்டால் தன் நினைப்புகள் வக்ரமாகப் போகின்றன என்பதை பரத் உணராமல் இல்லை.

இரண்டு மூன்று தரம் இப்படி ஆனபிறகு, அடுத்த முறை அலுவலகப் பார்ட்டி ஒன்றிற்காக க்ளப்புக்குப் புறப்பட்டவன், மோஹனாவின் பார்வை எதையோ உணர்த்த, 'நா இன்னிக்கு ட்ரிங்க் எடுத்துக்க மாட்டேன்... டோண்ட் வொர்ரி!' என்று சொல்லிவிட்டே போனான்.

என்ன சொல்லி என்ன!

வரும்போது நடு இரவு... ஏகமாய் போதை...

பரத்துக்கு இப்படியொரு பலவீனமா? 'நோ, எனக்கு வேண்டாம்' என்று குடியை மறுக்கமுடியாமல் இப்படியொரு பலமில்லாத மனசா?

குடித்துவிட்டால் நெஞ்சுக்குள் ஆழமாய் புதைந்துவிட்ட விஷயங்களெல்லாம் பீறிட்டுக்கொண்டு வெளிவந்து விடுகின்றனவா?

அவர் இருதயத்தில் என் பழைய வாழ்க்கை ஒரு கரும்புள்ளியாகத்தான் இருக்கிறதா?

உண்மையை எதிர்நோக்கி வாழ முடியாதவர், ஏன் கல்யாணம் பண்ணிக்கொள்ளவேண்டும்?

செய்துகொண்டுவிட்டு, இன்று ஏன் அவஸ்தைப்பட வேண்டும்?

வரவர பொது இடங்களுக்குச் சேர்ந்து போகும்போது, பரத் அனாவசிய படபடப்புக்கு உள்ளாவதை மோஹனாவால் நன்கு புரிந்துகொள்ள முடிகிறது.

இது எப்போது ஆரம்பித்தது? கிரி ஆபீஸுக்கு வந்துபோன பிறகா? இல்லை, அடுத்து வந்த ஒரு கல்யாணத்தில் எதேச்சையாய் இவர்களும் அவனும் சந்திக்க நேர்ந்ததிலிருந்தா?

இத்தனைக்கும், கிரி இவர்களுடன் ஒரு வார்த்தைகூடப் பேசவில்லை. பரத்தின் சங்கடம் புரிந்த மாதிரி தூரத்திலிருந்து 'ஹலோ' என்று கையாட்டிவிட்டுப் போய்விட்டான்.

ஒருதரம் நைட்ஷோவுக்குப் போன சமயத்தில், இடைவேளையில் காபி சாப்பிடப் போனார்கள்.

காபியுடன் நின்றிருந்த பரத்துள் சட்டென்று ஒரு விறைப்பு.

"என்ன, பரத்?"

"ஒண்ணுமில்ல... நீ வா, போலாம்..."

படம் முடிந்து வெளியே வருவதற்குள் ஒருவித அவசரம்.

காருக்குள் உட்கார்ந்து அதைக் கிளப்பும்போது, 'பாஸ்டர்ட்' என்று முணுமுணுத்தவன், "அதோ நிக்கறானே, அவனை உனக்குத் தெரியுமா?" என்றான்.

மோஹனா தலையைத் திருப்பிப் பார்த்தாள்.

"யார் அவன்? தெரியலையே..."

"தெரியாதா? அப்பறம் ஏன் உன்னையே பாத்துண்டிருக்கான்? இண்டர்வெல்லகூட இப்படித்தான் முறைச்சான்..."

'எவன் எப்படி முறைத்தால் என்ன, பரத்?' என்று சொல்ல வந்தவள், சட்டென்று வாயை மூடிக்கொண்டாள்.

டெல்லியில் பழக்கமான நபராக இருக்கலாம் என்று பரத் நினைக்கிறாரா? அதுதான் இந்தப் பதட்டமா?

ஒருதரம் இல்லை... இந்த நாலு மாசத்தில் நாலைந்து முறைகள் இப்படி நடந்துவிட்டன.

கடைக்குப் போவார்கள். யாராவது சாதாரணமாய் பார்த்தால்கூட, உனக்குத் தெரிந்தவர்களா என்ற தினுசில் பரத்தின் கண்கள் சுருங்குவது மோஹனாவுக்குப் புரியும்.

ரமணன் வீட்டு விருந்தில்... கூட்டத்தில் நிற்கும் ஒவ்வொருவரையும் பரத் சந்தேகப் பார்வையால் அளப்பதும், இவன் தெரிந்தவனா, அவன் பழக்கம் உள்ளவனா என்று தவிப்பதும்... சே... என்ன இது? இப்போதெல்லாம் பரத்தோடு அதிகம் வெளியில் போவதை மோஹனாவே தவிர்த்து விடுகிறாள்.

எதற்கு பரத்துக்கு வீண்வேதனை!

நல்ல வேளையாய், பதினைந்து நாட்களாய் வகையாய் ஒரு காரணம் வந்துவிட்டது.

மசக்கை...

கையில் பிடித்திருந்த புஸ்தகம் நழுவிக் கீழே விழுந்ததும், மோஹனா திடுக்கிட்டுக் கண்ணை விழித்தாள்.

தோட்டத்து மரத்தில் பதுங்கிக்கொண்டு, 'குவ்வூ... அக்குவ்வூ...' என்று குயில் ஒன்று இனிமையாய்க் கூவுவது காதில் விழுந்தது.

அந்த நிமிஷம் மனசுக்கு அலாதி நிம்மதியைத் தர, வேண்டாத எண்ணங்களிலிருந்து தன்னை மீட்டுக்கொள்ள முயற்சிப்பதுபோல தலையை மோஹனா லேசாய் அசைத்தாள்.

நல்ல விஷயங்கள் எத்தனையோ இருக்கையில், இதென்ன பைத்தியக்கார நினைப்புகள்!

கர்ப்பமாய் இருக்கும்போது மனசு சந்தோஷமாய் இருப்பது முக்கியம் அல்லவா?

அறுபது நாட்கள் பூர்த்தியாகிவிட்டன என்று டாக்டர் சொல்லிவிட்டார்.

அப்படியென்றால், இன்னும் எட்டு மாசங்களில், திருமண நாள் முடிந்த ஒருசில நாட்களில், குழந்தை பிறந்துவிடும்.

பேரன் வேண்டுமென்று அம்மா ஆசைப்படுகிறார்.

எனக்கு என்ன குழந்தை வேண்டும்... பிள்ளையா, பெண்ணா? எதுவானாலும் ஒன்றுதான் என்றாலும், ஏற்கனவே ஸந்த்யா இருப்பதால், பிறப்பது பிள்ளையாக இருந்தால் நன்றாக இருக்கும்.

திடுமென்று, தேனிலவில் மடியில் படுத்துக்கொண்டு, நாலு பிள்ளைகள் பிறக்கணும், டார்லிங்... ஒரு டாக்டர், ஒரு என்ஜினியர், ஒரு வக்கீல், ஒரு... என்று பரத் அடுக்கியது ஞாபகத்துக்கு வந்து நெஞ்சு கிளுகிளுத்தது.

பிறக்கப்போவது யார்?

டாக்டரா, வக்கீலா?

இப்படி வக்கீல் என்றும், என்ஜினியர் என்றும் கனவு காணும் பிள்ளை, இன்ன காரணம் என்று புரிபடாமல் கலைந்து, வெறும் சதைப்பிண்டமாய் மறுநாளுக்குள் வெளிவந்துவிடப் போகிறது என்பதை அறியமுடியாமல்போன மோஹனாவின் உதடுகளில், நினைப்புகளின் இனிமையால் அழகான புன்னகை ஒன்று அந்தக் கணம் பூத்தது.

என்ன ஆயிற்று?

எங்கு எது தவறாகிப்போயிற்று?

அத்தியாயம்

23

ஒரு ஆகாத்தியம், ஒரு தப்பான காரியம்? ம்ஹூம், ஒன்றுமில்லை.

அப்புறம் எப்படி?

மாலை ஐந்து மணி சுமாருக்கு இடுப்பிலும் வயிற்றிலும் லேசான வலி. ஒன்பதுக்கு அதுவே இன்னும் அதிகமாய். இரவு பதினொன்றுக்கு டாக்டர் வந்து பார்ப்பதற்குள் அதன் கதை முடிந்து விட்டிருந்தது.

"அபார்ஷன் ஆறதுக்குப் பல காரணங்கள் இருக்கு... ஆர். ஹெச். ஃபாக்டர் மாறியிருக்கலாம், ஹார்மோன் குறைபாடு இருக்கலாம், கர்ப்பப்பை இருந்த விதம் தப்பா இருக்கலாம், வி.டி.ஆர்.எல். காரணமா இருக்கலாம்... எதுன்னு இப்ப எப்படிச் சொல்ல முடியும்? காரணத்தை டெஸ்ட் பண்ணித்தான் கண்டுபிடிக்கணும்! சில பெண்களுக்கு இப்படி திடும்னு கலைஞ்சுபோறது உண்டுதான்... நாலு நாள்ல உடம்பு கொஞ்சம் சரியானதும் க்ளினிக்குக்கு வாங்க... டெஸ்ட் பண்ணிப் பாத்துடலாம்..."

டாக்டர் நீளமாய் பேசிவிட்டுப் போய்விட்டார்.

ஆசைகளே இல்லாத மனசில் சின்னச் சின்னதாய் குழந்தையைப் பற்றின கனவுகள் தோன்றிவிட்டதால், சட்டென தேற்றிக்கொள்ளத் தெரியாமல் மோஹனா தவித்துதான் போனாள்.

கண்கள் கலங்கிப்போயின. விழிகளில் பூத்த நீர் கன்னத்தில் முத்துக்களாய் உருண்டன.

இரண்டு நாட்களுக்கு ஆபீஸுக்கு லீவு போட்டுவிட்டு பரத் அவள்கூடவே இருந்தான்.

"என்ன டார்லிங், இது! சின்னக் குழந்தை மாதிரி? நாம ரெண்டு பேரும் சின்னவாதான்... அப்பறம் என்ன? கமான், சியர் அப்!" என்றான்.

"ஸில்லி கேர்ல்! இப்ப என்ன நடந்துடுத்துன்னு நீ இத்தனை வேதனைப்படறே? எதுக்கும் அசையாத என் மோஹனாவா இதுன்னு எனக்கு ஆச்சர்யமா இருக்கு, டார்லிங்!" என்றான்.

அவள் முகத்தோடு முகம் வைத்துக் கொஞ்சினான். சமாதானம் செய்தான்.

கட்டிலை விட்டு முழுசாய் நாலு நாட்கள் மோஹனா இறங்க ஜெயம்மா இடம் கொடுக்கவில்லை.

வீட்டுக்காரியங்கள் எக்கேடு கெட்டுப் போகட்டும் என்று போட்டுவிட்டு, சதா மோஹனாவோடு அவள் அறையிலேயே குழந்தையுடன் இருந்தாள்.

"தைரியமா இரும்மா... கடவுள் சோதனை பண்ணிட்டுத்தான் நல்லதைக் குடுப்பார்... மனசு வேதனைப்படாதே..." என்றாள்.

"நீ கலங்கினா, என் தேகம் ஆடிப்போறதும்மா... அழாதே... திருஷ்டிப் பரிகாரம் கழிச்சாச்சுனு நா என்னைத் தேத்திக்கறேன்! இங்க பாரு... நீ அழுதா ஸந்த்யாவும் ஒண்ணும் புரியாம அழறா..." என்றாள்.

நாலு நாட்களில் மோஹனா சமாதானம் அடைந்துவிட்டாள். உனக்கு ஸந்த்யா இருக்கிறாளே, இன்னும் எதற்காக இன்னொன்று என்று கடவுள் நினைத்துவிட்டாரோ?

அன்பான குடும்பத்தை ஏற்கனவே கொடுத்துவிட்டேனே, அப்புறம் பேராசை எதற்கு, என்று நினைக்கிறாரோ?

உன் மனசு இன்னும் பக்குவப்படவில்லை, பொறுத்திரு என்கிறாரோ? ஸந்தியா என்னையே தன் அம்மாவாக நினைத்திருக்கையில், உடனடியாய் என் வயிற்றுக் குழந்தைக்கு நான் ஆசைப்பட்டது தவறுதானோ?

தனக்குத்தானே யோசனை பண்ணிய பிறகு தெளிந்துபோன மோஹனா, தன் பழைய விவேகத்தோடு, நிதானத்தோடு, அடுத்து வந்த நாட்களைக் கழிக்க முயன்றதை உணர்ந்த தினுசில், பரத் அவளைப் புண்படுத்தாமல் இருப்பதில் விழிப்புடன் இருந்தான்.

ஆபீஸ் நேரம் தவிர, மற்ற பொழுதை அவளுடனேயே கழித்தான். நாலு நாட்கள் ஆகி, அவளை வெளியில் அழைத்துப்போக அம்மா அனுமதித்ததும், காரில் ட்ரைவ் கூட்டிப் போனான். பீச்சில் வண்டியை நிறுத்திவிட்டு அவள் கையைத் தன் கையோடு சேர்த்து வைத்துக்கொண்டு உட்கார்ந்தான். கோவில்களுக்கு அழைத்துப் போனான். 'எல்லாம் சீக்கிரமா சரியாப்போயிடும்' என்று அடிக்கடி முணுமுணுத்தான்.

மோஹனாவுக்கு அபார்ஷன் ஆகி இருபது நாட்கள்போல ஆன சமயத்தில், புது வருஷம் பிறந்தது.

வருஷப் பிறப்புக்கு முதல் நாள் ஆபீஸிலிருந்து திரும்பிய பரத், ஒரு சின்னக் கவரை மோஹனாவிடம் நீட்டினான்.

"என்ன, பரத்?"

"பாரேன்..."

'மிஸ்டர் அண்டு மிஸஸ் பரத்' என்று விலாசமிடப்பட்டிருந்த கவரைப் பிரித்தாள். புது வருஷப் பிறப்பைக் கொண்டாடும் பார்ட்டிக்கு அழைப்பிதழ்!

தஸ்தூர் க்ரூப் ஆஃப் கம்பெனியின் விருந்தா?

சக்ரவர்த்தி அண்ட் அஸோஸியேட்ஸில் வேலை பார்த்த நாட்களில், இந்தக் கம்பெனி சம்பந்தப்பட்ட ஃபைல்களை மோஹனா பார்த்திருக்கிறாள்.

பன்னிரண்டோ பதிமூன்றோ கம்பெனிகளைக் கொண்ட நிறுவனம் அது. கப்பல் போக்குவரத்திலிருந்து, டிராக்டர் உற்பத்திவரை ஒரு துறை விடாமல் அசுரத்தனமாய் வளைத்துப்போட்டிருக்கும் பெரிய கம்பெனி.

அதன் சேர்மன் தஸ்தூரை ஒன்றிரண்டு முறைகள் மோஹனா சந்தித்திருக்கிறாள்.

தாட்டியான சரீரம். அறுபதுக்குக் கொஞ்சம் குறைந்த வயசு. வெள்ளைக் குறுந்தாடி. மேல்நாட்டு ஸூட். பைப். அட்டகாசச் சிரிப்பு. ஆள் பலே பணக்காரத்தனத்துடன் இருப்பார்.

சீனியர் பார்ட்னர் ரமணனுக்குச் சினேகிதர் என்ற முறையில் மட்டுமல்லாமல், வாடிக்கையாளர் என்ற தொடர்பும் கம்பெனியோடு உண்டு.

அந்த தஸ்தூரா அனுப்பியிருக்கிறார்?

"நாளைக்கு இதுக்கு நாம்ப போகணும், டார்லிங்..."

பரத்தை நிமிர்ந்து பார்க்காமலேயே, "நானுமா?" என்றாள் மோஹனா.

"ம்... இன்னிக்கு தஸ்தூரே போன் பண்ணி உன்னையும் கண்டிப்பா அழைச்சிண்டு வரணும்னு சொன்னார், டார்லிங்!"

"நா எதுக்கு, பரத்? எனக்கு வரணும்போலவே இல்லியே! வேணும்னா நீங்க மட்டும் போயிட்டு வாங்களேன்..."

மோஹனாவை நெருங்கி உட்கார்ந்து, அவளை அணைத்துக் கொண்டான் பரத்.

"தஸ்தூர் எத்தனை பெரிய மனுஷன்னு உனக்குத் தெரியும்... நமக்கு எத்தனை முக்கியமான க்ளையண்டுன்னும் தெரியும்... அவரே உன்னைக் கூப்பிட்டப்பறம், நீ வரோட்டா நன்னாயிருக்காது, மோஹனா... அவர் வருத்தப்படுவார்! நீ வரலேன்னா, நானும் போப்போறதில்ல! நாளைக்கு ரமணன், மத்த சீனீயர் பார்ட்னர்ஸ் எல்லாம் வருவா... ரொம்பப் பெரிய

பார்ட்டியா இருக்கும்... உனக்கு நிச்சயம் பிடிக்கும்! நீ வந்துதான் ஆகணும்..."

"ரமணன், மத்தவாளோடெல்லாம் அவா பொண்டாட்டியும் வருவாளா?"

"மிஸஸ் ரமணன் எங்கேயுமே வர்றதில்லியே, மோஹனா... அந்த மாமி ரொம்ப மடி... பழங்காலம்! சிவராம் பொண்டாட்டி நிச்சயம் வருவா..."

"எனக்கு வரணும்போல இல்ல, பரத்... ப்ளீஸ்... என்னை விட்டுடுங்கோளேன்..."

பதில் சொல்லாமல் பரத் மோஹனாவை ஒரு நிமிஷம் வெறித்தான். அப்புறம், உன் இஷ்டம் என்பதுபோலத் தோள்களைக் குலுக்கியபடி எழுந்தான்.

அன்றிரவு பரத் கொஞ்சம் விட்டேத்தியாக இருக்கிற மாதிரி மோஹனாவுக்குப் பட்டது.

நான் வரவில்லை என்று சொன்னதில் வருத்தமா?

தூங்குவதற்காகப் படுத்த கணவனின் அருகில் சென்று உட்கார்ந்தாள்.

"நீங்க ட்ரிங்க் பண்ணாம இருக்கறதா சத்தியம் பண்ணினா, நா வரேன்... பன்னெண்டு மணி அடிச்சதும் நாம புறப்பட்டு வந்துடலாம்னா, நா வரேன்..." என்றாள் மெதுவாக.

'அட அசட்டுப்பெண்ணே... இதற்காகவா வரமாட்டேன் என்றாய்!' என்கிற தினுசில் கண்களை விரித்து அவளைப் பார்த்த பரத், "ட்ரிங்க் இல்லாட்டா என்ன, டார்லிங்? சத்தியமா நா குடிக்க மாட்டேன், ஓகே?" என்று சொல்லி, அவள் உள்ளங்கையை வாயில் வைத்து முத்தமிட்டான்.

மறுநாள் இரவு எட்டு மணிக்கு மேல் பார்ட்டிக்குக் கிளம்பினார்கள்.

"உடம்பு சரியில்லாத பொண்ணு... ரொம்ப இழுத்தடிக்காதே, பரத்..." என்று அம்மா சொன்னதற்குத் தலையாட்டிக்கொண்டே பரத் காரில் ஏறினான்.

தஸ்தூர் வீடு நுங்கம்பாக்கத்தில் இருந்தது.

வீடு என்று அதைச் சொல்லக்கூடாது... மாளிகை!

தோட்டத்து மரங்களும், வீட்டின் முகப்பும், நகைகள் அணிந்த மாதிரி வண்ண வண்ண விளக்குகளில் மின்னின.

தோட்டத்தில், புல்வெளியில், வராந்தாவில், உள்கூடங்களில் என்று, எங்கு பார்த்தாலும் பணக்காரர்கள், பெரிய பணக்காரர்கள், மகா பெரிய பணக்காரர்கள்...

தஸ்தூர் வாசலிலேயே நின்று இவர்களை வரவேற்றார்.

"ஏன் லேட்டு?" என்றவர், பரத்தைத் தழுவிக்கொண்டார். மோகனாவின் கையைப் பிடித்துக் குலுக்கி, "குட் ஈவ்னிங், மை டியர்! ஹெள ஆர் யூ? யூ லுக் ப்யூட்டிஃபுல்!" என்றார்.

மோஹனா சிரித்து, "பைன், தேங்க்யூ..." என்றதும், "தோட்டத்துக்கு இவங்களை அழைச்சுட்டுப் போ..." என்று பக்கத்திலிருந்த ஆளை ஏவினார் தஸ்தூர்.

புல்வெளியில் கூட்டமாய் விருந்தாளிகள் குழுமியிருந்தனர். இதமான இசை.

தூரத்தில் ரமணன்... பக்கத்தில் ஷ்யாம்... அங்குமிங்குமாய் தெரிந்த முகங்கள்...

வெள்ளைச் சீருடை அணிந்த பணியாள், மதுபானங்கள் நிறைந்த தட்டை பரத்தின் முன் நீட்டினான். மோஹனாவை நிமிர்ந்து பார்த்த பரத், தயக்கத்துடன், "வேண்டாம்ப்பா... ஸாஃப்ட் ட்ரிங்க்ஸ் கொண்டுவா..." என்றான்.

மறு நிமிஷம் அன்னாசி ரசம் வந்தது.

பரத் கையில் கிளாஸை எடுத்த கணத்தில், ஷ்யாம் கிட்டத்தில் வந்தான்.

"ஹேய், பரத்... என்ன இது? பைனாப்பிள் ஜூஸா? உனக்கு என்னாச்சு?"

பரத் பதில் சொல்லாமல் அசட்டுச் சிரிப்புடன் நின்றான்.

ரமணன், இன்னும் தெரிந்த ஒரிருவர் அவர்களைச் சூழ்ந்துகொண்டனர்.

"என்ன பரத், ஏதாவது விரதமா?"

"அதெல்லாம் ஒண்ணுமில்ல..."

பரத் நப்பாசையோடு மோஹனாவை நிமிர்ந்து பார்த்தான்.

"அவளை எதுக்குப் பாக்கறே, பரத்? என்னமோ அவ உத்தரவுக்காக நீ காத்துண்டிருக்கற மாதிரி! இந்த வேஷமெல்லாம் வேண்டாம்!"

நண்பர்கள், ரமணன் அடித்த ஜோக்கிற்குச் சிரித்தனர்.

"என்ன ஜோக்? எனக்கும் சொல்லுங்க..." தஸ்தூர் வந்து சேர்ந்துகொண்டார்.

"பரத் பைனாப்பிள் ஜூஸ் எடுத்துண்டிருக்கான்!"

"அப்படியா?"

கண்களை விரித்துக்கொண்டு பரத்தைப் பார்த்த தஸ்தூர், அவன் கையிலிருந்த கிளாஸை சுவாதீனத்துடன் பிடுங்கினார். "பேரர்..." என்று பணியாளை அழைத்தார்.

ஸ்காட்ச் கிளாஸ் இரண்டை எடுத்து, ஒன்றை அவனிடம் கொடுத்து, இன்னொன்றை நீட்டி "சியர்ஸ்!" என்றார்.

இனியும் எப்படி வேண்டாம் என்பது?

மோஹனா இருந்த திசையைப் பார்க்காமல் பரத், "சியர்ஸ்" என்றான்... குடித்தான்.

இரண்டு நிமிஷம் அந்தக் கூட்டத்தில் நின்ற தஸ்தூர், மோஹனாவின் கையைப் பற்றி, "கமான், யங் லேடி... தெரியாத விருந்தாளிகளை உனக்கு நா அறிமுகப்படுத்தறேன்... இன்னிக்குப்

பூரா உன் அழகான கம்பெனி எனக்குத்தான்! பரத் ஒண்ணும் சொல்லமாட்டான்..." என்று சொல்லியபடி கிளம்பினார்.

அடுத்த அரைமணியில் மோஹனா யார் யாரையோ சந்தித்தாள்.

பரத் எங்கே என்று பார்வையால் துழாவினபோது, ஒவ்வொரு முறையும் கையில் ஒரு முழு கிளாஸுடன் பரத் தன்னை மறந்து யாருடனோ சம்பாஷணையில் ஈடுபட்டிருப்பது புரிந்தது.

புது வருஷம் பிறந்த பிறகுதான் விருந்து. அதுவரை, மது, இசை, நடனம், லக்கி டிப், 'ஹெளஸி ஹெளஸி' விளையாட்டு, பரிசுகள், சிரிப்பு, போதை, சந்தோஷம்...

பதினொன்றே முக்கால் ஆனதும் விருந்தாளிகள் பரபரப்படைந்தார்கள். செத்துப் போகும் வருஷத்துக்கு டாடா சொல்லவும், பிறக்கப்போவதை வாழ்த்தவும் தயாரானார்கள்.

பரத் எங்கே?

தேடியவரைக்கும் மோஹனாவுக்குத் தெரியவில்லை.

நூறு பேர்கள் இருக்கும் கூட்டத்தில் எங்கே போனார்?

"ஹலோ..."

தஸ்தூர் யாரையோ வரவேற்பது புரிந்தது. மோஹனா திரும்பினாள்.

கிரி...

கடவுளே! இவன் எங்கேயிருந்து வந்தான்?

"என் இவ்வளவு லேட்?"

"இன்னொரு பார்ட்டிக்குப் போக வேண்டியிருந்தது..."

"வா... ஒரு ட்ரிங்க் எடுத்துக்க! இது மோஹனா... இது கிரி..."

பரத் எங்கே என்கிற தினுசில் புருவத்தை உயர்த்தின கிரி, கிட்டத்தில் அவன் இல்லை என்பது புரிந்ததுபோல, "ஹலோ,

மோனா..." என்றான், மென்மையாய் இழுத்து. விளக்குகள் அணைந்தன.

"ஹாப்பி நியூ இயர்!"

இந்த நிமிஷம் பார்த்து இந்த கிரி ஏன் வந்தான்? பரத் எங்கே? அவர் கிரியை என்னருகில் பார்த்தால், என்ன நினைப்பார்?

இருட்டில் தஸ்தூருக்கும் கிரிக்கும் நடுவில் நின்று கொண்டிருந்த மோஹனாவினுள், விவரிக்கத் தெரியாத பயம் கொப்புளமாய் வெடித்தது.

அத்தியாயம்

24

"நீ கேக்கக்கேக்க நீ பேசாம இருந்தா, என்ன அர்த்தம்? திமிரா?" கொண்டையிலிருந்து பின்களை எடுத்து மேஜைமேல் வைத்த மோஹனா, ஆயாசத்துடன் திரும்பினாள்.

பரத் இப்படிக் கேட்பது மூன்றாவது முறை. ஏற்கனவே இரண்டு தடவைகள் கேட்டபோது, மௌனமாய் இருந்த தினுசில் இப்போது இருக்க முடியவில்லை.

"ஆல்ரைட்... என்ன சொல்லணும், பரத்?"

"என்ன நடந்ததுன்னு சொல்லு..."

"எங்க?"

"புரியாத மாதிரி நடிக்காதே, மோஹனா... அங்கதான்... அந்த இருட்டுல என்ன நடந்தது?"

"ஒண்ணும் நடக்கலை, பரத்..."

"லையர்... யூ ப்ளடி லையர்! பொய் சொல்லாதே... எனக்குப் பிடிக்காது!"

ட்ரெஸ்ஸிங் டேபிளுக்கு மேல் இருந்த கண்ணாடியில் தெரிந்த பரத்தின் பிம்பத்தில் காணப்பட்ட முரட்டுத்தனம், மோஹனாவின் வயிற்றில் சிலிர்ப்பை உண்டாக்கியது.

"சொல்லு, என்ன நடந்தது?"

மோஹனா திரும்பி அவனை வெறித்துப் பார்த்தாள்.

"ஒண்ணும் நடக்கலைன்னா உங்களுக்கு ஏன் நம்பிக்கை வரலை, பரத்? சத்தியமாச் சொல்றேன், ஒண்ணுமே நடக்கலை!"

"உன் சத்தியத்தைத் தூக்கி உடைப்புல போடு! அந்த இருட்டுல ஒண்ணுமே நடக்கலைன்னு என்னை நம்பச் சொல்றியா? அதுக்கு வேற ஆளைப் பாரு! எனக்கு உண்மை தெரிஞ்சாகணும்..."

குனிந்து இரு கையிலும் முகத்தைப் பதித்துக்கொண்ட மோஹனாவுக்கு, 'ச்சே...' என்றிருந்தது.

கிரியைக் கண்டதுமே, இன்றைக்கு என்னவோ விபரீதம் நடக்கப்போகிறது என்று மனசு பயந்தது சரியாகிவிட்டதென்று தோன்றியது.

பன்னிரண்டு மணிக்குப் புது வருஷம் பிறந்து, விளக்குகள் அணைந்து மீண்டும் எரிந்தபின், தனக்கு ஒருபக்கம் தஸ்தூரும், மறுபக்கம் கிரியும் நெருக்கமாய் இருப்பதையும், சற்றுத்தள்ளி குத்திட்ட பார்வையுடன் பரத் நிற்பதையும் கண்ட மோஹனாவுக்கு, பகீரென்றது நிஜம்தான்.

அந்த பகீர் வீணாக எழவில்லை...

கையில் கிளஸூடன் அருகில் வந்த பரத், கிரியை முறைத்தான். மோஹனாவைப் பார்த்து, "போலாம், கிளம்பு..." என்று அதட்டினான்... கிளம்பிவிட்டான்.

'சாப்பிட்டுவிட்டுப் போகலாம்' என்று யார் யாரோ தடுத்ததைக் காதில் வாங்காமல், மோஹனாவுடன் காரில் அமர்ந்து, கிளம்பி, அதை அதி வேகமாக மோஹனா பயந்து போகுமளவுக்கு செலுத்தியவன், அடிக்குரலில், "உன் பாய்ஃப்ரெண்டை மீட் பண்ணதுல உனக்கு சந்தோஷமா இருந்திருக்குமே! என்ன நடந்துன்னு சொல்லு..." என்றான்.

மோஹனா பதில் ஏதும் பேசவில்லை.

கார் வீட்டையடைந்து நின்றது. வேகமாய் இறங்கி உள்ளே நுழைந்து,

மாடிப்படிகளில் மோஹனா ஏறிய நிமிஷத்தில், நிதானமில்லாத அவசரத்துடன் அவளை எட்டிப்பிடித்த பரத், மறுபடி சற்று முன்பு கேட்டதையே கேட்டான்.

மௌனமாய் படிகளைக் கடந்து, அறைக்குள் புகுந்து, கையை முறுக்கி தன்னை அவன் பிடியிலிருந்து விடுவித்துக்கொண்டு, ட்ரெஸ்ஸிங் டேபிள் முன் மோஹனா உட்கார்ந்ததும், மூன்றாவது முறையாக மீண்டும் பரத் தன் கேள்வியை எழுப்பின சமயத்தில், அவன் குரலில் கோபம் ஏகமாய்க் கூடியிருந்தது.

மனசில் வேதனை, சலிப்போடு, உடம்பின் அலுப்பும் சேர்ந்துகொள்ள, மோஹனா கைகளில் புதைத்திருந்த முகத்தை நிமிர்த்திக் கணவனைப் பார்த்தாள்.

சாப்பிடாமல் வெறும் வயிறோடு மதுவருந்தியதில், போதை வழக்கத்தைவிட இன்று அதிகமாகவே இருக்கிறதோ? நடந்ததை விவேகத்தோடு அணுகும் நிதானம் இல்லாதவரை, இப்போது எப்படிச் சமாளிக்க வேண்டும்? குழந்தையைச் சமாதானம் செய்கிற ரீதியில் எதையாவது சொல்லி சரிக்கட்டி, முதலில் இவரைக் கொஞ்சம் சாப்பிடச் செய்து, தூங்கப் பண்ணிவிட வேண்டுமா?

"கேக்கறது காதுல விழலை? என்ன பேசினான் அந்த அயோக்கிய ராஸ்கல் உன்னோட? சொல்லு..."

"ஒண்ணும் பேசலை, பரத்... ப்ளீஸ், சொன்னாக் கேளுங்கோ! தஸ்தூரோட நா நின்னுண்டிருக்கறப்போ, பன்னென்டு அடிக்க அஞ்சு நிமிஷம் இருக்கறச்சேதான், கிரி வந்தான்... எங்களை தஸ்தூர் அறிமுகப்படுத்தினார்... 'ஹலோ'னு சொல்றதுக்குள்ள அணைஞ்சுபோன விளக்கு, திரும்ப ரெண்டு நிமிஷத்துல வந்துடுத்து... நாங்க ரெண்டு பேரும் ஒரு வார்த்தைகூடப் பேசலை... நம்புங்கோ!"

"பொய்... சுத்தப் பொய்! நா நம்ப மாட்டேன்... அவன் உன் கையைப் பிடிச்சிண்டிருந்ததை நா பார்த்தேனே..."

மோஹனா கொஞ்சம் யோசித்தாள். கிரி என் கையைப் பிடித்தானா? கையைப் பிடித்தது தஸ்தூர்தானே? ஒருவேளை, 'ஹாப்பி நியூ இயர்' என்று சொல்ல கையைப் பற்றினானோ? அந்த அமர்க்களத்தில் ஒன்றுமே தெளிவாய் ஞாபகம் இல்லையே!

பரத் எழுந்து கிட்டத்தில் வந்தான். முரட்டுத்தனமாய் அவள் தோள்களை அழுந்தப் பிடித்தான்.

"சொல்லு... உன் கையை அவன் பிடிச்சான்... அப்பறம்?" முகத்துக்கு வெகு அருகாமையில் பரத்தின் முகம் இருக்க, உஷ்ணமான விஸ்கி சுவாசம் கன்னத்தில் அடிக்க, மோஹனா சின்ன சுளிப்புடன் பின்னுக்கு நகர்ந்து கொண்டாள்.

"ஏன், பிடிக்கலையா? நா கிட்ட வந்தா, பிடிக்கலையா?"

"நீங்க இன்னிக்கு ரொம்ப குடிச்சுடுடேள், பரத்... யூ ஸ்டிங்க்..."

தழையத்தழைய, விடாமல் பரத் சீண்டுவது துன்பத்தைத் தர, எரிச்சலோடு மோஹனா பேசினாள்.

"ஹா, ஐ ஸ்டிங்க்! கிரி எப்படி? அவன் வாசனையா மணத்தானா?"

இன்னது பேசுகிறோமென்ற உணர்வில்லாமல் பேசுமளவுக்கு பரத் குடித்திருக்கிறார்... இப்போது பேசாமல் இருப்பதுதான் நல்லது. பேசிக்கொண்டே போனால் எத்தனை நாழிக்குத்தான் என்னாலும் சும்மா கேட்டுக்கொண்டிருக்க முடியும்?

தன்னைப் பற்றியிருந்த பரத்தின் கரங்களை உதறித் தள்ளிவிட்டு மோஹனா எழுந்தாள். இனி உங்களோடு பேசிக்கொண்டிருப்பதில் அர்த்தமில்லை என்கிற தினுசில் அவனை உற்றுப் பார்த்தாள். இரண்டடி நகர்ந்து பாத்ரூமுக்குள் நுழையப்போனாள்.

தோளிலிருந்து தொங்கிய புடவைத் தலைப்பை இழுத்துப் பிடித்து அவளை நிறுத்தின பரத், அவளை சுவரோடு அழுந்த இருத்தி, இப்படியப்படி நகர முடியாதபடி இரண்டு பக்கமும் கைகளை ஊன்றிக்கொண்டான்.

பரத்தின் முரட்டுத்தனமும் அடாவடித்தனமும் கொஞ்சமும் பிடிக்காமல் மனசு விறைக்கத் தொடங்கிவிட்டதை உணர்ந்து, மோஹனா கண்களை மூடிக்கொண்டாள்.

தன்னிடம் வகையாய் மாட்டிக்கொண்டவளின் அவஸ்தையை ரசிப்பதுபோல பரத் சிரித்தான். பிறகு சட்டென்று குனிந்து, வலிக்க அவள் உதடுகளில் அழுந்த முத்தமிட்டான்.

மோஹனா திமிறினாள். "விடுங்கோ, பரத்... என்னைத் தனியா விடுங்கோ..."

வார்த்தைகள் முழுசாய் வெளியில் வராமல் பரத்தின் உதடுகளின் அழுத்தத்தில் உடைந்துபோயின.

தன் பலத்தைத் திரட்டி இரண்டு கைகளையும் பரத்தின் மார்பில் பதித்து, அவனை நெட்டித் தள்ளினாள். பரத்தின் முரட்டுத்தனத்தால் உதட்டோரத்தில் ரத்தம் கசிவது புரிந்தது.

"ஏகமா குடிச்சிருக்கேள்... குடிவெறில என்ன பேசறோம், என்ன பண்றோம்னுகூட உங்களுக்குப் புரியலை..."

பரத் கோணலாய் சிரித்தான்.

"நா குடிவெறில நடந்துக்கலை, மோஹனா... உனக்குத்தான் கிரி கிஸ் பண்ணினப்பறம் நா பண்றது பிடிக்கலை! அவன் கிஸ் பண்ணினான், இல்லியா?"

கடவுளே! பரத்... என் பரத்தா இத்தனை கேவலமாய்ப் பேசுகிறார்?

"ஒ, ஸ்டாப் இட்! இப்படிப் பேச உங்களுக்கு வெக்கமா இல்லே? இத்தனை அசிங்கமா உங்களால எப்படி பரத், நினைக்க முடியறது?"

கோபத்தோடு சீறின மோஹனாவின் கண்களில் முத்துக்கள் பளபளக்கத் தொடங்கிவிட்டன.

"நீ அசிங்கமா நடந்துண்டதை விடவா நா அசிங்கமா பேசிட்டேன்?"

இனிமேல் என்னால் தாங்க முடியாது என்பதுபோல கட்டிலில் உட்கார்ந்து மோஹனா விசிக்கத் தொடங்கினாள்.

அந்த அவஸ்தையும் கண்ணீரும் சரியான நீலித்தனமாய்த் தோன்ற, பரத் உரக்கக் கத்தினான்.

"கிரியைப் பாத்த உடனே அந்த எடத்தைவிட்டு நகர்ந்திருக்க வேண்டியதுதானே? நியாயமா நீ அதைத்தானே பண்ணியிருக்கணும்? அப்படிச் செய்யாம, அங்கேயே நின்னு, இருட்டுல கண்டபடி நடந்துண்டதுமில்லாம, என்னைப் பாத்து அசிங்கமா பேசாதீங்கோன்னு சொல்றே! ஹெள டேர் யூ!"

பரத்தின் குரல் அந்த ராத்திரிப் பொழுதில் ரொம்ப உயர்ந்து ஒலிப்பதாய்த் தோன்ற, மோஹனா தலையைத் தூக்கினாள்.

"ஏன் கத்தறேள், பரத்? கீழே இருக்கற அம்மாவுக்கு இதெல்லாம் கேக்கணுமா? ப்ளீஸ்... போதுமே..."

"கேட்டா என்ன? நன்னா கேக்கட்டும்! தலைல வெச்சுண்டு கூத்தாடற மாட்டுப் பொண்ணோட யோக்கியதை அம்மாக்கு நன்னா தெரியட்டும்! நாயைக் குளிப்பாட்டி நடுஹால்ல வெச்ச கதை, உன் விஷயத்துல சரியாயிடுத்து! அப்பறம் பேச்செ ன்ன, அழுகை என்ன!"

நாய் என்று சொல்லும் அளவுக்கா பரத் தாழ்ந்து போய்விட்டார்?

இந்தப் படிப்பும் குடும்பமும் வேலையும் அந்தஸ்தும், வெறும் வெளிப்பூச்சுதானா? உள்ளுக்குள் இந்த அழுகலா? நாற்றமா? விவஸ்தையில்லாமல் பரத் பேசும் பேச்சுக்களைக் கேட்டுக்கொள்ள எனக்கு என்ன விதி? அவர் என் கணவர் என்பதற்காகவா? முடியாது, நான் மாட்டேன்... பல வருஷங்களாய் தனக்கென்ற சுதந்திரத்துடன் வாழ்ந்து பழகிவிட்ட மனசு, இனி அடங்கமாட்டேன் என்று ஆர்ப்பரிக்கத் தொடங்கியது.

"என்னை இவ்வளவு மட்டமானவளா உங்க அடிமனசுல நினைக்கறப்போ, நா சொல்றது எதுலயுமே உங்களுக்கு நம்பிக்கை

வராதப்போ, நீங்க என்னைக் கல்யாணம் பண்ணிண்டதே பெரிய தப்பு, பரத்..."

"ஆமா, தப்புதான்... பெரிய்ய தப்பு பண்ணிட்டேன்! நிம்மதியா இருந்த என் வாழ்க்கைய நீ வந்து குழப்பிட்டே... நளினி இருந்த எடத்தை நீ வந்து அசுத்தப்படுத்திட்டே..."

போதை ரொம்ப அதிகமாக இருந்ததால் குழறிப் பேசின பரத், திடீரென்று அழத் தொடங்கினான். அந்த அழுகை நிற்காமலேயே, விருந்து உடையைக் கழட்டாமலேயே படுக்கையில் குறுக்காக விழுந்தான்.

"தப்பு பண்ணிட்டேன்... இனிமே ஆயுசுக்கும் உன்னோட நா வேதனைப்பட்டாகணுமா? கடவுளே... என்னைக் காப்பாத்து... இத்தனை பெரிய தண்டனை கிடைக்க நா என்ன பாவம் பண்ணினேன்?"

குப்புறப் படுத்தவாறு வாய்விட்டு அரற்றுபவனைக் காண்கையில், மோஹனாவுக்குத் தன் கண்களையே நம்ப முடியாமல் போயிற்று.

இது பரத்-தானா?

சத்தியமாய் பரத்-தானா?

அழுகையும் புலம்பலும் நாடக வசனமுமாய்... என்ன இதெல்லாம்?

இப்படிக்கூடவா ஒரு மனுஷனுக்குள் இன்னொரு மனுஷன் ஒளிந்துகொண்டு ஆட்டிவைக்க முடியும்?

சில நிமிஷங்களில் புலம்பல் அடங்கிப்போனவனாய் மயக்கத்துடன் பரத் கண்களைத் திறந்து மோஹனாவைப் பார்த்தான்.

"உனக்கு அபார்ஷன் ஆனதை நினைச்சு இந்த நிமிஷம் நா ரொம்ப சந்தோஷப்படறேன், மோஹனா... ஏன்னா, உங்கம்மா புருஷனை விட்டுட்டு இன்னொருத்தனோட ஓடிவந்தவ...

ஊரும் உலகமும் அவளைத் தே***னுதானே சொல்லித்து? நீ டெல்லி புகழ் பெற்ற கால் கேர்ல்! கல்யாணமாகி என்னோட வாழறப்பவே உன் தெரு நாய் குணத்தக் காட்டிட்டே! இந்த விபச்சார புத்தி உங்காத்துல பரம்பரையா வரது போலருக்கு! முதல்ல உங்கம்மா, அப்பறம் நீ! உனக்கு அபார்ஷன் ஆகாம, அது ஒரு பொண்ணா பிறந்திருந்துதுன்னா... கடவுளே! நிச்சயம் அதுவும் உங்களை மாதிரிதான் இருந்திருக்கும், இல்ல? அதே ரத்தம்தானே? நல்ல வேளை... நல்ல வேளை..."

கடைசி வார்த்தைகள் சப்தம் குறைந்தவையாய் வெளிப்பட, சரியாய் ஒரு நிமிஷத்துக்குள் மயக்க ராட்சசன் ஆளைப் பிடித்து அழுக்க, பரத் தன் நினைவில்லாத உறக்கத்தில் ஆழ்ந்துபோனான்.

ரொம்ப நேரத்துக்கு அந்த வார்த்தைகள் உண்டாக்கிய வலியில் மோஹனா ஜடமாய் உட்கார்ந்திருந்தாள்.

என்ன வார்த்தை சொல்லிவிட்டார்!

ஒன்றுமே நடக்காதபோது, குடி மாயையில் தானே எதையோ கற்பனை பண்ணிக்கொண்டுவிட்டு, என்ன வார்த்தை சொல்லிவிட்டார்!

என்ன சொன்னார்... நாங்கள் விபசாரி வம்சம் என்றா? ஒரே விபசார ரத்தம் ஓடுகிறதென்றா? உன் அம்மா ஒரு நடத்தை கெட்டவள், நீ புகழ் பெற்ற கால் கேர்ல் என்றா?

என்ன சொன்னார்... உனக்கு ஒரு பெண் பிறந்தால் நிச்சயமாய் அவளும் ஒரு விபசாரியாய்த்தான் இருப்பாள் என்றா?

என்னதான் குடிவெறி என்றாலும், இந்த வார்த்தையை ஒரு கணவன் சொல்லலாமா?

அப்புறம் அவன் மனுஷன்தானா?

அழுகையை மறந்து மனசும் உடம்பும் விறைத்துப்போனதில், அப்படியே மோஹனா விடியும்வரை ஸ்தம்பித்திருந்தாள்.

"மோஹனா..." என்று ஜெயம்மாவும், "அம்மா..." என்று ஸந்த்யாவும் அழைத்து மெல்லியதாய்க் கதவைத் தட்டினபோதுகூட, எழுந்துபோய் கதவைத் திறக்காமல் அப்படியே அமர்ந்திருந்தாள்.

பரத் கண் விழிப்பதற்காகவும், 'ஐயோ... என்ன பேச்சு பேசிட்டேன், டார்லிங்! மன்னிச்சுடு!' என்று மனமுருக வேண்டப்போவதற்காகவும் காத்திருக்கிற மாதிரி, படுக்கையிலேயே உட்கார்ந்திருந்தாள்.

ஒன்பது மணி அளவில் பரத் கண்ணை விழித்தான்.

தலை கல்லாய் கனத்தது. ஒன்றும் புரியாத ஒரு மசமசப்பு.

கண்களைப் பிரித்துப் பார்த்தபோது, வெளுத்து இறுகிய முகத்தோடு மோஹனா அமர்ந்திருப்பது புரிய, கண்களைத் திரும்ப மூடிக்கொண்டான்.

நேற்று நிறைய குடித்துவிட்டேனா?

வழக்கம்போல தப்பாய் ஏதாவது பேசிவிட்டேனா?

பிரயத்தனப்பட்டு யோசித்தவனுக்கு, புதுவருஷ இருட்டும், மறுபடி விளக்கு வந்தபோது கிரி மோஹனாவின் அருகில் நின்றதும், தான் வீட்டுக்கு வந்து என்ன நடந்தது என்று கோபமாய்க் கேட்டதும் ஞாபகத்துக்கு வந்தன.

கடைசியாய் நாக்கில் நரம்பில்லாமல் பேசிய பேச்சுக்கள் ஏனோ அந்த நிமிஷம் நினைப்பில் தலைகாட்ட மறுத்ததால், 'இவள் தப்பாக நடந்துகொண்டாள், நான் கோபித்துக்கொண்டேன்... அதற்காக வருத்தப்படுவானேன்?' என்ற சமாதானம் இதயத்தைத் தட்டிக்கொடுக்க, ஒவ்வொரு தடவையும் ஏன் நான் விழுந்தடித்துக்கொண்டு ஸாரி சொல்ல வேண்டும்? இந்த முறை சொல்லப்போவதில்லை என்று அவனுடைய ஆணாதிக்க மனப்பான்மை முணுமுணுக்க, பரத் எழுந்து குளித்தான். ட்ரெஸ் பண்ணிக்கொண்டான். மோஹனாவை லட்சியமே செய்யாமல், கீழே போய் அம்மாவிடம் சொல்லிக்கொண்டு ஆபீஸுக்குப் புறப்பட்டுப் போனான்.

அந்த 'நான் ஆண்மகன், என்ன வேண்டுமானாலும் செய்வேன், எப்படி வேண்டுமானாலும் நடந்துகொள்வேன்... நீ பெண், அனுசரித்துதான் போக வேண்டும்' என்ற நடத்தை நெஞ்சைப் பிறாண்டிய பிறாண்டலில், அன்று மாலை பரத் வீடு திரும்புவதற்குள் ஸந்த்யாவைத் தூக்கிக்கொண்டு மோஹனா வீட்டைவிட்டுப் போய்விட்டிருந்தாள்.

அத்தியாயம்

25

வீம்பாக ஒரு வார்த்தைகூட மோஹனாவிடம் பேசாமல் ஆபீஸ் வந்துவிட்டாலும், பொருந்தி வேலையைக் கவனிக்க முடியாதபடி பரத்தின் மனசு குறுகுறுத்துக் கொண்டேயிருந்தது.

ஸ்டெனோவிடம் லெட்டர் டிக்டேட் செய்யும்போதும், ரமணன்-சிவராமனுடன் முக்கியமான வாடிக்கையாளர் ஒருவரைப்பற்றி விவாதித்தபோதும், மக்கிஜானி அண்ட் சன்ஸ் கம்பெனியின் பாலன்ஸ் ஷீட்டைச் சரிபார்த்தபோதும், மனசுக்குள் மோஹனா உட்கார்ந்து அவனை ஹிம்ஸித்தாள்.

வெளுத்துப்போய் இறுகின அந்த முகம்... அந்த வேதனை... 'என்ன இப்படி நடந்து கொண்டுவிட்டீர்களே!' என்று குற்றம்சாட்டும் பார்வை...

பதினோரு மணிக்கு, ஷ்யாம் போனில் அழைத்தான்.

"ஹலோ..."

"ஹாய், பரத்! எப்படியிருக்கே? நேத்து நீ குடிச்ச அளவுக்கு, சரியான ஹாங் ஓவர் இருக்கணமே! ஆமா, டின்னர் சாப்பிடாம கிளம்பற அளவுக்கு உனக்கு அப்படியென்ன கோவம்? ம்?"

டின்னர் சாப்பிடாமல் கிளம்பினேனா?

ஒருகணம் யோசித்தபோது பனிமூட்டமாய் முதல்நாள் சம்பவங்கள் ஞாபகத்துக்கு வந்தன.

"எனக்கு என்ன கோவம், ஷ்யாம்... மோஹனா டயர்டா இருந்தா... அதான் கிளம்பிட்டோம்..."

உன் நொண்டிச் சாக்கை நம்ப வேறு ஆளைப் பாரு என்கிற தினுசில் ஷ்யாம் சிரித்தான். அப்புறம், "கோவம் கீவம் ஒண்ணுமில்லேன்னா சரிதான், பரத்... ஹாப்பி நியூ இயர் அகெய்ன்! அப்புறம் பாக்கலாம்..." என்று சொல்லி தொடர்பைத் துண்டித்தான்.

நாற்காலியில் சாய்ந்து உட்கார்ந்த பரத்திற்கு, திடிரென்று அவமானமாக இருந்தது. அதிகம் குடித்தேன் என்று ஷ்யாம் சொல்கிற அளவிலா, என் கோபதாபங்களை மூன்றாம் மனிதர் அறிந்துகொள்ளும் அளவிலா, நேற்று என் நடத்தை இருந்தது?

கிரியை மோஹனாவுக்கு அருகில் பார்த்தது ஆத்திரத்தை மூட்டியது நிஜம்தான்...

விளக்குகள் அணைந்த நிமிஷங்களில், இவர்கள் நெருக்கமாய் நின்றிருந்ததை விஷயம் தெரிந்தவர் யாராவது பார்த்திருந்தால் என்ன பண்ணுவது என்ற பயம் எழுந்ததும் நிஜம்தான்...

அதற்காக, இந்த ஆத்திரத்தையும் பயத்தையும், சுற்றியிருந்தவர்கள் சுலபமாய்ப் புரிந்துகொள்ளும் தினுசிலா நடந்துகொண்டேன்?

மது உள்ளே போனால் என் வசத்தை நான் இழப்பது புரிந்ததுதானே... அப்புறம் ஏன் குடித்தேன்?

'குடிக்க மாட்டேன்' என்று மோஹனாவிடம் சத்தியம் பண்ணியது திடுமென நினைவுக்கு வர, பரத்தின் அவமான உணர்ச்சி அதிகமாகிப்போனது.

வீட்டுக்கு வந்து மோஹனாவிடம், கிரி உன்னிடம் எப்படி நடந்துகொண்டான் என்று ஏன் கேட்டேன்?

மோஹனாமீது எனக்கு அத்தனை கூடவா நம்பிக்கை இல்லை? மோஹனா இன்று காலை ஏன் அப்படி அடிபட்டு உட்கார்ந்திருந்தாள்? அந்த முகமும் அந்தப் பார்வையும்...

போன் பண்ணி மோஹனாவிடம் பேசினால் என்ன?

இரண்டு தரம் ரிஸீவரைத் தொட்டவன், வேண்டாம், சாயங்காலம் சுருக்கப்போய் நேரிலேயே அவளை சமாதானப்படுத்துவதுதான் சரி என்று தீர்மானித்துக் கையை மடக்கிக் கொண்டான்.

முடிவு செய்தபடி அவசரம் அவசரமாய் வேலைகளை முடித்துவிட்டு வீட்டுக்கு பரத் வந்தபோது மணி ஐந்தரைதான்.

வீடு நிசப்தமாய் இருந்தது.

காபியோடு மாடிக்கு வந்த அம்மாவை, நீ ஏன் எடுத்துக்கொண்டு வருகிறாய் என்று கேட்கும் பார்வையாய்ப் பார்த்தான்.

"ஸந்த்யாவை எடுத்துண்டு அப்பவே மோஹனா வெளில போயிட்டாளே, பரத்... உன்கிட்ட சொல்லலையா?"

பரத் காபி குடித்து முடிக்கும்வரை மேற்கொண்டு ஜெயம்மா ஒன்றும் பேசவில்லை. காலி தம்ளரை அவன் நீட்டியதும் வாங்கினவள், ஏதோ சொல்லத் தயங்குவதுபோல அங்கேயே நின்றாள்.

"என்னம்மா?"

"வந்து..."

"சொல்லும்மா... என்ன விஷயம்?"

"நீ மோஹனாவை எதுக்காவது கோச்சுண்டியாப்பா?"

".....

"இல்லே... கார்த்தால நீ போனப்பறம், கீழ எறங்கிவந்தவ மூஞ்சி நன்னாவேயில்லே... அழுது உப்பின மாதிரி சிவந்திருந்தது... உடம்பு சரியில்லாத பொண்ணு... அவளை ராக்கண்ணு முழிக்க வெக்காதேன்னா நீ கேக்கமாட்டேங்கறே... என்ன புது வருஷமோ, என்ன பார்ட்டியோ... எனக்கு ஒண்ணும் பிடிக்கலப்பா!"

பரத் 'ரீடர்ஸ் டைஜஸ்டை' எடுத்துப் புரட்டினான்.

"ஏம்மா எப்படியோ இருக்கேனு அவளைக் கேட்டேன்... 'ஒண்ணுமில்லே, தலைவலி... ராத்திரி சரியா தூக்கம் இல்லாததால ஜலதோஷம் பிடிச்சிருக்கு'னு சொன்னா... என்னமோ சமாளிக்கற பேச்சா எனக்குப் பட்டுது! டிபன் சாப்பிட வான்னேன்... வேண்டாம்னுட்டா. வெறும் காபியைக் குடிச்சிட்டு, தனியா உக்காந்துண்டு யோசிச்சுண்டேயிருந்தா... பன்னெண்டு மணி வாக்குல வெளில கிளம்பினா... 'தலைவலிங்கறே, எங்கம்மா போறே'ன்னேன்... 'அவசரமா ஒரு வேலைய கவனிக்கணும், இதோ வந்துடறேன்'னு போயிட்டு, அரைமணில வந்தா... ரெண்டு வாய் சாதம்கூட சாப்பிடலை... மாடிக்குப்போய் ஸந்த்யாவை அழைச்சுண்டு போயிட்டா... அவளுக்கு என்னமோ வேதனை... சொல்ல மாட்டேங்கறா... நீயாவது என்ன ஏதுன்னு கேக்கக் கூடாதா, பரத்? அவளுக்கும் நம்மைவிட்டா வேற யாரு, சொல்லு..."

பரத் எதற்கும் பதில் சொல்லாமல் கல்லுளிமங்கன்போல உட்கார்ந்திருக்கவே, ஜெயம்மா அதோடு பேச்சை முடித்துக்கொண்டு கீழே போனாள்.

பரத் பால்கனிக்குச் சென்றான். மாலைக்காற்று உடம்பை இதமாக வருடிக்கொடுத்தது. பறவைகள் கூட்டுக்குத் திரும்பும் உற்சாகத்தோடு கூட்டமாய்ப் பறந்து சென்றன. அலுப்பாக இருந்தது.

ராக்கிங் சேரில் உட்கார்ந்து கண்ணை மூடியவன், தன்னை மறந்து தூங்கியிருக்க வேண்டும்.

திரும்ப திடுக்கிட்டுக் கண்ணை விழித்தபோது, இருட்டு ஆளைத் தழுவிக் கொண்டிருந்தது.

வானத்தில் இங்குமங்குமாய் நட்சத்திரங்கள் மினுமினுத்தன. மணி என்ன?

ரேடியம் டயல் வாட்ச், ஏழரை என்றது.

மோஹனா வந்துவிட்டாளோ? ஏன் மேலே வரவில்லை? குழந்தையின் சப்தத்தையே காணோமே!

பால்கனிக் கதவருகே யாரோ வந்து நிற்பது புரிய, பரத் திரும்பினான்.

அம்மா...

"மணியாச்சு... இன்னும் அவாளைக் காணுமே, பரத்?"

பரத் பெரிசாய் கொட்டாவிவிட்டான்.

"எங்க போறதா சொல்லிட்டுப் போனாம்மா?"

"எங்கன்னு நானும் கேக்கலை, அவளும் சொல்லலை... சாதாரணமா குழந்தையோட பீச், அங்க இங்கனு போற மாதிரிதான் போயிருப்பானு நினைச்சேன்..." பரத் பதில் பேசுவதற்குள் தோட்டத்தில் கார் வந்து நிற்கும் சப்தம் கேட்டது.

"வந்துட்டா... அதுக்குள்ள நா அசட்டுத்தனமா பயந்துபோயிட்டேன், பாரு..."

ஜெயம்மாவைத் தொடர்ந்து பரத்தும் கீழே போனான்.

வாசல் வராந்தாவில் டிரைவர் நின்றிருந்தான்.

"அம்மாவும் குழந்தையும் எங்கப்பா?"

"அவங்க வரலீங்க... என்னை மட்டும் காரை எடுத்துட்டு வீட்டுக்குப் போகச் சொன்னாங்க... வந்திட்டேன்..."

இது என்ன புதுப் பழக்கம்? எங்கு தனியாய் இறங்கிக்கொண்டு வண்டியைத் திருப்பி அனுப்பியிருக்கிறாள்?

"வீட்டுலேந்து புறப்பட்டதும் நேரா கபாலி காவிலுக்குப் போயி ரொம்ப நேரம் இருந்தாங்க... அங்கயிருந்து சென்ட்ரல் ஸ்டேஷனுக்கு வண்டியவிடச் சொன்னாங்க... அங்க எறங்கிக்கிட்டு, நீ வீட்டுக்குப் போயிடுன்னாங்க... நீங்க எப்படிம்மா வருவீங்கன்னேன்... தெரிஞ்சவங்க வண்டி வந்திருக்கு, வந்துடுவேன்னு சொல்லிட்டு, குழந்தையோட விடுவிடுன்னு உள்ள போயிட்டாங்க..."

பரத்திற்கும் ஜெயம்மாவுக்கும் தலையும் புரியவில்லை, காலும் புரியவில்லை.

ஸ்டேஷனுக்கு எதற்காக மோஹனா போக வேண்டும்? அப்படியே போனாலும், காரை ஏன் அனுப்ப வேண்டும்? அதென்ன 'தெரிஞ்சவங்க வண்டி'? யார் வண்டியில் திரும்பி வர உத்தேசம்?

"என்னப்பா, பரத்... மோஹனா யாரைப் பாக்கப் போயிருக்கா? குழந்தைக்கு சாப்பாட்டு நேரமாச்சே! இப்படிப் பொறுப்பில்லாம அவ போகமாட்டாளே!"

உள்ளுக்குள் உண்டான கோபம் லேசாகக் குரலில் வெளிப்பட, "அவ என்ன சின்னக் குழந்தையாம்மா? தானே வருவா... கவலைப்படாதே..." என்று சொன்ன பரத், திரும்ப மாடிக்கு வந்தான்.

எங்கே போய்விட்டாள்?

கோவில், அப்றம் ஸ்டேஷன்... என்ன நடக்கிறது இங்கே? எதுவும் புரியாத அவஸ்தையில், கோபம் மடுகும் நன்றாக எழுந்து நெஞ்சை அடைத்துக்கொள்ள, அறையில் குறுக்கும் நெடுக்குமாய் உலாத்தின நிமிஷத்தில்தான்... டுரெஸ்ஸிங் டேபிள் மேல், நளினியின் புகைப்படா சட்டத்தில் சொருகி வைக்கப்பட்டிருந்த அந்தக் கவரை பரத் பார்த்தான்.

சட்டென்று கண்ணில் படும்படி துருத்திக் கொண்டிருந்ததை, எப்படி இத்தனை நாழிகை பார்க்கத் தவறினோம் என்ற நினைப்புடன் கையில் எடுத்தான்... பிரித்தான்...

'பரத்' என்று துவங்கியிருந்த மோஹனாவின் கையெழுத்தைக் கண்டதும், வயிற்றில் குடல் ஒருமுறை முடிச்சுப் போட்டுக்கொண்டு சிலிர்த்தது. திடுமென்று இதயத்தில் ரத்தம் ஜில்லிட்டது.

மோஹனா லெட்டர் எழுதிவைத்துவிட்டுப் போயிருக்கிறாளா? அப்படியென்றால்...?

'பரத்...'

நேத்து ராத்திரி நீங்க அளவுக்கு மீறி பேசிட்டேள். என்னால தாங்கமுடியாத அளவுக்கு மனசைப் புண்படுத்திட்டேள். ஸோ, நா போறேன்.

'உங்கம்மா ஒரு தே***யா, நீ ஒரு கால் கேர்ல்... உங்க பரம்பரை ரத்தத்துல விபசாரித்தனம் இருக்கு! அதனால, உனக்கு ஒரு பெண் பிறந்தா அதுவும் தெரு நாய் குணம் கொண்டதாய்த்தான் இருக்கும்'னு சொன்னேள்... தப்பு பரத்! நீங்க சொன்னது ரொம்ப தப்பு! எங்கம்மா நடத்தைகெட்டவ இல்லே... மனுஷத்தனமே இல்லாத புருஷனைவிட்டு வந்தாளே ஒழிய, அவ தே***ளா ஒருகணம்கூட இருந்ததில்லே! அவ பவித்ரமா வாழ்ந்ததை என் கண்ணால நா பாத்திருக்கேன்!

நா கால் கேர்லா இருந்தவதான்... இது நானே உங்ககிட்ட ஒத்துண்ட சமாச்சாரம். அப்படி கால் கேர்லா வாழ என்னைத் துரத்தின காரணங்களை உங்களுக்கு நா ஏற்கனவே சொல்லியாச்சு. என் உடம்புல ஓடற ரத்தத்துக்கும், நா வாழ்ந்த வாழ்க்கைக்கும் சத்தியமா சம்பந்தம் இருந்ததில்லே... இருக்க முடியாது.

ஒரு பெண் பதிவிரதையா வாழறதுக்கோ, கெட்டுப்போய் சீரழியறதுக்கோ, சந்தர்ப்பமும் சூழ்நிலையும் மட்டும்தான் காரணங்கறதை நீங்க என்னிக்கு புரிஞ்சுக்கப்போறேள், பரத்? நிழல்லியே பிறந்து, நிழல்லியே வளர்ந்து, நிழல்லியே வாழ்ந்துண்டிருக்கற நீங்க, வெயிலோட கொடுமைன்னா என்னன்னு உணரணும், பரத்... அப்பத்தான் என் நிலைமை, என் வேதனை எல்லாம் உங்களுக்கு நன்னா புரியும்!

உங்களுக்கு இந்த உலகத்தை நா புரியவைக்கப்போறேன்... அசிங்கம், கேவலம் எல்லாம் அனுபவிக்கறதுக்கு எப்படியிருக்கும்னு உணர்த்தப்போறேன்!

பரிசுத்தமான உங்க நளினிக்குப் பிறந்த ஸந்த்யாவை, நா என் வழில வளர்த்து, அவளை ஒரு கை தேர்ந்த விபசாரியா, கால் கேர்லா, தெரு நாயா உருவாக்கிக் காமிச்சா, நீங்க என்ன பண்ணுவேள், பரத்? உங்க ஸந்த்யாவைச்

சில வருஷங்கள்ல அப்படிப் பாக்கறச்சேயாவது, இந்த விபசாரத்தனமும் தே***தனமும், பரம்பரயா வம்சத்துல வர குணங்கள் இல்லே... வாழற, பழகற சூழ்நிலைதான் இதுக்கு அடிப்படைக் காரணம்னு நீங்க புரிஞ்சுப்பேள், இல்லியா?

உங்க நளினியின் பெண்ணை, ஒரு முதல் தரமான விபசாரியா மாத்திக் காட்டறேன், பரத்... இது சத்தியம்!

இந்த சத்தியத்தை நிறைவேத்தற வரைக்கும் நா சாகவும் மாட்டேன், நாங்க எங்க இருக்கோம்னு நீங்க கண்டுபிடிக்கவும் விடமாட்டேன்.

பேப்பர்ல விளம்பரம் பண்ணி விஷயத்தைப் பகிரங்கப்படுத்தி எங்களைக் கண்டுபிடிக்க முயற்சி பண்ணேள்ளனா, குழந்தைக்கு விஷம் குடுத்துட்டு நானும் செத்துப் போகத் தயங்க மாட்டேன்... ஞாபகம் இருக்கட்டும்!

எனக்கு இப்படியொரு அசிங்கமான வெறியைத் தூண்டிவிட்டது நீங்கதான்... அதனால, உங்களை நீங்களே நொந்துக்கறதைத் தவிர வேற வழியில்ல.

– மோஹனா.

அத்தியாயம்

26

என்னது!

மோஹனா வீட்டை விட்டுப் போய்விட்டாளா? ஸந்த்யாவை ஒரு விபசாரியாக வளர்க்கப்போகிறாளா?

ப்ளடி பிட்ச்!

மூளைகீளை பிசகிப்போய்விட்டதா, என்ன? கன்னாபின்னாவென்று என்னென்னவோ எழுதியிருக்கிறாளே! தே***த்தனம், விபசாரித்தனம்... ச்சே!

என்னமாய் அசிங்கமான வார்த்தைகளை உபயோகித்திருக்கிறாள்! என்ன ஆயிற்று இவளுக்கு?

மனசு இப்படிக் கொதித்துப்போகும்படி நான் என்ன அப்படிச் சொல்லிவிட்டேன்?

அழுந்த யோசித்த நிமிஷத்தில், 'கிரி உன்னை கிஸ் பண்ணினானா?' என்று கேட்டது ஞாபகத்துக்கு வந்தது.

தப்புதான்... ஒரு கணவன் தன் மனைவியிடம் கேட்கும் கேள்வி இல்லைதான்.

அதற்காக...?

ஏதோ குடிவெறி என்று விட்டுத்தள்ளாமல், அந்த வார்த்தைகளை சீரியஸாக ஏன் எடுத்துக்கொள்ள வேண்டும்?

என்னைச் சீண்டுவதற்காக, என் தவறை நான் உணர்வதற்காகவா இத்தனை ஸ்ட்ராங்காக எழுதிவைத்துவிட்டுப் போயிருக்கிறாள்?

'மடையா! உன் குடியையும், உன் வெறி வார்த்தைகளையும் நீ கட்டுப்படுத்திக் கொள்' என்று எதிரில் நின்று சொல்லப் பிடிக்காமல், புது வழியைக் கையாள விரும்புகிறாளா?

இப்படியொரு கடிதம் எழுதி என்னை பயமுறுத்திவிட்டு, என்ன பண்ணுவேன் என்று தவிக்க விட்டுவிட்டு, நான் என் தவறை உணர்ந்ததும் வந்துவிடுவதுதான் திட்டமா?

அதற்கு என் ஸந்த்யாவை கால் கேர்லாக வளர்க்கப்போகிறேன், அப்படியிப்படி என்று ஏன் எழுத வேண்டும்?

வாயால், 'நோ பரத்... நீங்க நடந்துக்கறமுறை எனக்குப் பிடிக்கலை...' என்று சுவாதீனத்தோடு என்னைக் கோபித்துக் கண்டிக்க உரிமை உள்ளவள், இந்தக் கேவலமான, மிரட்டுகிற வழியை ஏன் தேர்ந்தெடுக்க வேண்டும்?

கடவுளே! மோஹனாவா இப்படியொரு கடிதம் எழுதி வைத்துவிட்டுப் போயிருக்கிறாள்!

அவள் குடும்பத்தில் விபசார ரத்தம் ஓடுகிறது என்று நான் சொன்னதாய் எழுதியிருக்கிறாளே... எப்போது சொன்னேன்?

சே... அத்தனை மட்டமாய் பேசுவது எனக்கு எப்படி சாத்தியம்! அப்புறம், அவளாகக் கற்பனை பண்ணிக்கொண்டா எழுதியிருக்கிறாள்?

அடிபட்டவுடன் வலி தெரியாத மாதிரி, லெட்டரின் வாசகம் மனசைப் பிறாண்டிய வேதனையில், தன் மேலேயே கோபம், பச்சாதாபம், ஆத்திரம் என்று எல்லாமாக எழ, ஒன்றும் புரியாமல் பரத் குழம்பி நின்ற நிமிஷத்தில் போன் ஒலிப்பது கேட்டது.

மோஹனாவாக இருக்குமோ? உணர்ச்சிவசப்பட்டு அசட்டுத்தனமாய் ஏதோ எழுதி விட்டேன் என்று சொல்லத்தான்

கூப்பிடுகிறாளோ? அவளாக இருந்தால், 'ஸாரி டார்லிங், ஜ்ம் ரியலி ஸாரி! உன் மனசு புண்படும்படி நடந்துகொண்டுவிட்டேன்... இனிமேல் பாரேன், இந்தக் கணத்திலிருந்து நீ ஒரு புது பரத்தைத்தான் பார்க்கப்போகிறாய்!' என்று வெட்கத்தைவிட்டுப் பேச வேண்டும்... வீட்டுக்கு ஸந்த்யாவையும் அவளையும் வரவழைப்பதுதான் முதல் வேலை... அப்புறம் எப்போதாவது இரண்டு மூன்று நாட்கள் கழித்து, அவளுடைய கடிதத்தின் ரசக்குறைவை மெதுவாய் சுட்டிக்காட்டி கண்டிக்க வேண்டும். இப்போது உடனடியாய் கோபம், தாபம், கத்தல் ஒன்றும் கூடாது! நல்ல கணவனாய், நிதானம், விவேகம் உள்ளவனாய், அவள் மதிக்கும் மனிதனாய் நடந்து கொண்டு, அவர்களை வரவழைப்பதுதான் இப்போது முக்கியம்!

கால்களை அகலஅகலமாய் வைத்து படுக்கையறைக்கு வந்து, அங்கிருந்த போனை எடுத்து, "ஹலோ..." என்றான் பரத்.

மோஹனா இல்லை.

ஆனந்தகுமார் ஜெயின்... வட்டிக்கடைக்காரன்... பணக்காரன், சக்ரவர்த்தி அண்ட் அஸோஸியேட்ஸின் வாடிக்கையாளன். பரத்துக்கு நன்றாய்த் தெரிந்தவன்.

"ஹாப்பி நியூ இயர், மிஸ்டர் பரத்..."

இவன் எதற்காக இப்போது கனகாரியமாய்ப் பேசுகிறான்? பரத்துக்கு அவனுடன் பேசும் மனநிலை இல்லை. அசுவாரஸ்யமாக பதிலுக்கு வாழ்த்து தெரிவித்தான்.

"புது வருஷமும் அதுவுமா ஜம்முனு நிலம் வாங்கிட்டிங்களே... வெல்டன்!" நிலம் வாங்கினேனா? பரத் விழித்தான்.

"நீங்க கேட்ட தொகையைக் குடுக்க முடியாததுக்கு மன்னிக்கணும்... நேத்தே போன் பண்ணிச் சொல்லியிருந்தீங்கன்னா, எப்படியாவது புரட்டியிருப்பேன்... அரைமணி நேரத்துல முப்பது ரூபாதான் ரொக்கமா திரட்ட முடிஞ்சது... பார்ட்டிக்கு அட்வான்ஸ் குடுத்துட்டிங்க, இல்லே?"

என்ன சொல்கிறான் இவன்?

"நீங்க அதிகமா கேட்டு நா கம்மியா குடுத்துட்டேன்னு உங்களுக்கு வருத்தமா, மிஸ்டர் பரத்? நிலைமை அப்படி எசகுபிசகாயிருச்சு... ப்ளீஸ், புரிஞ்சுக்கங்க! மிஸஸ் பரத்கிட்டக்கூட நா சொன்னேன், 'சாயந்தரம் வரை டைம் குடுங்க... அம்பது ரூபாயையும் ரொக்கமா குடுத்துடறேன்'னு... ஆனா அவங்க, 'இல்லே, முப்பது போறும், நாங்க சமாளிச்சுக்கறோம்'னு சொல்லிட்டாங்க... பார்ட்டி செங்கல்பட்டுகிட்ட இருக்கறதாவும், நீங்க போய் பணம் குடுத்துட்டு வீடு திரும்ப எட்டு மணி ஆயிடும்னும் சொன்னாங்க... அதான் இப்ப போன் பண்றேன். போன காரியம் முடிஞ்சுதா? நாளைக்கு வேணா பாக்கி இருபதை ரெடி பண்ணிவெக்கட்டுமா? நீங்க ப்ரோநோட் கையெழுத்துப் போட வரும்போது வாங்கிக்கலாம்..."

இங்குமங்குமாய் விஷயம் புரிந்து, எதுவும் பேசத் தோன்றாமல் அதிர்ந்து நின்றான் பரத்.

ஆனந்திடம் வட்டிக்குப் பணம் கொடுக்கும் நபரிடம் மோஹனா ஐம்பதாயிரம் கேட்டிருக்கிறாள்... நிலம் வாங்க முன்பணம் கொடுக்க வேண்டும், பாங்க் விடுமுறை என்று சரடுவிட்டிருக்கிறாள்... ஆனந்த் எனக்கு போன் பண்ணி தொடர்புகொள்ள முடியாதபடி, நான் செங்கல்பட்டு போயிருப்பதாய் சொல்லியிருக்கிறாள்... அவனிடம் ஐம்பது இல்லை என்றதும், கிடைத்தவரை லாபம் என்று முப்பதாயிரம் வாங்கிக்கொண்டு கிளம்பியிருக்கிறாள்...

அப்படியென்றால், மோஹனா திட்டமிட்டுத்தான் வீட்டைவிட்டு ஓடியிருக்கிறாளா? என்னை பயமுறுத்த ஆடும் நாடகம் இல்லையா?

பரத்துக்கு திடுமென்று தொண்டை அடைத்துப்போனது. மூச்சு விடுவது சிரமமாய் இருந்தது.

நெஞ்சுக்கு மேல் யாரோ ஏறிக் குதித்து த்வம்ஸம் பண்ணுகிற வேதனை.

"நாளைக்கு முப்பதாயிரத்தைக் குடுத்துடறேன்... தேங்க்ஸ்..." என்று சொல்லி ரிஸீவரை வைத்தவன், உடம்பு பலவீனமாகிவிட்ட தினுசில் படுக்கையில் மல்லாந்து விழுந்தான்.

என்ன செய்வேன்?

நிலைமையை எப்படிச் சமாளிப்பேன்?

மோஹனா ஓடிப்போய்விட்டாளா?

என் குழந்தை... என் ஸந்த்யா... ஐயோ, அவள் கதி என்ன?

முதல் முறையாக நிஜம் விஸ்வரூபம் எடுத்துக் கண்முன் பரவ, பரத் பயந்துபோனான். பட்பட்டென்று நெற்றியில் ஓங்கி அறைந்துகொண்டான். தலைகாணிகளை எடுத்து வீசியடித்தான்.

மலங்கமலங்க அவன் விழித்துக்கொண்டிருந்த சமயத்தில், கதவைத் திறந்து கொண்டு ஜெயம்மா உள்ளே வந்தாள்.

"இன்னும் அவாளைக் காணுமேப்பா... எனக்குக் கவலையா இருக்கு... மணி எட்டடிச்சுடுத்தே..."

பரத் அதீத பிரயத்தனத்துடன் நிதானத்துக்கு வந்தான்.

முதலில் அம்மாவைச் சமாளிக்க வேண்டும்... என்ன செய்வது என்று யோசித்து ஒரு முடிவுக்கு வருவதற்குள், அம்மாவை எதையாவது சொல்லி சமாதானப்படுத்த வேண்டும்.

என்ன... என்ன சொல்வது?

"போன் யாருப்பா? நா ஒரு நிமிஷம் மோஹனாதான் லேட்டாயிடுத்து, கவலைப்படாதீங்கோனு சொல்ல பண்ணாளோன்னு நினைச்சேன்..."

"ஓ... அ... அது மோஹனாதாம்மா... அவ டெல்லி ப்ரெண்டு ப்ரதீமா திடும்னு மெட்ராஸுக்கு வந்திருக்காளாம்... அவசரமா வந்ததுல, தகவல் சொல்லாம வந்துட்டேன், அம்மாகிட்ட சொல்லுங்கோன்னா..."

உன் பேச்சை நம்பச் சொல்கிறாயா என்ற தினுசில் ஜெயம்மா பார்த்ததைத் தவிர்க்கவேண்டி, பரத் அவசரமாய்த் திரும்பி கண்ணாடி முன் நின்று தலைவாரத் தொடங்கினான்.

"நானும் போயி அந்தப் ப்ரதீமாவைப் பாத்துட்டு வரேன்... லேட்டானா கவலைப்படாதே... என்ன?"

அம்மாவின் பதிலுக்குக் காத்திராமல், பரத் கார் சாவியையும் பர்ஸையும் எடுத்துக் கொண்டு கீழே வந்தான்.

யாரிடமாவது மனசுவிட்டுப் பேசி, இதற்கு என்ன வழி என்று கேட்டால் என்ன?

யாரிடம்?

ஷ்யாம்தான்... ஏற்கனவே மோஹனாவைப் பற்றின உண்மையைத் தெரிந்த அவனைவிட்டால் வேறு யார்!

ஷ்யாமின் வீட்டை அடைந்தபோது அவன் வீட்டில் இல்லை. க்ளப்புக்குப் போயிருப்பதாய் அவன் மனைவி சொன்னாள்.

க்ளப்புக்குச் சென்று, அந்தக் கூட்டத்தில் அவனைத் தேடிப்பிடித்து, "ஷ்யாம், உன்கிட்ட கொஞ்சம் பேசணும்... என்னென்னவோ நடந்துடுத்து..." என்ற பரத்தின் முகத்தைப் பார்த்த ஷ்யாம், என்ன இது என்ற திகைப்போடு உடனே கிளம்பினான்.

வீட்டுக்கு வந்து மாடியறையில் உட்கார்ந்தார்கள்.

பத்து நிமிஷங்களில், கொஞ்சம் நிதானமடைந்த பிறகு, துண்டுத்துண்டாய் தனக்குத் தெரிந்த விவரங்களைக் கூறினான்.

"அந்த லெட்டரைப் பாத்தப்பறம்கூட, என்னைச் சும்மா பயமுறுத்தறான்னுதான் நினைச்சேன், ஷ்யாம்... ஆனா, ஆனந்த் போன் பண்ணதும், இது விளையாட்டு இல்ல, வினைதான்னு புரிஞ்சுபோச்சு! நா என்ன பண்ணுவேன், ஷ்யாம்? உன் பொண்டாட்டி எங்கடானு எல்லாரும் கேட்டா, எப்படி சமாளிக்கப்போறேன்? ஸந்த்யாவைப்பத்தி எழுதியிருக்கறதை

நிஜமாவே செஞ்சுடுவாளா? தெரியாத்தனமா ஒரு ராட்சஸிகிட்ட மாட்டிண்டுட்டேன், ஷ்யாம்! என் குழந்தை... எனக்கு அவ வேணும்... மோஹனா ஒரு கேடு கெட்டவ... ப்ளடி பிட்ச்! நா ஏமாந்துபோயிட்டேன்..."

"ஆல்ரைட்... நடந்துபோனதைப்பத்தி பேசிப் பிரயோஜனமில்ல... இனிமே நடக்கப்போறதை யோசிக்கலாம்... முதல்ல அம்மாவைச் சமாளிக்கணும்... நீ இப்ப உங்கம்மாவுக்கு போன்பண்ணி, இன்னி ராத்திரியை நீங்க எல்லாரும் ப்ரதீமா வீட்டுல கழிக்கறதா சொல்லிடு... அப்போ காலைவரை நமக்கு டைம் இருக்கு... நிதானமா யோசிக்கலாம்... தேடிப்பாக்கலாம்..."

பரத் அம்மாவை போனில் அழைத்தான். குரலை சகஜமாக்கிக்கொண்டான்.

"நாலு கார்ல எல்லாருமா சேர்ந்துண்டு மகாபலிபுரம் போப்போறோம்மா... அங்கயே ரூம் எடுத்துத் தங்கிண்டு, நாளைக்கு மத்தியானம் வந்துடுவோம்! இதுல கவலைப்பட என்ன இருக்கு? நாந்தான் கூட இருக்கேனே, அப்பறம் என்னம்மா!"

ஒரு தினுசாய் அம்மாவைத் தற்காலிகமாய் சமாளித்தாகிவிட்டது.

அடுத்து என்ன செய்வது?

ஊரைச் சுற்றிவந்து, எங்காவது மோஹனா கண்ணில் தட்டுப்படுகிறாளா என்று பார்த்துக்கொண்டே யோசித்தால்?

இண்டு இடுக்கு விடாமல் தேடினார்கள். கால் வலிக்க வலிக்க நடந்தார்கள்.

ம்ஹூம், பலன் ஏதுமில்லை.

"பகிரங்கமா தேடறதுல ரெண்டு சங்கடம் இருக்கு... மோஹனா லெட்டர்ல குறிப்பிட்டிருக்கற மாதிரி ஏதாவது அசட்டுத்தனம் செஞ்சிடலாம்... ரெண்டாவது, ஊர் உலகத்துக்கு நம்ம வீட்டுப் பிரச்சினை டமாரம் போட்டாப்பல ஆயிடும்! அதனால, உடனடியா அவசரப்பட்டு எதுவும் செய்ய வேணாம்... போலீஸ்

கமிஷனர் எனக்கு வேண்டியவர்... ரெண்டாம் பேருக்குத் தெரியாம அவரைப் பாக்கலாம்... அவர் எப்படி உதவ முடியும்னு கேக்கலாம்..."

ஷ்யாம் சொன்னதற்கு சரி என்று தலையாட்டியபோது, பரத்தின் மனசில் தெம்பும் இல்லை, நம்பிக்கையும் இல்லை.

அத்தியாயம்

27

ராத்திரி முழுவதும் தூங்காமல் அவஸ்தைப்பட்டுவிட்டு, விடிகிற நேரத்தில் லேசாய் கண்களை மூடின பரத், யாரோ உலுக்கி எழுப்பின மாதிரி விழித்துக்கொண்டான்.

அடிவயிற்றில் சொரேர் என்றது. இன்றைக்கு ஸந்த்யாவின் பிறந்த நாள்!

முதல் வருஷத்தைத்தான் சரியாகக் கொண்டாடவில்லை. இந்த முறையாவது சிறப்பாகக் கொண்டாட வேண்டும் என்று மனசுக்குள் ஆயிரம் திட்டமிட்டு ஏங்கிய நாள். "நம்ப ஸந்த்யாவோட பர்த்டே அன்னிக்கு உங்க சினேகிதா குழந்தைகள் அத்தனை பேரையும் கூப்பிட்டு, வீட்டுல பார்ட்டி அது இதுன்னு தடபுடல் பண்ணிடணும், பரத்! தோட்டத்துல ஒரு ரங்க ராட்டினம் வாடகைக்குப் போட்டுடலாம்... குழந்தைகள் ஆசைதீர சுத்தட்டும்! அப்பறம், இன்னிக்கு ஷ்யாம் வீட்டுல பாத்த மாதிரி, ஒரு செப்பிடு வித்தைக்காரனைக் கூப்பிட்டு அரைமணி வித்தை காட்டச் சொல்லணும்... குழந்தைகள் ரொம்ப ரசிப்பா! ஒவ்வொரு குழந்தைக்கும் ஏதாவது நல்ல பரிசு வாங்கித் தரணும்... அப்பறம்..."

"ஹேய்... ஹோல்டன்! இன்னும் நாலு மாசம் இருக்கற பர்த்டேக்கு, இப்ப ப்ளான் பண்ணா என்ன அர்த்தம்?"

அன்றொரு நாள், ஷ்யாமின் குழந்தைக்குப் பிறந்தநாள் என்று போய்விட்டுத் திரும்பும்போது, காரில் ஸந்த்யாவை மடியில்

அமர்த்திக்கொண்டு, கண்கள் பிரகாசமாய் ஜொலிக்க ஜொலிக்க மோஹனா பேசிய பேச்சுக்கள்.

பேசிய வார்த்தைகள் எத்தனை! போட்ட திட்டங்கள் எத்தனை! ரங்க ராட்டினம் என்ன, செப்பிடு வித்தைக்காரன் என்ன... அப்படி ஜோடித்துப் பேசிய குழந்தைக்கு, இன்றைக்குப் பிறந்த நாள் என்பதாவது அவளுக்கு நினைவிருக்குமா?

எங்கே இருக்கிறார்கள் அவர்கள்?

இரண்டு மாசமாய் கண்ணில் விளக்கெண்ணெய் விட்டுக்கொண்டு தேடுபவர்களின் பிடியில் அகப்படாமல், எங்கே ஒளிந்திருக்கிறார்கள்?

உயிரோடு இருக்கிறார்களா, இல்லை...?

பரத்தின் உடம்பு லேசாய் நடுங்கியது.

போர்வையை உதறித் தள்ளிவிட்டு பால்கனிக்குப் போனான்.

வானத்தில் சூரியன் இன்னும் விளக்குப் போடவில்லை.

அரைகுறை இருட்டு... காற்றில் கலந்திருந்த பனிச்சாரல்...

குட்டைச் சுவரில் முழங்கைகளை ஊன்றிக்கொண்டான்.

என் குழந்தை எங்கே? என் ஸந்த்யா எங்கே?

என்னோடு வாழ இஷ்டமில்லாதவள், எங்கு வேண்டுமானாலும் போகட்டும், எப்படி வேண்டுமானாலும் வாழட்டும்... ஆனால், என் ஸந்த்யாவை என்னிடம் திருப்பிக் கொடுத்துவிடட்டும்... ஸந்த்யா... என் ஸந்த்யா...

எத்தனை அலைச்சல்! எத்தனை வேதனை!

ஒன்றிற்காவது கடுகத்தனைகூடப் பலனில்லையே!

மோஹனா வீட்டைவிட்டுப் போன தினத்துக்கு அடுத்த நாள் காலையே, பேசிக்கொண்ட தினுசில் பரத்தும் ஷ்யாமும் கமிஷனரைச் சந்தித்தனர்.

பரத்துக்கும் மோஹனாவுக்கும் இடையே நடந்த சம்பாஷணை, அவள் லெட்டர் ஆகியவற்றைப்பற்றிச் சொல்லவோ காட்டவோ அவசியமில்லை என்று கருதி, தேவையான விவரங்களை மட்டும் ஷ்யாம் கூறினான்.

"குடிக்க மாட்டேன்னு சொல்லிட்டு குடிச்சதுல கோவம்னு நினைக்கறோம்... என்ன ஏதுன்னு விவரம் சரியா புரியலை... ஆனந்த்கிட்டயிருந்து முப்பதாயிரம் பணத்தை வாங்கிக்கிட்டு, குழந்தையோட நிமிஷத்துல காணாமப்போயிட்டாங்க! இன்னும் இவங்க அம்மாவுக்குக்கூட விஷயம் தெரியாது! மூணாம் மனுஷருக்குத் தெரியாம இவங்களைக் கண்டுபிடிக்கறது முக்கியம்... குடும்ப மானம், பரத்தோட எதிர்காலம்னு எல்லாத்தையும் நினைச்சுப்பாக்க வேண்டியிருக்கு... நீங்க புரிஞ்சுக்கணும், ப்ளீஸ்..."

கமிஷனர் புரிந்துகொண்டார். ஷ்யாம் குடும்பத்தோடு பல ஆண்டுகளாகத் தொடர்பு கொண்டவர் என்ற காரணத்தால், தன்னால் இயன்ற உதவிகளைச் செய்வதாக வாக்குக் கொடுத்தார்.

தேவையான கேள்விகளைக் கேட்டார்... நிறைய யோசித்தார்... மோஹனா, ஸந்த்யாவின் படங்களைக் கொண்டுவந்து கொடுத்தால், மஃப்டி போலீஸை விட்டுத் தீவிரமாய் தேடச் சொல்வதாகச் சொன்னார். ஆனந்திடம் முப்பதாயிரம் பணம் வாங்கிக்கொண்டவள், கண்டிப்பாய் வெளியூருக்குப் போகும் எண்ணத்தில்தான் இருப்பாள் என்பதால், ஏர்போர்ட், ரயில்வே ஸ்டேஷன், பஸ் ஸ்டாப்களில் ஆட்களைத் தொடர்ந்து சில நாட்களுக்கு நிறுத்திக் கண்காணிப்பதாகச் சொன்னார்.

"அவங்க ஏற்கனவே ஊரைவிட்டுப் போயிருந்தா, என்ன பண்றது, சார்?"

"ம்? அப்ப கஷ்டம்தான்... அவங்களோட உறவுக்காரங்க, சினேகிதங்களை நீங்க காண்டாக்ட் பண்ணி, சந்தேகம் வராதபடி விசாரிச்சுப் பாருங்களேன்..."

"மோஹனாவுக்கு, எங்களுக்குத் தெரிஞ்சு அப்படி யாருமே கிடையாதே!"

"அப்ப இன்னும் கஷ்டம்... எனிவே... குழந்தைய எடுத்துட்டுப் போயிருக்கறதால, ஏதோ திட்டத்தோடதான் போயிருக்கணும்... உங்களோட லெட்டர் மூலமாவோ, போன் மூலமாவோ தொடர்புகொள்ள முயற்சி பண்ணுவாங்கன்னு தோணுது... அதனால உங்க வீட்டு போனை கொஞ்ச நாளைக்கு 'டாப்' பண்ணி கண்காணிக்கறது நல்லது..." நீளமாய் கமிஷனர் பேசி, உத்தரவுகளைப் போட்டார்.

என்ன போட்டு என்ன!

இரண்டு மாசங்கள் ஓடிவிட்டன. மோஹனாவிடமிருந்து ஒரு தகவலும் இல்லை. உயிரோடு இருக்கிறாளா... இல்லை, செத்துப்போய்விட்டாளா? என் ஸந்த்யா?

"பனியில நின்னுண்டு என்ன பண்றே, பரத்? காபி கொண்டுவந்திருக்கேன்... உள்ள வாப்பா..."

பரத் அசையாமல் நிற்கவே, ஜெயம்மா பிள்ளையிடம் வந்தாள்.

தோளில் கையை வைத்து அவனை உலுக்கினாள்.

ஆரஞ்சு உருண்டையாக எழுந்த சூரியனின் வெளிச்சத்தில், பரத்தின் கன்னத்துக் கண்ணீர் பளபளத்தது.

"சிங்கமாட்டம் திரிஞ்சிண்டிருந்த பிள்ளை, ரெண்டே மாசத்துல உருத்தெரியாமப் போயிட்டியே, பரத்! உன்னைப் பாத்தா என் வயறு எரியறதுப்பா! உங்கப்பா செத்தப்போகூட உன் கண்ல ஒரு சொட்டு ஜலத்தைப் பாத்ததில்லை... ஆனா... இப்போ..."

ஜெயம்மாவின் குரல் தழுதழுத்தது.

"உன் கண்ல ஜலம் வந்தா என் தேகம் ஆடிப்போயிடறது, பரத்... தேத்திக்கோப்பா... நா இல்லியா, அத்தனையும் தாங்கிண்டு, கல்லாட்டம்..."

இரண்டு நிமிஷம் மௌனத்தில் மறைந்தது. ஜெயம்மாவின் சன்னமான விசும்பல் அந்த நிசப்தத்தில் பெரிசாய் ஒலித்தது. பரத் ஒன்றுமே பேசாமல் படுக்கையறைக்குள் சென்று படுக்கையில் உட்கார்ந்தான். அம்மா நீட்டிய காபியை வாங்கிக் குடித்தான்.

"இன்னிக்கு ஸந்த்யாவுக்குப் பிறந்த நாள்... ஞாபகம் இருக்கா?"

இருக்கிறது என்று பரத் தலையாட்டினான்.

"குழந்தை எங்க இருக்கானுகூடத் தெரியலையேப்பா... இது என்ன சோதனை! போன ஜன்மத்துல யாருக்கோ நாம பெரிசா துரோகம் பண்ணியிருக்கோம்... அந்தப் பாவம்தான் இப்படித் தொரத்தறது... நானும் ஜடமா, மரமா இருக்கணும்னுதான் பாக்கறேன்... முடியலயேப்பா! அதுவும் இன்னிக்குத் தாங்க முடியலை, பரத்... நா என்ன பண்ணுவேன்?"

பக்கத்தில் உட்கார்ந்து அம்மா விசும்புவதைக் காணச் சகியாது பரத் கண்களை மூடிக்கொண்டான்.

போலீஸ் கமிஷனரைப் பார்த்துவிட்டுத் திரும்பும் வழியில், இனி என்ன பண்ணுவது என்ற எண்ணம் ஆளைப் புரட்ட, பரத் ஷ்யாமிடம் பேசினான்.

"இப்போ என்ன பண்றது, ஷ்யாம்?"

"ம்... கமிஷனர் சொன்ன மாதிரி மோஹனாவுக்கு வேண்டியவங்க யாரையாவது தேட முடியுமா, பரத்? அவங்க அப்பா, டெல்லி சினேகிதிங்கனு யாரையாவது?"

"எனக்குத் தெரிஞ்சவரைக்கும் அவளுக்கு யார்கிட்டயும் தொடர்பில்ல... எதுக்கும் வீட்டுல அவ அலமாரில தேடிப்பாக்கலாமா?"

"அதை முதல்ல செய்வோம்..."

"ஷ்யாம்..."

"ம்?"

"வீட்டுக்குப் போனா அம்மாவை சமாளிக்கணுமே, ஷ்யாம்..."

"ம்... நானும் அதப்பத்தி யோசிச்சேன்... பேசாம உண்மையச் சொல்லிட்டா என்ன, பரத்?"

அம்மாவிடமா? நிஜத்தையா?

ஐயோ... வேண்டாம்...

"வேண்டாம், ஷ்யாம்... ரெண்டு மூணு நாள் ஏதாவது பொய் சொல்லி தாக்குப் பிடிக்கறது பெட்டர்... ஏன்னா, அவங்க ஏற்கனவே இதய நோயாளி... இந்த சமயத்துல அம்மாக்கு ஏதாவது ஆயிடுத்துன்னா, என்னால தாங்க முடியாது, ஷ்யாம்..."

வீட்டில் கார் போய் நின்றதும், ஆவலோடு ஓட்டமும் நடையுமாய் வந்த ஜெயம்மா, மருமகளையும் பேத்தியையும் காணாமல் ஏமாந்தது தெளிவானது.

"அவா எங்கப்பா? நீங்க மட்டும் ஏன் தனியா வரேள்?"

"அடடா... மருமகளைப் பிரிஞ்சு ஒருநாள்கூட இருக்க முடியாதாம்மா உங்களால!"

வேண்டுமென்றே கேலியோடு பேசின ஷ்யாம், சட்டென்று முகத்தை வருத்தமாக்கிக் கொண்டான். "அந்தப் ப்ரதீமாவோட குழந்தை சமீபத்துல செத்துடுச்சும்மா... பாவம், அவங்க மனசு உடைஞ்சு போயிருக்காங்க! ரெண்டு நாள் அவங்களோட மோஹனாவும் ஸந்த்யாவும் இருக்கறது நல்லதுன்னு மகாபலிபுரத்துலயே அவங்களை விட்டுட்டு வந்திருக்கோம்..."

"என்னப்பா பரத், ஷ்யாம் என்னென்னவோ சொல்றானே! வேணும்னா, அந்தப் பொண்ணை இங்க கூட்டிண்டு வர்றது... அதை விட்டுட்டு எதுக்காக இவா அங்க போகணும்? மகாபலிபுரத்துல என்ன வெச்சிருக்கு? எனக்கு ஒண்ணும் புரியலையே!"

மலங்கமலங்க ஜெயம்மா விழித்துக்கொண்டு நிற்கையிலேயே, இப்போதைக்கு இது போதும் என்று நண்பர்கள் இருவரும் மாடிக்குப் போனார்கள். மோஹனாவின் அலமாரியைத் தலைகுப்புறப் புரட்டினார்கள்.

ஒரு டைரி? ஒரு கடிதம்? ஒரு சின்ன தகவல்?
ம்ஹூம்... ஒரு மண்ணும் இல்லை.

அத்தியாயம்

28

மோஹனாவின் அப்பா பேர் ரங்கமணி என்று தெரியும். ஒரு காலும் கையும் சூம்பினவர் என்று தெரியும். கடலூருக்குப் பக்கம் என்று தெரியும்... இவை போதுமா?

கிட்டத்தட்ட இருபது வருஷங்களுக்கு முன்னால் ரங்கமணி கடலூர் பக்கத்தில் இருந்தார்... இப்போதும் இருப்பாரா? செத்துப்போயிருந்தால்? எங்கே என்று போய்த் தேடுவது? என்னவென்று சொல்லி விசாரிப்பது?

என்னவானாலும் சரி, முயற்சி பண்ணிப் பார்த்துவிட வேண்டியதுதான் என்று தோன்ற, மதியமே காரில் கடலூருக்குக் கிளம்பினார்கள்.

போஸ்ட் ஆபீஸ்களில் நிறுத்தி, மிராசுதார் ரங்கமணி என்ற அந்த அடையாளங்களைச் சொல்லி விசாரித்தார்கள். பக்கத்து கிராமங்களில் தெருத்தெருவாய் சுற்றினார்கள்.

ம்ஹூம், ஒரு விவரமும் கிடைக்கவில்லை.

அடுத்து என்ன?

டெல்லி சினேகிதிகள்...

அவர்கள் விலாசத்தை எப்படிக் கண்டுபிடிப்பது?

ஆ... கிரிதரிடம் கேட்டால்?

வெட்கம் மானம் எல்லாம் பார்த்தால் இப்போது நடக்காது...

டெல்லி விலாசம் தெரிய வேண்டுமானால், கிரிதரிடம் பேசுவதைத் தவிர வேறு வழியில்லை என்பது புரிய, கடலூரிலிருந்து திரும்பிய அன்றே நேரே அவனைப் பார்க்கப் போனார்கள்.

"மோஹனா வீட்டைவிட்டுப் போய்விட்டாள்... டெல்லிக்குப் போயிருக்கலாமோ என்னவோ! அவளுடைய பழைய விலாசம் வேண்டும்..." என்று மொட்டையாகச் சொன்னார்கள்.

கிரி ஒரு ஜென்டில்மேன்தான்... என்ன ஏது என்று துருவவில்லை. டெல்லி விலாசத்தைச் சொன்னதுமல்லாமல், பரத்தும் ஷ்யாமும் புறப்பட்டபோது, "விஷயம் என் மூலமாய் யாருக்கும் போகாது... ப்ளீஸ், கவலைப்படாதீங்கோ..." என்றும் சொன்னான்.

டெல்லிக்குக் கிளம்புமுன், இனியும் அம்மாவிடமிருந்து உண்மையை மறைக்கக் கூடாது என்று நினைத்த பரத், அன்றிரவு, அதாவது மோஹனா ஓடிப்போன மூன்றாம் நாள் இரவு, "நா சத்தியத்தை மீறி குடிச்சுட்டேங்கற கோவத்துல, மோஹனா குழந்தையோட வீட்டை விட்டுப் போயிட்டாம்மா... மூணு நாளா நா உன்கிட்ட பொய் சொன்னதுக்கு மன்னிச்சுடு! டிரைவர் வந்து அவாளை ஸ்டேஷன்ல விட்டேன்னு சொன்னப்பறம், ஷ்யாமோட ஸ்டேஷனையும் மெட்ராஸையும் சலிச்சுப் பாத்துட்டேன்... நாளைக்குக்கூட அவாளைத் தேடிண்டு டெல்லிக்குப் போறதாயிருக்கேன்... அதுக்கு முன்னால உன்கிட்ட எல்லாத்தையும் சொல்லணும்னு தோணித்தும்மா... சொல்லிட்டேன்..." நீட்டி முழக்கி விவரங்களைச் சொல்லாமல், அம்மாவுக்குத் தெரிய வேண்டியதை மட்டும் கூறினான் பரத்.

கண்களில் நீர் ததும்ப மகன் பேசியதை நம்ப முடியாதவள்போல, ஜெயம்மா சுவரில் சாய்ந்துகொண்டாள்.

நெஞ்சில் கையை வைத்து அழுத்திக்கொண்டாள். 'முருகா, முருகா' என்று முணுமுணுத்தாள். மாலைமாலையாய் கண்ணீர் வழிய, "உடனே பேப்பர்ல விளம்பரம் குடுக்கறதுதானே,

பரத்? தெரியாம குடிச்சுட்டேன், இனிமே சத்தியமா அப்படி நடக்காதுன்னு குடுக்கறதுதானேப்பா?” என்று தனக்குத் தோன்றியதைக் கேட்டாள்.

பரத் முடியாது என்று தலையாட்டினான். “அந்த மாதிரி பகிரங்கப்படுத்தினா, ஏடாகூடமா ஏதாவது செஞ்சுப்பேன்னு லெட்டர் எழுதிவெச்சுட்டுப் போயிருக்காம்மா...”

நிஜமாகவா? மோஹனாவா? லெட்டர் எழுதிவைத்துவிட்டுப் போய்விட்டாளா? கடவுளே! நல்ல பெண் என்று நம்பியவள், மாபாரமாய் தலையில் கல்லைப் போட்டுவிட்டாளே!

இப்போது என்ன பண்ணுவேன்!

நளினி போன பிறகு அஸ்தமித்த வாழ்க்கை, இந்தப் பெண்ணால் புனர்ஜென்மம் பெற்றுவிட்டது என்று சந்தோஷப்பட்டதெல்லாம் வீண்தானா?

பூஜையறைக்குள்போய் உட்கார்ந்துகொண்டு ஆயிரம் யோசனை செய்த நிமிஷங்களில், இனி மகனுக்கு ஆறுதலாய் இருப்பதுதான் என் கடமை என்று தோன்றியிருக்க வேண்டும்... நொந்துபோயிருக்கும் பிள்ளைக்கு இனி நான்தான் சகலமும் என்று நினைத்திருக்க வேண்டும்... ஜெயம்மா கல்லாய்த் தன்னை இறுக்கிக் கொண்டுவிட்டாள்.

இந்த இரண்டு மாசத்தில் பரத் எதிரில் இப்படி கண்ணில் ஜலம் விட்டு ஜெயம்மா விசும்புவது இதுதான் இரண்டாம் முறை.

அம்மாவும் பிள்ளையும் பரிதவிப்பதை, ஏதோ சிட்டுக்குருவி காதில் வந்து சொன்ன மாதிரி அன்று மதியம் பரத் ஆபீஸுக்கு மோஹனா போன் செய்தாள்.

ஃபைலைப் படிக்க முயற்சி பண்ணிய பரத்தின் கவனம், டெலிபோன் மணி ஓசையால் கலைந்தது.

“எஸ்?”

டெலிபோன் ஆபரேட்டர் பேசினாள். “உங்களுக்குத்தான் சார்...”

"யார் அது?"

"பேர் சொல்ல மாட்டேங்கறாங்க... கனெக்ஷன் குடுக்கட்டுமா?"

"ம்... ஹலோ... பரத் ஹியர்..."

"ஹலோ..." என்றது ஒரு பெண்ணின் மென்மையான குரல், பதிலுக்கு. பரத் கையில் பிடித்திருந்த ரிஸீவர் தடக்கென்று நழுவியது.

மோஹனாவா?

இவள் குரலை ஆபரேட்டரால் அடையாளம் கண்டுகொள்ள முடியவில்லையா?

"யாருன்னு புரியலையா? நான்தான் மோனா..."

மோனாவா? மோஹனா என்று சொல்லாமல் மோனா என்ன, மோனா?

இப்படி என்னை ஹிம்சிப்பதில் இவளுக்கு எத்தனை சுகம்!

சுர்ரென்று கோபம் எழுந்ததில், மோஹனா போன் செய்தால் இதமாய்ப் பேசி வீட்டுக்கு வரவழைப்பதில் குறியாக இருக்க வேண்டும், தாஜா செய்து பக்குவமாய்ப் பேசி அவள் இருப்பிடத்தை அறிந்துகொண்டுவிட வேண்டும் என்று தனக்குத்தானே யோசித்து வைத்திருந்த முடிவு காற்றில் பறக்க, "மை காட்! உன் திமிர் உன்னை விட்டு இன்னும் போகலையா!" என்றான் அடிக்குரலில்.

"கூடப்பிறந்ததாச்சே... போறது கஷ்டம்தான்!"

எதையும் ஒருவித அலட்சியத்துடன் எடுத்துக்கொள்ளும் அதே மனப்பான்மை... அவள் துளிக்கூட மாறவில்லை.

"போவேண்டாம்... கெட்டியா பிடிச்சுவெச்சுக்கோ! உன்னோட என்ன பேச்சு... என் ஸந்த்யா எங்க? நீ எங்கேந்து பேசறே? அதைச் சொல்லு முதல்ல..."

"எங்களைப் பாக்கறது அத்தனை சுலபமில்ல, பரத்... இது எஸ்.டி.டி. கால்..."

டைரக்ட் டயலிங் செய்து பேசுகிறாளா? அப்படியென்றால், எந்த ஊரிலிருந்து?

"உன்னோடு என்ன பேச்சுன்னு நீங்க சொன்னப்பறமும் நா பேசிண்டிருக்கறது சரியில்ல... நா இன்னிக்கு போன் பண்ணுதுக்கு முக்கியக் காரணும், ஸந்த்யா பிறந்த நாளை நாங்க மறக்கலைன்னு சொல்றதுக்குதான்..."

"நா... நாங்கன்னா யாரு?"

"ஸாரி, பரத்... சொல்றதுக்கில்ல..."

பரத்துள் வக்ரம் தலை விரித்து ஆடியது.

"ரெண்டு மாசத்துக்குள்ள ஒரு ஆளைப் பிடிச்சுட்டியா? நாட் பேட்! என்னோட இருந்தா நா ஒருத்தன்தான்... இப்ப ஆயிரம் பேர்! ரைட்?"

பரத் பேசின பேச்சுக்களை ஜீரணம் பண்ணுகிற தினுசில் மோஹனா அரை நிமிஷம் மௌனமாய் இருந்தாள். பிறகு நிதானமாய்ப் பேசினாள். "நா தப்புப் பண்ணிட்டேன், பரத்... இந்த ரெண்டு மாசத்துல நீங்க மாறியிருப்பேள்னு நா தப்புக்கணக்குப் போட்டுட்டேன்... கஷ்டப்பட்டு இந்த போன் பண்ணினது, ஆபரேட்டருக்கு என் குரல் தெரியக்கூடாதுன்னு பிரயத்தனப்பட்டு குரலை மாத்திப் பேசினது, எல்லாம் வேஸ்ட்! நீங்க மாறவேயில்ல... அதனால, நானும் மாறப்போறதில்லை! பை... பை..."

அடுத்த கணம் டெலிபோன் தொடர்பு விட்டுப்போய் செத்துப்போனது.

கண்களை விரித்து, மோஹனா தன்னோடு பேசியதை நம்பமுடியாத தினுசில் விழித்த பரத்துக்கு, திடுமென்று கோபம் கோபமாய் வந்தது.

நல்ல சந்தர்ப்பத்தை நழுவவிட்டுவிட்டேனே! நான் ஒரு முட்டாள்!

இதமாக அன்பாகப் பேசி வீட்டுக்கு அவளையும் குழந்தையையும் வரவழைக்கும் வழியைப் பார்க்காமல், எதற்காக இடக்காகப் பேசினேன்?

எங்கேயிருந்து பேசுகிறாள், என்ன நம்பர் என்ற விவரங்களையாவது தெரிந்து கொண்டிருந்தால், இவள் இங்கு வராவிட்டாலும், குழந்தையையாவது எடுத்துக்கொண்டு வந்திருக்கலாமே...

நான் ஒரு மடையன்... மகா மடையன்!

ஒரு நிமிஷம்கூட என் கோபதாபங்களை மூட்டைகட்டி வைக்க முடியாதா?

அதென்ன அவ்வளவு ரோஷம்!

மோஹனா மூலம் உண்டான காயம் இன்னும் ரணகளமாகவே இருப்பதால்தான், இப்படி அவசரப்பட்டுப் பேசிவிட்டேனோ?

மேற்கொண்டு ஆபீஸில் உட்கார பரத்துக்கு விருப்பமில்லை.

ரமணன் அறையில் யாருமில்லை என்பதைத் தெரிந்துகொண்டு அவரைப் பார்க்கப் போனான்.

"கம் இன், பரத்... ஸிட் டவுன்..."

நாற்காலியில் அமர்ந்த பரத்தின் முகம் நன்றாக இல்லாததை ரமணனால் தெரிந்து கொள்ள முடிந்தது.

"என்ன பரத், ஏதாவது பிரச்சினையா?"

"ஜூரம் வர்ற மாதிரி இருக்கு, சார்... வீட்டுக்குப் போலாமான்னு பாக்கறேன்..." ரமணனின் கண்களைக் கவலை லேசாய் இடுங்க வைத்தது.

"மோஹனா ஊருக்குப் போனதுலேந்து நீ தெம்பாவே இல்லேன்னு எனக்குத் தோண்றது... அவளைப் பிரிஞ்சிருக்கறது அத்தனை கஷ்டமாயிருந்தா, வரச்சொல்லி போன் பண்ணிட வேண்டியதுதானே, பரத்? ஏன் வீணா அவஸ்தைப்படறே? ம்? ஓகே, நீ போய் ரெஸ்ட் எடுத்துக்கோ..."

ஒரு தகப்பனின் அன்புடன் ரமணன் பேசியதற்குத் தலையை ஆட்டிக்கொண்டே எழுந்து வெளியில் வந்து காரில் ஏறியவன், டிரைவரிடம், "ஷ்யாம் சார் ஆபீஸுக்குப் போ..." என்று சொல்லிவிட்டு, சீட்டில் சாய்ந்துகொண்டான்.

மோஹனா ஓடிப்போன மூன்றாம் நாள் அம்மாவிடம் உண்மையைப் போட்டு உடைத்த பிறகு, தான் டெல்லிக்குப் போனது, கிரிதர் கொடுத்த கனாட் ப்ளேஸ் விலாசத்தைத் தேடிக் கண்டுபிடித்தது, 'மில்க் அண்ட் ஷுகர் குக்கரி க்ளாஸ்' என்ற போர்ட் அங்கு தொங்கினது, கதவைத் தட்டினதும் தலை நரைத்த இரண்டு பெண்மணிகள் ஹிந்தியில் 'கோன் ஹை?' என்றது, அப்புறம் அந்த விலாசத்தில் ப்ரதீமா, ஷர்மிளா என்று யாருமில்லை என்று சொன்னது, எதுவும் புரிபடாமல் சென்னைக்கு வந்தது, அன்றிரவு அம்மா, ஷ்யாமோடு ரொம்ப நேரத்துக்குக் கலந்தாலோசித்தது... எல்லாம் சினிமாக் காட்சிகளாய் கண்முன் விரிந்தன.

"விளையாட்டுப் போல ஒரு வாரம் ஆயிடுத்து... எங்க இருக்கா, என்ன பண்றானு ஒரு விவரமும் தெரியலை! சுத்தியிருக்கறவா, மோஹனா எங்க, ஸந்த்யா எங்கனு கேக்க ஆரம்பிச்சுட்டா... இனிமேயும் எதையாவது அசட்டுத்தனமா சொல்லி சமாளிக்க முடியாது... எல்லாரும் நம்பற தினுசுல ஒரு காரணத்தைச் சொல்லணும்... என் மானம் கப்பலேறாம இருக்கணும்னா, உடனடியா நன்னா யோசனை பண்ணி எதையாவது சொல்லியாகணும்..."

பேசிமுடிப்பதற்குள் பரத்தின் குரல் செம்மிப்போனதும், உணர்ச்சிவசப்பட்டுவிடக் கூடாது என்று உதட்டை அவன் அழுந்த கடித்துக்கொள்வதும் மற்ற இருவருக்கும் புரிந்தது.

தெளிவாய் யோசனை பண்ணி ஒரு வழியைச் சொன்னது ஷ்யாம்தான்.

"சிங்கப்பூர்லேந்து போன் வந்தது... நளினியோட அப்பா அம்மா, குழந்தையப் பாக்கணும்னு ஆசைப்பட்டாங்க... என்னால

ஆபீஸ் வேலைய விட்டுட்டு திடும்னு போக முடியாததால, மோஹனா குழந்தைய எடுத்துகிட்டுப் போயிருக்காங்கனு சொன்னா...? ஒரு மாசம் ஆகும் திரும்பவரனு சொன்னா...?"

"ஒரு மாசத்துல மோஹனா திரும்பி வரணுமே... அதுக்கு என்ன பண்றது, ஷ்யாம்?"

"ஒரு மாசம் கழிச்சு அதைப் பாத்துக்கலாம்... இன்னொரு மாசம் அங்க இருக்கப் போறாங்கன்னு சொல்லிட்டாப்போச்சு! இப்படியே ரெண்டு மூணு மாசத்தைக் கடத்திட்டா, அதுக்குள்ள மோஹனாவைக் கண்டுபிடிக்காமயா இருந்துடுவோம்! என்னம்மா நா சொல்றது?"

ஜெயம்மா ஜடமாய் உட்கார்ந்திருந்தாள்... என் பிள்ளையின் நிம்மதிதான் எனக்கு முக்கியம், நீங்கள் இரண்டு பேருமாய் எது சொன்னாலும் அது எனக்குச் சம்மதம்தான் என்பதுபோல.

முடிவு செய்த தினுசில் பரத் இதையே ஆபீசில் சொன்னான்.

"அதென்னப்பா திடீர் சிங்கப்பூர் பயணம்? இப்பத்தான் உங்களுக்குக் கல்யாணம் ஆயிருக்கு... அதுக்குள்ள ஒரு மாசப் பிரிவா? நீயும் வேணா பத்து நாள் போயிட்டு வரியா?"

"வேண்டாம், சார்... மோஹனா போறது போதும்... என் மாமனார் மாமியாரோட எனக்கு ரொம்ப பழக்கமில்ல..."

நளினியின் பெற்றோர், ஸந்த்யாவைப் பார்க்க ஆசைப்படுகிறார்கள். தான் போய் மாட்டிக்கொள்ளாமல், மோஹனாவை அனுப்புவதன் மூலம், அவர்கள் இழந்த மகளை மோஹனாவில் பார்க்கலாம்...

ரமணன் சமாதானமடைந்துவிட்டார்.

சுலபமாய் ஆபீஸ்காரர்களை, நண்பர்களைச் சரிக்கட்டின தினுசில், ஜெயம்மாவால் வீட்டு ஆட்களையும் உறவுக்காரர்களையும் தாக்குப்பிடிக்க இயலவில்லை.

தலைக்குத் தலை நூறு கேள்விகள் கேட்டார்கள். முடிந்தவரை இயல்பாக பதில் சொன்ன ஜெயம்மா, எதுவும்

முடியாமல் போகும்போது, பூஜையறைக்குள் சென்று கதவைத் தாளிட்டுக்கொண்டாள்... அவ்வளவுதான்.

சில நாட்கள் வரைக்கும் பொறுத்துக் கொண்டிருந்தவர்கள், மோஹனாவும் குழந்தையும் வரும் வழியாகக் காணாதபோது, 'பணக்கார வூட்ல என்ன நடக்குதுன்னு நமக்கு என்ன புரியுது! புருசன் பொஞ்சாதிக்கு என்ன தகராறோ! ஆரு கண்டது!' என்று வாயை ஒரு கையால் மூடி ரகசியமாய் கிசுகிசுத்தது, மேற்கொண்டு ஒரு மாசம் போவதற்குள் டிரைவர் மூலமாய் ஆபீஸுக்கும், இங்குமங்கும் பரவத் தொடங்கியது.

ஆரம்பத்தில், 'மோஹனா இல்லாம பரத் முகத்தைப் பார்க்கச் சகிக்கலை!' என்றும்... 'இளைச்சுத் துரும்பாப் போயிட்டார்!' என்றும்...

'கவலைப்படாதீங்க மிஸ்டர் பரத்... இங்க இருக்கற சிங்கப்பூர்தானே? ஒரு தந்தி அடிச்சா நாலு மணிநேரத்துல வந்துடப்போறாங்க!' என்றும் கேலிபண்ணிய சிநேகிதர்கள், எல்லாவற்றுக்கும் பரத் ஒரு அசட்டுச் சிரிப்புடன் நிற்பதையும், நறுக்கென்று எந்த பதிலையும் சொல்லாததையும், காதில் விழுந்த கிசுகிசுவுடன் முடிச்சுப்போட்ட பிறகு, கொஞ்சம் கொஞ்சமாய் வாயடைத்துப்போனார்கள்.

இப்போதுகூட, 'மோஹனாவை வரவழைச்சுடு, பரத்...' என்று ரமணன் சொன்னபோதுகூட, அவர் குரலில் ஒருவித நம்பிக்கையின்மை இருப்பதை உணர முடிந்ததால், ஷ்யாமின் ஆபீஸை அடைந்து உள்ளே நுழைந்த பரத் மிகவும் நொந்திருந்தான்.

இவனைக் கண்டதும் ஷ்யாம் எழுந்து அருகில் வந்து தோளில் கையை வைத்து, "என்ன விஷயம்?" என்றான் மெள்ள.

"அவ போன் பண்ணா, ஷ்யாம்..."

"என்னது? யா... யாரு, மோஹனாவா?"

பரத் தலையசைத்தான்.

"என்னப்பா, இத்தனை ஆயாசத்தோட சொல்றே? குஷியா, சந்தோஷத்தோட சொல்ல வேண்டிய சேதின்னா இது!"

பரத் எட்டி ஷ்யாமின் சிகரெட் கேஸிலிருந்து ஒரு சிகரெட்டை எடுத்துப் பற்ற வைத்தான். பெருமூச்சாக இழுத்து நுரையீரல்களைப் புகையால் நிரப்பிக்கொண்டான்.

மோஹனாவைப் பிரிந்த நாளாய், மதுவுக்குத் தம்பியாய் இந்தப் பழக்கம் பிறந்திருக்கிறது. ராத்திரியில் தனிமை ஆளை வறுத்தெடுக்கும்போது, தூக்கம் வராமல் குறுக்கும் நெடுக்கும் நடக்கும்போது, கண்டகண்ட சிந்தனைகள் நெஞ்சில் அலையும் போது, இந்த சிகரெட்டின் துணை இதமாய் இருக்கிறது... தெம்பாய் இருக்கிறது.

"அவ ஒண்ணுமே பேசலை, ஷ்யாம்... இன்னிக்கு ஸந்த்யா பிறந்தநாளை நாங்க மறக்கலைன்னு சொன்னா..."

"நாங்களா? அப்படின்னா?"

"உனக்கு வந்த சந்தேகம் எனக்கும் வந்தது... அதைக் கேட்டதுக்குதான் அவளுக்குக் கோவம் வந்துடுத்து! நீங்க மாறவேயில்லை, நா போன் பண்ணது தப்புனு போனை வெச்சுட்டா..."

"அரே ராம்!" ஷ்யாம் தலையில் கையை வைத்துக்கொணுகு உட்கார்ந்துவிட்டான்.

"எங்கேயிருந்து பேசினாங்க?"

"தெரியாது... எஸ்.டி.டி. கால்னு சொன்னா..."

"எஸ்.டி.டியா? அப்ப, டெல்லி, பாம்பே, கல்கத்தா, பெங்களூர்னு எத்தனையோ ஊர் இருக்கே, பரத்?"

தெரியும் என்பதுபோலத் தலையை ஆட்டின பரத், "எனக்கு ஒரு ட்ரிங்க் வேணும் இப்ப..." என்றான் சின்னக் குரலில்.

மதுவா, இந்த மத்தியான நேரத்திலா என்று ஷ்யாம் கண்களை விரிக்கவில்லை... கேள்விகளைக் கேட்கவில்லை. நண்பனின்

வேதனை புரிந்த தினுசில், செக்ரட்டரியிடம் சொல்லிவிட்டு பரத்தோடு வீட்டுக்குப் போனான்.

இரண்டு பெக் உள்ளே போன பிறகு, பரத் புலம்பத் தொடங்கினான்.

"இனிமே இந்த நடத்தை கெட்டவளை நினைச்சு நா கலங்கித் தவிக்கப்போறதில்லை, ஏங்கப்போறதில்லை... நடக்கறது நடக்கட்டும்! என் நளினி போனதையே நா தாங்கிக்கலையா? இப்போ அது முடியாதா? இனிமே வேதனையே படப்போறதில்ல... நா முடிவு பண்ணிட்டேன்! கல்லா இறுகிப்போறதுதான் இனிமே எனக்கு நல்லது! எங்கம்மாவே தன்னைத் தேத்திண்டப்பறம், இவ எக்கேடு கெட்டா எனக்கென்ன! என் குழந்தை... என் ஸந்த்யா... அவளை மட்டும் நல்லபடியா என்கிட்ட கடவுள் கொண்டு சேர்த்துட்டார்னா போதும்! அதுக்காகத்தான் வேண்டிக்கறேன்... அந்தக் கேடுகெட்டவ எவனோட வேணும்ன்னாலும் போகட்டும், எப்படி வேணும்ன்னாலும் வாழட்டும்... எனக்குக் கவலையில்ல!"

மோஹனாவின்பால் பொங்கியெழுந்த ஆத்திரம் மனசைக் கசந்துபோக வைத்ததால், அவளை நினைத்த மாத்திரத்தில் பரத் வெகுண்டெழத் தொடங்கினான். மோஹனாவை வெறுத்தான். அவளைப் பற்றின பேச்சை வெறுத்தான். அவள் நினைப்பைக்கூட வெறுத்தான்.

அதனால், அடுத்து வந்த வருஷங்களில் அத்திபூத்த மாதிரி மோஹனா போன் மூலம் தொடர்புகொண்ட சமயங்கள், இருவருக்கும் கீரியும் பாம்புமாய் சம்பாஷணைகள் அமைய உதவினவே தவிர, உருப்படியாய் எந்தக் காரியத்தையும் சாதிக்கவேயில்லை.

அத்தியாயம்

29

பதினாலு வருஷங்களா?

ஆமாம்... நிம்மதியில்லாத பதினாலு நீளமான வருஷங்கள்!

பரத் கைக்கடிகாரத்தைப் பார்த்தான். இன்னும் பத்து நிமிஷங்களில் 1980-ம் வருஷம் பிறந்துவிடும்.

புதுவருஷ பார்ட்டிக்கு யார்யாரிடமிருந்தோ அழைப்பு வந்திருந்தும், அத்தனையையும் பரத் நிராகரித்துவிட்டான்.

தனியாய் இருக்க வேண்டும்போல ஒரு தவிப்பு...

பதினாலு வருஷங்களுக்கு முன் தஸ்தூர் வீட்டுக்குப் போனதையும், திரும்பி வந்த மோஹனாவைக் கண்டபடி கேள்வி கேட்டதையும், அவள் மகா ரோஷக்காரியாக குழந்தையுடன் ஓடிப்போனதையும், அப்புறம் வந்த வருஷங்களில் இருந்த பேச்சு வார்த்தைகளையும், ஒண்டியாய் உட்கார்ந்து ஒவ்வொன்றாய் நினைத்துப்பார்க்க வேண்டும் என்ற எண்ணம் ஆட்டிவைக்க, பரத் ஒருத்தர் வீட்டுக்கும் வரச் சம்மதிக்கவில்லை.

"என் பார்ட்டிக்குக் கூடவா, பரத்?"

ஆதுரத்துடன் ஷ்யாம் கேட்டதற்கு, 'ஆமாம்' என்று பரத் தலையயசைத்தான்.

"ஆமா... இந்த தரம் தனியா இருக்க நினைக்கறேன்... ஒவ்வொரு வருஷமும் இந்தப் புது வருஷத்தைப் பாக்க பயந்துண்டு விடிய விடியக் குடிச்சு என்னையே மறந்து போவேன்... இந்த

வருஷம் அப்படியில்ல... அதை பாத்தே தீரணும்! அதோட, குடிக்காம வெறும நா வந்து உக்காந்துண்டிருந்தா, உங்களுக்கும் கஷ்டம்... அதனால, என்னை விட்டுடு, ப்ளீஸ்..."

ஷ்யாம் அதற்குமேல் அவனை வற்புறுத்தவில்லை.

பரத் பத்துமாச காலமாய் குடியையும் சிகரெட்டையும் தொடுவதில்லை என்பது அவனுக்குத் தெரிந்த சமாச்சாரம்தான்.

மாரடைப்பில் படுத்த ஜெயம்மா, இந்த முறை எழுந்திருக்கவில்லை... ஒரேயடியாய்ப் போய்விட்டாள்.

போகும்முன், நினைவு தப்பும் முன், பிள்ளையைக் கிட்டத்தில் உட்காரவைத்துக் கொண்டாள். முகத்தைத் தடவிக்கொடுத்தாள். கண்களில் ஜலம் தளும்பப் பேசினாள்.

"நானும் உன்னைவிட்டுப் போற சமயம் வந்துடுத்துன்னு தோண்றது, பரத்... இனிமே, உனக்கு அந்த பகவான்தான் துணை... தைரியமா இருப்பா... நடந்ததை நினைச்சு மனசைக் குழப்பிக்காதே... சுருக்க உன் கஷ்டமெல்லாம் விடிஞ்சுகும்! மோஹனாவும் ஸந்த்யாவும் எங்கேயோ சௌக்கியமா இருக்காங்கறது, அவ அப்பப்ப போன் பண்றதுலேந்து நமக்குத் தெரியறது... என் பிரார்த்தனையை தெய்வம் ஏத்துண்டு, அவாளை உன்கிட்ட சீக்கிரமா கொண்டு சேர்த்துடும்னு எனக்கு என்னமோ தோண்றது... நம்பிக்கையோட இருப்பா..."

பேசிக்கொண்டேபோன அம்மா, கொஞ்சம் தயங்குகிற மாதிரி தோன்ற,

"என்னம்மா?" என்றான் பரத்.

"ஒருவேளை நா வேண்டிக்கறது பலிச்சு, மோஹனாவும் குழந்தையும் உன்னண்ட திரும்ப வந்தா, நீ அவாளை அன்போட ஏத்துக்கணும்... ஏத்துப்பியா? மோஹனா நல்லவதான், பரத்... என்னமோ போராத காலம், விதி அவளை ஓடவெச்சிடுத்து... அவ உன்கிட்ட திரும்ப வர்ற அன்னிக்கு நீ குடிக்காம இருந்து, அவளை நல்ல மனசோட வரவேற்கணும்னு நா ஆசைப்படறேன்!

எனக்கு நீ ஒரு சத்தியம் பண்ணித்தரணுமேப்பா... செய்வியா, பரத்? இனிமே இந்தக் குடியைத் தொடறதில்லேன்னு சத்தியம் பண்ணிக் குடுப்பியா, பரத்?"

மோஹனாவா? நல்லவளா?

அம்மா... அவ மனசு பூரா விஷம்மா... அவளையா நல்லவனு சொல்றே? நம்ப ஸந்த்யாவை அவ ஒரு விபசாரியா வளர்த்துண்டிருக்காம்மா... உன்கிட்ட நா எதையுமே சொல்லாம இருந்ததால, உனக்கு ஒண்ணும் புரியலை... மோஹனாவுக்கு உடம்பு பூரா விஷம்மா... ஆலகால விஷம்...

மனசில் கசந்து போனாலும், வெளியில் காட்டிக்கொள்ளாமல் பரத் அம்மாவுக்கு சத்தியம் செய்து கொடுத்ததும், அம்மா போன பிறகு, இந்தப் பத்து மாசங்களில் குடிக்காகவும், சிகரெட்டுக்காகவும் ஒருகணம்கூட ஏங்காததும் நிஜம்தான்.

இதையெல்லாம் விட்டொழிப்பது இத்தனை சுலபமா? வேண்டாம் என்று தட்டி விடுவது இத்தனை எளிதா?

பின், நான் ஏன் ஆரம்பத்திலேயே இப்படி இருக்கவில்லை? ஒரு 'பெக்'குக்காக நாக்கு வறண்டு தவித்தது எதற்காக?

நின்று நிதானமாய் யோசித்தபோது, அன்று மனசில் பக்குவம் இல்லாததும், இன்று அடிபட்டு விவேகமும் நிதானமும்கூடி, நினைத்ததை சாதிக்கும் மனோபலம் உண்டாகியிருப்பதும் புரிந்தது.

மாடிக் கூடத்து கடிகாரம் இனிமையாய் பன்னிரண்டு அடிப்பது காதில் விழ, பரத் எழுந்தான்.

டேபிள் மேல் இருந்த நளினி, ஸந்த்யா புகைப்படங்களைக் கண் சிமிட்டாமல் பார்த்தான்.

அன்று ஒண்ணரை வயசுக் குழந்தையாய் இருந்த ஸந்த்யாவுக்கு, இன்று பதினைந்து முடிந்துவிட்டது.

ஸந்த்யா யாரைப்போல இருப்பாள்? என் மாதிரியா? இல்லை, நளினி போலவா? உயரமாய் இருப்பாளா? நிறம்? பேச்சும் சிரிப்பும் நளினியுடையதைப்போல கலகலக்குமா?

ஸந்த்யா... நீ எங்கேயம்மா இருக்கிறாய்? உன்னைப் பார்க்க வேண்டுமென்று நான் துடிப்பதை உன்னிடம் யாராவது சொல்வார்களா?

ஏதோ நினைப்பு வந்த மாதிரி பரத் டெலிபோன் வைத்திருந்த டேபிளிடம் சென்றான்.

மூன்று வருஷங்களாய் சதா டெலிபோன் டேபிளிலேயே உட்கார்ந்திருந்த காஸட் டேப்ரெகார்டர்மேல் படிந்திருந்த தூசியைத் தட்டினான்.

ரீவைண்ட் செய்து டேப்பை ஓடவிட்டான்.

கடந்த பதினாலு வருஷங்களில் மோஹனா, கண்டிப்பாய் வருஷத்தில் ஒரு தடவையாவது அவனோடு போன் மூலம் தொடர்பு கொண்டிருக்கிறாள்.

ஸந்த்யாவின் பிறந்த நாள், பரத்தின் பிறந்த நாள், தங்கள் திருமண நாள், நளினி இறந்த நாள், தான் ஓடிப்போன நாள் என்று ஏதாவது ஒரு நாளைத் தேர்ந்தெடுத்துக் கூப்பிடுவாள்.

முதல்முறை ஸந்த்யாவின் பிறந்த நாள் அன்று அழைத்ததால், அடுத்த வருஷம் நாள் பூராவும் ஆபீஸைவிட்டு இந்தண்டை அந்தண்டை போகாமல் பரத் டெலிபோனிடமே பழிகிடந்தான்.

அன்று அவனை மோஹனா ஏமாற்றினாலும், சற்றும் எதிர்பாராத தினுசில் பரத் பிறந்த நாள் அன்று தொடர்புகொண்டாள்.

அடுத்த வருஷம், நளினி இறந்த தினத்தில், அதற்கும் அடுத்த வருஷம் ஜனவரி முதல் தேதியன்று.

ஐந்து ஆறு வருஷங்கள் ஆவதற்குள், மோஹனா ஒரு எமகாதகி, குறிப்பிட்ட நாளில் அழைத்து மாட்டிக்கொள்ள விரும்பாமல் திட்டமிட்டுச் செயல்படுகிறாள் என்பதும், வீட்டு போனை 'டாப்' பண்ணியிருக்கலாம் என்ற ஊகத்தில், ஆபீஸைத் தேர்ந்தெடுக்கிறாள் என்பதும் பரத்துக்குத் தெளிவாய்ப் புரிந்துபோயின.

அந்த வருஷம் அவள் போன் செய்தபோது பேசிய இரண்டு நிமிஷங்களில், பரத் தன் சந்தேகத்தைக் கேட்டுவிட்டான்.

"ஸந்த்யா எப்படியிருக்கா? அவளை என்கிட்ட அனுப்பிடேன்…" என்று மாமூலாகக் கெஞ்சுவதுபோலக் கெஞ்சினவன், எதற்கும் பதில் சொல்லாமல் மோஹனா சிரித்துவிட்டு, "ஓகே, தென்…" என்று ஆரம்பித்ததும், "ப்ளீஸ், வெக்காதே… உன்கிட்ட பேசணும்…" என்று சொல்லி, "நீ ஏன் ஆபீஸுக்கே போன் பண்றே, மோஹனா? வீட்டுக்குச் செய்யக் கூடாதா? போன தடவை என் முன்னால நாலு க்ளையண்டுஸ் இருந்தா… என்னால சரியாப் பேசவே முடியலை… ஸந்த்யாவைப்பத்தி இன்னும் கொஞ்ச நாழியாவது பேசலாம் இல்லியா? ப்ளீஸ்… ப்ளீஸ்…" என்று கேட்டான்.

"ஏன்? வீட்டு போனை 'டாப்' பண்ணியிருக்கேளா? நா மாட்டிப்பேன்னு நம்பிக்கையா?"

"இல்லே… நிச்சயமா இல்லே… முத வருஷம் 'டாப்' பண்ணியிருந்தது நிஜம்தான்… ஆனா, இப்போ இல்ல… சத்தியமா இல்லே…"

"உங்க சத்தியத்தை நம்பச் சொல்றேளா?"

மோஹனா கேலியாய்க் கேட்டுவிட்டு, போனை வைத்தாலும், அடுத்த வருஷம் வீட்டில்தான் அவனை அழைத்தாள். சில வருஷங்கள் இப்படிப் போனபிறகு, திடுமென்று தங்கள் பேச்சுக்களை பதிவு பண்ணினால் என்ன என்ற எண்ணம் தோன்ற, அதற்குப் பிறகுதான் எதற்கும் இருக்கட்டும் என்று காஸெட் டேப் ரெகார்டரை டெலிபோனுக்குப் பக்கத்தில் பொருத்திவைத்தான்.

மூன்று வருஷங்களாக மோஹனாவோடு பேசிய பேச்சுக்கள் டேப்பில் பதிவாகியுள்ளன.

பட்டனை அழுத்தியதும், பரத்தின் 'ஹலோ'வோடு டேப் சுற்றத் தொடங்கியது.

"நான்தான்…"

ஒரு வருஷமோ, அதற்கு மேலோ, இடைவெளிகளில் மோஹனாவின் குரலைக் கேட்பதால், ஒவ்வொரு முறையும் முதல்

சில வினாடிகளுக்குக் கோர்வையாய் எதுவும் பேசத்தெரியாமல் பரத் செயலிழந்துபோவான்.

"எப்படியிருக்கேள், பரத்?"

"....."

"இந்தத் தடவை உங்களுக்கு ஒரு ஆச்சர்யம்... எப்பவும் 'எங்கேயிருந்து பேசறே'ம்பேள்... நா சொல்ல மாட்டேன். ஆனா, இந்தத் தரம் சொல்லப்போறேன்... நா இப்போ பெங்களூர்ல இருக்கேன், பரத்..."

பெங்களூரா? இருநூறு மைல் கிட்டத்திலா?

"ஸந்த்யா?"

"அவளும் என்கூடத்தான் இருக்கா... அவ நன்னா வளர்ந்திருக்கா, பரத்... நன்னா பாடறா, டான்ஸ் ஆடறா... வெரி ஸ்மார்ட்!"

"பாட்டும் ஆட்டமும் இருக்கட்டும்... அவ படிப்பு என்னாச்சு? இப்ப எந்த க்ளாஸ்ல இருக்கா?"

வழக்கமாய் இரண்டு நிமிஷங்களில் தங்களைப் பற்றின எந்தத் தகவலும் சொல்லாமல் தொடர்பைத் துண்டித்துவிடும் மோஹனா, இந்த முறை நீளமாய்ப் பேசியதில் பரத் பரபரப்படைந்திருந்தான்.

"க்ளாஸா? விபசாரிக்குப் படிப்பு எதுக்கு, பரத்?"

"மோஹனா... ப்ளீஸ், விளையாடாதயேன்..."

"இதுல என்ன விளையாட்டு? ஸந்த்யாவை நா அதுக்குதானே டிரெயின் பண்றேன்! இங்க, எங்க 'ஹவுஸ்'ல பாட்டும் டான்ஸும் தெரிஞ்ச பெண்களுக்குத்தான் டிமாண்ட் ஜாஸ்தி!"

"ஹவுஸா? அப்படின்னா?"

"ஓ... நா அதை உங்களுக்குச் சொல்லியா? இப்ப நா பழையபடி கால் கேர்ல் பிஸினெஸ் பண்ணலை... ஒரு 'ப்ராதல் ஹவுஸ்'ல இருக்கேன்... ரொம்ப சௌகர்யமான வாழ்க்கை..."

ப்ராதல் ஹவுஸ்... விபசார விடுதி... ஆடம்பரமான வாழ்க்கை...

"மோ... மோஹனா... ப்ளீஸ்..."

அவனைப் பேசவிடாமல் மோஹனா குறுக்கிட்டாள். "சரி, நாழியாயிடுத்து... ஆ, முக்கியமான விஷயம் சொல்ல மறந்துட்டேனே... இன்னிக்கு நாங்க ஹைதராபாத்துக்குப் போறோம்... அதனால, வீணா பெங்களூர்ல வந்து தேடியலையாதீங்கோ... பை!"

மோஹனா சொன்னதைக் காதில் வாங்காமல், ஷ்யாமோடு நாலு நாட்கள் பெங்களூரில் பரத் தெருத் தெருவாய் சுற்றவே செய்தான்.

அடுத்த சம்பாஷணை கல்கத்தாவிலிருந்து.

அடுத்தது டெல்லியிலிருந்து.

"ஆறு மாசமா டெல்லில இருக்கோம்... வொண்டர்ஃபுல் லைஃப்! இன்னிக்கு உங்களுக்கு நா போன் பண்ணினதுக்கு முக்கிய காரணம் இருக்கு... கேக்கறேளா? ஸந்தியா பெரியவளாயிட்டா... எப்படி! என் சத்தியத்தை இனிமே எந்த நிமிஷமும் நிறைவேத்திடலாம்னு நினைச்சா எனக்கு ரொம்ப சந்தோஷமா இருக்கு, பரத்! ஆனா, நா இன்னும் கொஞ்ச நாள் காத்துண்டிருக்கப்போறேன்... நா கால் கேர்லா மாறினப்போ எனக்கு வயசு பதினாறு... அதனால, ஸந்தியாவையும் அந்த வயசுல இந்தத் தொழில்ல அறிமுகப்படுத்தணும்னு ஆசைப்படறேன்! இங்க ஒரு சேட்ஜி... கோடிஸ்வரர்... ஸந்தியாவோட முதல் டேட் தனக்கு வேணும்னு பிடிவாதம் பண்றார்... பணத்தைக் கொட்டிக்குடுக்கத் தயாரா இருக்கார்! என்ன பரத், நா சொல்றதெல்லாம் கேக்கறதா?"

மோஹனா பேசப்பேச பரத்தின் ஆத்திரம் வெட்டிக்கொண்டு எழுந்தது.

"யூ ப்ளடி ஸ்வைன்... டர்ட்டி பிட்ச்! என்ன தைரியமிருந்தா இப்படியெல்லாம் பேசுவே! துணிச்சலிருந்தா எனக்கு எதிர்ல வந்து இப்படிப் பேசு, பாக்கலாம்! கண்ணுக்குத் தெரியாம

ஒளிஞ்சுண்டு விளையாட்டா காட்டறே! நாளைக்கே டெல்லிக்கு வந்து எப்படியாவது உன்னைக் கண்டுபிடிக்கறேன், பார்... லட்சக்கணக்குல செலவழிஞ்சாலும் பரவாயில்ல... உன்னைக் கண்டுபிடிக்காம விடமாட்டேன்! நாய்... தெரு நாய்! உன்னை... உன்னை..."

மேலே பேச முடியாமல் உணர்ச்சிவசப்பட்டுப்போனதால், பரத்தின் தொண்டை அடைத்துப்போனது புரிந்ததோ, புரியவில்லையோ... மோஹனா சிரித்துக்கொண்டே தொடர்பைத் துண்டித்துவிட்டாள்.

அந்த போன்தான் கடைசி... ஏனோ, அதற்குப் பிறகு முழுசாய் ஒரு வருஷம் ஓடிவிட்டது. மோஹனாவிடமிருந்து ஒரு தகவலும் இல்லை.

ஸந்த்யாவுக்குப் பதினாறு வயசாக இன்னும் எத்தனை மாசங்கள் பாக்கியிருக்கின்றன? நாலா, ஐந்தா?

அதற்குப் பிறகு?

கடவுளே... மோஹனா சொன்னதைச் செய்துவிடுவாளோ? காஸட் டேப்பின் உதவியோடு, மோஹனா எங்கிருந்து பேசுகிறாள் என்று கண்டுபிடிக்க முடியுமா என்று பரத்தும் ஷ்யாமும் மண்டையை உடைத்துக்கொண்டு விட்டார்கள்.

ம்ஹூம், ஒன்றும் புரியவில்லை.

தொப்பையும் தொந்தியுமாய் ஒரு சிவந்த வடநாட்டுக்காரன் ஸந்த்யாவை பலாத்காரம் பண்ணுவது போலவும், ஸந்த்யா முயல்குட்டி மாதிரி மூலையில் ஒடுங்கி, 'ப்ளீஸ் அங்கிள், என்னை விட்டுவிடுங்கள்' என்று கெஞ்சுவது போலவும் கற்பனை பண்ணிப்பண்ணி, இந்த ஒரு வருஷத்தில் பரத் நடுங்கிச் செத்த நாட்கள் அநேகம்.

டேப்பை நிறுத்திவிட்டு பால்கனிக்குப் போய் உட்கார்ந்து, இருட்டை ரொம்ப நேரத்துக்கு வெறித்தபின் கண்ணயர்ந்தவனை, டெலிபோன் மணி எழுப்பியது.

எடுத்து, "ஹலோ..." என்றான் தூக்கம் கலைந்தவனாய். "ஹாப்பி நியூ இயர், பரத்..."

எதிர்பார்த்துப்பார்த்து பல நாட்கள் ஏமாந்திருந்ததாலும், சற்றும் எதிர்பார்க்காத தினுசில் இந்தக் காலை வேளையில் அவள் அழைப்பதாலும், மனசு படபடக்கத் தொடங்கிவிட்டதைத் தாங்க முடியாதவன் மாதிரி, பரத் கண்களை மூடிக்கொண்டான்.

அத்தியாயம்

30

"என்ன பரத், தூக்கம் இன்னும் கலையலியா? இல்லே, ராத்திரி குடிச்ச ட்ரிங்க்ஸோட மயக்கம் ஆளை அமுக்கறதா?"

விரக்தியோடு பரத் சிரித்தான்.

"தூக்கமும் இல்லே, ட்ரிங்க்கும் இல்லே... தூக்கமும் சந்தோஷமும் என்னைவிட்டுப் போயி இன்னியோட பதினாலு வருஷம் ஆறது... ட்ரிங்க்ஸ் போயி ஒரு வருஷம் ஆறது! இப்போ அந்தப் பேச்சு எதுக்கு? ஸந்த்யா எப்படியிருக்கா? ஏன் நீ ஒரு வருஷமா எனக்கு போனே பண்ணலை? என் குழந்தைக்கு என்ன ஆயிடுத்தோன்னு நா தவிச்ச தவிப்பு உனக்குக் கொஞ்சமாவது புரிஞ்சிருந்தா, இப்படிப் பேசாம இருக்கமாட்டே..."

"நா ஒரு வருஷமா போன் பண்ணாத காரணத்தை அப்பறமா சொல்றேன்... முதல்ல, உங்களைப் பாராட்டணும்... ஸொஸைட்டில பெரிய ஆளாயிட்டேள் போலருக்கே!"

"என்ன சொல்றே?"

"ஆபீஸ்ல நீங்க இப்போ சீனியர்மோஸ்ட் பார்ட்னர்! ரோட்டரி கிளப்ல கவர்னர்! இன்ஸ்டிட்யூட் ஆஃப் சார்ட்டர்ட் அகௌண்டன்ட்ஸ்ல வைஸ் பிரஸிடென்டு... அடேயப்பா! என்னென்ன பதவி, அந்தஸ்து!"

உண்மைதான்... மோஹனா, ஸந்த்யா, இருவரையும் மறக்க வேலையில் தன் கவனத்தை திருப்பி, பிசாசாய், ஒரு

நாளைக்குப் பதினெட்டு மணிநேரங்கள் பரத் உழைத்த உழைப்பு வீணாகப்போகவில்லைதான்...

படிப்படியாய் ஆபீஸில் பதவி உயர்வு... வெளியிடங்களில் செல்வாக்கு... அது சரி, இந்த விவரமெல்லாம், பம்பாய், டெல்லி என்று அலைந்து கொண்டிருக்கும் இவளுக்கு எப்படித் தெரியும்? பரத்துக்கு ரொம்ப ஆச்சர்யமாக இருந்தது.

"உனக்கு எப்படி இதெல்லாம் தெரியும், மோஹனா?"

"என் வாடிக்கைக்காரர் ஒருத்தர் சொன்னார்..."

"யார் அது?"

"விவரமெல்லாம் எதுக்கு, பரத்? விடுங்கோ! நா ஒரு வருஷமா உங்களோட ஏன் பேசலைன்னு கேட்டேளே, அதுக்கு பதில் சொல்றேன்... ராஜஸ்தானுக்குப் போயிருந்தேன்... ஒரு மாஜி மகாராஜா கூப்பிட்டிருந்தார்... ஆறு மாசத்துல போரடிச்சுடுத்து! அப்பறம், ஒரு அரசியல்வாதி என்னோட வாயேன்னார்... காஷ்மீர்ல ஒரு மாசம், காட்மண்டுல ஒரு மாசம்... இப்போ திரும்ப டெல்லி! டைம் ஓடினது தெரியலை..."

பரத்துக்குக் குமட்டிக்கொண்டு வந்தது. பதில் ஏதும் பேசாமல் இருந்தான்.

பரத்தின் மௌனம் புதுசாய் இருக்க, "ஏன் பேசாம இருக்கேள், பரத்? உன் தெரு நாய் குணத்தைப்பத்தி இனிமேதான் புதுசாச் சொல்லணுமா'னு ஏன் கேக்காம இருக்கேள்? 'ப்ளடி பிட்ச், டர்ட்டி அனிமல், கெடுகெட்டவ'னு வாடிகையாத் திட்டறதையெல்லாம் ஏன் சொல்லாம இருக்கேள்? ஆச்சர்யமா இருக்கே!" மோஹனா பேசிக்கொண்டு போனபோது, சடாரென்று பரத் குறுக்கே பேசினான்.

"வேண்டாம், மோஹனா... என்னைக் கேலி பண்ணாதே... ப்ளீஸ்... ஸொஸைட்டில நா பெரிய ஆளா இருக்கலாம்... ஆனா, என் வீட்டைப் பொறுத்தவரைக்கும் நா ஒரு பெரிய ஜீரோ! அதுவும், இப்பல்லாம் துளிக்கூட மனசுல பலம் இல்லே... என்னை டிஸ் பண்ணாதே, மோஹனா... ப்ளீஸ்..."

"டீஸ் பண்றேனா? நானா? உங்களையா? வேடிக்கைதான், பரத்! என்னமோ தெரியலை, இன்னிக்கு உங்க பேச்சும் குரலும் புதுசாதான் இருக்கு..." கொஞ்சம் தாமதித்தபின் மோஹனா தொடர்ந்தாள். "எதுக்காக போன் பண்ணினேனோ அதை மறந்துட்டு என்னென்னமோ பேசறேன்... கேளுங்கோ, பரத், ஸந்த்யாவுக்கு டேட் குறிக்கப்போறேன்... இன்னும் எத்தனை நாள் காத்திருக்கறதுன்னு பார்ட்டி அவசரப்படுத்தறார்... ஸந்த்யாவும் 'நா ரெடி, மம்மி'னு சொல்லிட்டா! அட்வான்ஸ் வாங்கிட்டேன்... இன்னிக்கு ராத்திரி நல்ல நாள் குறிக்கப்போறோம்... இன்னும் ஒரு வாரமோ பத்து நாளோதான்... அப்பறம்... ஒ, பரத்... சந்தோஷமா இருக்கு! ஸந்த்யா அழகுக்கும் துடிப்புக்கும், அவ டாப் ரேட் பொண்ணா இருக்கப்போறான்னு எல்லாரும் சொல்றா! என்ன பரத், கேக்கறேளா?"

அடிவயிற்றில் கத்தியைச் செருகிவிட்ட மாதிரி பரத் இரண்டாக மடிந்து கொண்டான்.

வலி... வலி... வலி...

"வே... வேண்டாம், மோஹனா... உன் கால்ல வேணுன்னாலும் விழறேன்... ப்ளீஸ் ஸ்டாப் இட்! உனக்கு இது மூலமா என்ன கிடைக்கப்போறது? பணம்தானே? ஒரு லட்சம்...? அஞ்சு? பத்து? எவ்வளவு? அதை உனக்கு நா விட்டெறியறேன்... என் வீடு, சொத்து, பணம் எல்லாம், எல்லாம் தரேன்... ப்ளீஸ், என் ஸந்த்யாவை விட்டுடு, மோஹனா... நீ சொல்றதை மட்டும் நிறைவேத்திட்டேன்னா, அதைக் கேக்க நா உயிரோட இருக்க மாட்டேன்! மோஹனா... ப்ளீஸ்... ப்ளீஸ்..."

பேசமுடியாமல் பரத் அழத் தொடங்கிவிட்டது மோஹனாவுக்கு எதையோ உணர்த்தியிருக்க வேண்டும். மௌனமாய் இருந்தாள்.

"மோஹனா... கேக்கறியா? ஒண்ணு உனக்குச் சொல்லட்டுமா? இப்ப நா பழைய பரத் இல்லே, மோஹனா... அந்தத் திமிர்பிடிச்ச, குடிகார, வார்த்தையால ஆளை விரடுற பரத் இல்லே, மோஹனா! நா மாறிட்டேன்... அம்மா போனதுலேந்து நா குடிக்கறதில்லே, மோஹனா... சத்தியமா இல்லே! ஒரே ஒரு

தரம் என்னை நேர்ல பாரு... அப்பறம் உனக்கே புரியும்... ஊர் உலகத்துக்கு என் பதவியும் அந்தஸ்தும் பெரிசாப் படலாம்... ஆனா, நா நடைப்பிணமாத்தான் வாழ்ந்துண்டிருக்கேன்... மனசு செல்லரிச்சுப்போயிடுத்து... ஒரு குத்துகூட அது இனிமே தாங்காது! வேலைல என்னை நா அழுத்திக்கறது, என் கவனத்தை, நினைப்பை பிஸியா வெச்சுக்கறதுக்காகத்தான்! ப்ளீஸ், என்னை நம்பு... எனக்கு அந்தஸ்து, பணம் எதுலயும் ஆசை இல்லே... என்கிட்ட கொஞ்ச நஞ்சம் ஒட்டிண்டிருக்கற நம்பிக்கையையும் பறிச்சுடாதே, மோஹனா... என் ஸந்த்யாவை கௌரவமா வாழ விடு... ப்ளீஸ்... ப்ளீஸ்... அம்மா சாகறதுக்கு முன்னால, 'மோஹனா ரொம்ப நல்லவ... அவ திரும்பி வருவா... நம்பிக்கையோட இரு'னு சொல்லிட்டுப்போனதை, அந்தப் பெரிய மனுஷி வாக்கை நிரூபிக்கறதுக்காகவாவது என் ஸந்த்யாவை என்கிட்ட நல்லபடியா திருப்பிக் குடுத்துடு... ப்ளீஸ்... மோஹனா..."

பரத் வாய்விட்டே அழத் தொடங்கிவிட்டான்.

சில கணங்களுக்கு ஏதும் பேசாமல் இருந்துவிட்டுப் பேசினபோது, மோஹனாவின் குரல் தழுதழுத்தது.

"அம்மா போயிட்டாரா? நிஜமாவா? எப்போ?"

"பத்து மாசமாறது... நா தனியா தவிக்கறேன், மோஹனா... கல்லா இருந்த நானே இளகிட்டேன்... அப்பறம் உனக்கு ஏன் இத்தனை ரோஷம்? உன் கால்ல விழணுமா? விழறேன். மன்னிப்பு கேக்கணுமா? கேக்கறேன். இன்னும் வேற என்ன பண்ணணும்? சொல்லு மோஹனா..."

மோஹனா திரும்ப மௌனமாய் இருந்தாள். அப்புறம் சன்னமாய்ப் பேசினாள்.

"அம்மா போயிட்டதைக் கேக்க எனக்கு ரொம்ப வருத்தமா இருக்கு, பரத்... அவர் நிஜமாவே ஒரு நல்ல மனுஷி! என்கிட்ட மனப்பூர்வமான ஆசையோட இருந்தார்... ஐ'ம் ஸாரி... வெரி ஸாரி! எனக்கு இப்ப என்ன பேசறதுன்னே தெரியலை... நா அப்பறமா பேசறேன்..."

கண்களைத் துடைத்து, லேசாய் ஆஸ்வாசப்படுத்திக்கொண்டு, தொடர்ந்து பேச பரத் தன்னைத் தயார் பண்ணிக்கொள்கையிலேயே, மோஹனா தொடர்பைத் துண்டித்து விட்டாள்.

ரிஸீவரைத் தூக்கியெறிந்த பரத், அப்படியே மல்லாந்து படுத்துக்கொண்டான்.

அட்வான்ஸ் வாங்கிவிட்டாளா?

பார்ட்டி தொந்தரவு பண்ணுகிறார்களா?

ஸந்த்யா, 'நான் ரெடி' என்று சொல்லிவிட்டாளா?

ஐயோ... நான் என்ன பண்ணுவேன்!

இத்தனை புகழ், பணம், புத்தி இருந்தென்ன?

பதினாலு வருஷங்களாய் என் மகள் இருக்கும் இடத்தைக் கண்டுபிடிக்க வக்கில்லாதவனாய் இருக்கிறேனே!

மோஹனா தன் சபதத்தை நிச்சயம் நிறைவேற்றத்தான் போகிறாளா?

புத்தி மாறி வந்துவிடுவாள், நான் தெளிந்ததைப்போல அவளும் தெளிந்துவிடுவாள் என்று அடிமனசில் சின்னதாய் நம்பியது வீண்தானா?

பலபலவென்று விடிந்த பின்னரும், பரத் படுக்கையைவிட்டு எழுந்திருக்காமல் படுத்துக் கிடந்தான்.

பெரிய பெரிய ஆசாமிகளெல்லாம் புதுவருஷ வாழ்த்து கூற போனில் அழைத்த போதும், நேரில் வந்திருப்பதாக தம்பு சொன்னபோதும், எழுந்திருக்க பரத் மறுத்துவிட்டான்.

காபியோடு காலையில் மேலே வந்த தம்புவிடம், "எனக்கு உடம்பு சரியில்லே... அதனால, போன் வந்தா கனெக்ஷன் குடுக்காதே! யாராவது பாக்க வந்தா, 'ஐயா வீட்ல இல்லே'னு சொல்லிடு..." என்று கூறிவிட்டான்.

பதினொரு மணிக்கு ஷ்யாம், தம்புவை மீறிக்கொண்டு மாடிக்கு வந்தான்.

"என்ன விஷயம், பரத்... போன் பண்ணாக்கூட பேசமாட்டேங்கறே?"

"....."

"எழுந்திரு... வருஷப்பிறப்புன்னாலே நீ நடுங்கறது எனக்குப் புரியாதுன்னா நினைச்சே? இப்படிப் படுத்துட்டேயிருந்தா, நிலைமை மாறிடுமா? ம்... எழுந்திரு... சாயங்காலம் யூனிவர்ஸிடி சென்டினரி ஹால்ல விழா இருக்கே, மறந்துடுடியா? ரோட்டரி கவர்னர்... ஆர்கனைஸர்... நேரத்தோடபோய் ஏற்பாடுகளைக் கவனிக்காட்டா எப்படி? ம்... கெட் அப்..."

பரத் கண்களைக் கசக்கிக்கொண்டு எழுந்து உட்கார்ந்தான். மாலையில் நடக்கப்போகும் விழாவை எப்படி அடியோடு மறந்துபோனேன்?

வரமாட்டேன் என்று சொல்ல முடியாது... ஷ்யாம் சொல்வதுபோல, இந்த விழாவை ஏற்பாடு பண்ணியிருப்பது, ரோட்டரி சங்கத்தின் இந்தப் பகுதிதான்... அப்புறம், அதன் கவர்னர் போகாவிட்டால் எப்படி?

1979 - குழந்தைகளின் ஆண்டு என்பதால், அவர்களைச் சிறப்பிக்க, அவர்களுடைய சிறப்புக்களை வெளிக்கொணர, பல போட்டிகளை ரோட்டரி சங்கம் நடத்தியது.

தமிழ்நாட்டின் அத்தனை பள்ளிகளின் தலைமையாசிரியர்களுக்கும், 'உங்கள் சிறந்த மாணவ-மாணுவியை இப்போட்டியில் கலந்துகொள்ள அனுப்புங்கள்' என்று நோட்டிஸ் அனுப்பி, நூற்றுக்கணக்கில் குழந்தைகளைப் போக்குவரத்து செலவு கொடுத்து வரவழைத்து, நாலு நாட்கள் சென்னையில் தங்கவைத்து, போட்டிகள் நடத்தி, தேர்ந்தெடுத்த மாணவ-மாணவிகளுக்கு இன்று சென்டினரி ஹாலில் பரிசு வழங்கப் போகிறார்கள். மத்திய கல்வி அமைச்சர் கலந்துகொள்கிறார். மொத்தம் பத்துப் பரிசுகள்...

பணமாய் இரண்டாயிரமும் புஸ்தகங்களும் கொடுப்பது போக, இந்தப் பத்து குழந்தைகளின் மேல்படிப்புச் செலவையும்

ரோட்டரி சங்கம் ஏற்றுக்கொள்ளும். இத்தனை அமர்க்களம் போதாதென்று, 'ஆன் தி ஸ்பாட் க்விஸ்' என்று ஒன்றை விழா மேடையில் நடத்தி, இரண்டு குழந்தைகளைத் தேர்ந்தெடுத்து, அமெரிக்காவுக்கு ஒரு மாசம் அனுப்பும் திட்டமும் உள்ளது.

விழாவைப் பற்றின நினைப்பு வந்ததும், பரத் பரபரவென்று எழுந்தான். மோஹனா ஸந்த்யாவைத் தன் நினைவிலிருந்து அப்புறப்படுத்தினான். ஆகவேண்டிய கடைசி நிமிஷ வேலைகளைக் கவனிக்கத் தொடங்கினான்.

ஐந்து மணிக்கு செந்டினரி கட்டடத்தில் அவன் நின்றிருந்தபோது, கூட்டம் கூட்டமாய் மாணவ-மாணவிகளுடன் பள்ளி ஆசிரியர்களும், பெற்றோர்களும் வந்து கூடிய நாழிகையில், ஸந்த்யாவும் நளினியும் பரத் மனசில் மீண்டும் ஏறி உட்கார்ந்தார்கள்.

'என் வயசுதானேப்பா இந்தப் பசங்களுக்கெல்லாம்? இவா மாதிரி நா ஏன் இல்லேப்பா?' என்றாள் ஸந்த்யா.

'என் குழந்தை வாழ்க்கையக் கெடுத்துட்டேளே, பரத்! அநியாயமா ஒரு ராட்சஸி கையில குடுத்து, குட்டிச்சுவராக்கிட்டேளே! எங்கயோ கேவலமான விபசாரியா வாழறதுக்கா நா அவளைப் பெத்தேன்? உங்களை நம்பித்தானே விட்டுட்டுப் போனேன்... ஏமாத்திட்டேளே!' என்று நளினி புலம்பினாள்.

விழா துவங்கப்பட்டது.

வண்ணாத்துப்பூச்சிகளைப் போல வரிசை வரிசையாய் உட்கார்ந்திருந்த மாணவிகளைப் பார்க்கப்பார்க்க பரத்தின் இதயத்தை ஓர் இரும்புக்கரம் அழுத்திப் பிசைந்தது.

ஸந்த்யா இப்போது எப்படியிருப்பாள்?

அதோ... இரட்டைப் பின்னலும் சிரித்த முகமுமாய் ஒரு பெண் இருக்கிறாளே,

அவளை மாதிரி இருப்பாளோ? ம்ஹும், இல்லை. முதல் வரிசையில் தலைமுடியை பாப் பண்ணிக்கொண்டு சிரிக்கும் பெண் போலத்தான் இருப்பாள்...

அந்தப் பெண்ணின் உயரம் இருப்பாளா? நிறம்?

ஒவ்வொரு பெண் பக்கத்திலும், முகத்தில் பெருமை தாண்டவமாட அவளைப் பெற்ற தந்தை, தாய்...

நிமிஷம் ஆக ஆக பரத்தின் வேதனை அதிகமானது.

க்விஸ் ப்ரோக்ராம் முடிந்துவிட்டது. ஜட்ஜ்கள் வெற்றி பெற்றவர்களின் பெயர்களை அறிவித்துவிட்டார்கள்.

மத்திய மந்திரி எழுந்து, பரிசுகளைக் கொடுக்கத் தொடங்கினார்.

பத்து பரிசுகளை எட்டு குழந்தைகள் வாங்கிக்கொண்டார்கள்.

விவேக் என்ற பையனுக்கும், ஸமந்தா என்ற பெண்ணுக்கும் தலா இரண்டு பரிசுகள்... க்விஸ்ஸில் வென்று, அமெரிக்கா போகத் தேர்ந்தெடுக்கப் பட்டிருப்பவர்களும் இவர்கள்தாம்.

நன்றியுரை கூற பரத் எழுந்து நின்றான். வழக்கப்படி அனைவரையும் வரவேற்று முடித்த பின்னர், என்ன பேசுவது என்று புரியாமல் தவித்தவனின் வயிற்றில் அசாத்திய சங்கடம்... தொண்டைக் குழியில் நாக்கு மடங்கி ஒட்டிக்கொண்டது.

"என்னென்னவோ பேசவேண்டுமென்று ஆசைப்படுகிறேன்... ஆனால், வார்த்தைகள் ஒளிந்துகொண்டு என்னை எமாற்றுகின்றன! குழந்தைகளைப் பெற்றுவிட்டால் மட்டும் போதாது... அழகாய், புத்திசாலியாய், நல்ல குணம் கொண்டவர்களாய், நாடு போற்றும் மணிகளாய் வளர்ப்பதில்தான் பெருமை இருக்கிறது! இந்தக் குழந்தைகளைப் பெற்று வளர்த்தவர்களைக் கையெடுத்துக் கும்பிட வேண்டும்போல எனக்குத் தோன்றுகிறது... தங்கள் குழந்தைகளோடு, தாங்களும் நல்லதொரு வழிகாட்டிகளாய் இந்தச் சமூகத்துக்குத் திகழும் அவர்களுக்கு என் நன்றி..."

மேலே ஒரு வார்த்தைகூடப் பேச இயலாதபடி, ஸந்யாவைத் தான் பெற்றதும், இன்று அவளைப் பொறுப்பில்லாமல் நடுத்தெருவில் நாறடித்திருப்பதும் கண்முன் தாண்டவமாட, கண்களில் ஜலம் ததும்ப, குரல் தழுதழுக்க, பரத் தன் பேச்சை முடித்துக் கொண்டான்.

சங்கத்தின் கவர்னர் என்ற ரீதியில், விழா முடிந்ததும் கொஞ்சம் நின்று, கூட்டம் கலைந்ததும் நேராக வீட்டுக்கு வந்து சோபாவில் சாய்ந்தான்.

ஸந்த்யா விஸ்வரூபம் எடுத்து ஆளை ஓட ஓட விரட்டினாள்.

மணி என்ன?

பத்தா?

இதற்குள் மோஹனா, டெல்லியில் ஸந்த்யா விலைபோக நாளைக் குறித்திருப்பாளோ?

ஐயோ, நான் என்ன செய்வேன்!

திரும்ப எப்போது அவள் போன் செய்வாள்?

செய்வாளா, மாட்டாளா?

கடவுளே... கடவுளே...

எதுவும் பிடிக்காமல் கைகளில் தலையை முட்டுக்கொடுத்த வண்ணம் பரத் உட்கார்ந்திருக்கையில், வாசல்மணி இனிமையாய் ஒரு தரம் அழைத்தது...

அத்தியாயம்

31

அருகில் யாரோ நிற்பது புரிய, பரத் தலையைத் தூக்கினான்.

தம்பு... கையில் ஒரு கடிதம்...

"யாருன்னு கேட்டா சொல்லமாட்டேங்கறா... உங்ககிட்ட குடுக்கச்சொல்லி இதைக் குடுத்தா..."

ஏதாவது சிபாரிசுக் கேஸா?

பரத்துக்கு எரிச்சலாக இருந்தது.

இன்ன நேரத்தில் வந்து கழுத்தறுப்பது என்று கிடையாதா? மனுஷன் ஓய்ந்து வந்திருக்கும் இப்போது கூடவா, பின்னாலேயே சிபாரிசு, அது இது என்று வரவேண்டும்?

"டேபிள்ள வெச்சுட்டுப் போ..."

தம்பு போனான்.

பேன் காற்றில் கவர் படபடத்தது.

எட்டியிருந்து பார்க்கும்போது, 'பரத்' என்று இவன் பெயரை மொட்டையாய் மேலே எழுதியிருப்பது தெரிந்தது.

பரத்-ஆ?

'மிஸ்டர் பரத்' என்று மரியாதையாய் எழுதக்கூடத் தெரியாதா?

எரிச்சலுடன் கவரை உற்றுநோக்கியபோது, இந்தக் கையெழுத்தை இதற்கு முன் பார்த்திருக்கிறேன் என்று தோன்றியது.

கீழே சுழித்த 'பி'... மேலே கொக்கியாய் வளைந்த 'ஹெச்'... கடைசி எழுத்தை

லாவகமாய் வளைத்துப் பெயருக்கடியில் செல்லும் கோடு...

யார் கையெழுத்து இது?

புருவங்கள் முடிச்சு முடிச்சாக சுருங்க, பரத் கையை நீட்டி கவரை எடுத்தான்.

ஒரத்தைக் கிழித்துத் தாள்களை வெளியில் எடுப்பதற்குள், எழுதினது யார் என்ற ஊகம் அழுத்தமாக, வயிற்றில் இரைச்சல் கேட்க ஆரம்பித்தது.

'பரத்' – என்று கடிதம் துவங்கியது...

மோஹனாவா? கடிதம் எழுதியிருக்கிறாளா? ஏன்?

'என்னடா... கல்கத்தா, டெல்லினு உக்காந்துண்டிருந்தவ, இப்ப திடும்னு லோகலா ஒரு லெட்டரை எழுதியிருக்காளேன்னு யோசிக்கறேளா? லோகல்ல இருக்கறவா, லோகலா கடுதாசு எழுதறதுல என்ன ஆச்சர்யம், பரத்!

பதினாலு வருஷமா நா மெட்ராஸை விட்டு எங்கயும் போகாம, உங்க அடி நிலத்துலயேதான் வாழ்ந்துண்டிருக்கேன்ங்கற நிஜத்தைச் சொன்னா, அதை நம்பறது உங்களுக்குக் கஷ்டமா இருக்குமா?

அந்தப் புது வருஷ நாளை உங்களால மறக்க முடியாது, இல்லை? ஸ்வாதீனம் இல்லாமதான் நீங்க பேசினேள்ளனாலும், மீளவே முடியாத தினுசுல நா அன்னிக்கு அடிபட்டுப் போயிட்டதால், குழந்தையோட கிளம்பறதா முடிவு பண்ணிட்டேன்.

இந்த மனுஷனை விட்டு கண்காணாமப் போயிடணும்... இவரோட குழந்தையை வெச்சே இவருக்குப் பெரிசா பாடம் கத்துத்தரணும்னு ஒரு வெறி!

முடிவு பண்ணிட்டாலும், அடிமனசுல ஏக பயம்...

எங்க போவேன்?

யார் இருக்கா எனக்கு?

ஸந்த்யாவையும் தூக்கிண்டு எங்கபோய் மறைஞ்சுக்கறது?

டெல்லி சினேகிதிகள்தான் முதல்ல கண்முன்னால நின்னா...

கிரி மூலமா நிச்சயம் அவா விலாசத்தை நீங்க கண்டுபிடிச்சுடுவேள்... அப்பறம் உங்ககிட்டயிருந்து தப்பிக்கறது சாத்தியமா?

ம்ஹூம், இல்லை.

எங்க போனாலும் பணம் இல்லாம ஒண்ணும் நடக்காதுன்னு தெரியும்.

அன்னிக்கு ஜனவரி முதல் தேதி, பாங்க் விடுமுறை.

வீட்டுல உங்க அலமாரி, என் அலமாரியைக் குடைஞ்சப்போ, ரெண்டாயிரம்கூடத் தேறலை. தனியா பல வருஷங்கள் வாழ இதெப்படிப் போதும்?

ஏதோவொரு உந்துதல்ல ஆனந்த்கிட்ட போனேன். என்ன சொல்லி பணம் வாங்கினேன், எவ்வளவு வாங்கினேன்ங்கற விவரமெல்லாம் உங்களுக்குத் தெரியும், இல்லியா பரத்?

மேற்கொண்டு என்ன பண்றதுன்னு தவிச்சப்போதான், செயிண்ட் மேரீஸ் கான்வென்ட் நினைப்பு வந்தது.

ஆதம் பாக்கத்துல, ஊருக்கு வெளில இருக்கற அந்தப் புகழ்பெற்ற கான்வென்டுக்குப் போனா என்ன?

போயி...? யோசிச்சேன்.

மனசுல ஒரு திட்டம் உருவாச்சு. ஒரு சின்னப் பை, ஸந்த்யாவுக்கு ரெண்டு செட் ட்ரெஸ், எனக்கு ஒரு

மாத்துப்புடவை... அம்மாவுக்கு சந்தேகம் வராதபடி கிளம்பிட்டேன்.

கபாலீஸ்வரர் கோவில்ல ஒவ்வொரு சன்னதியா நின்னு மனசார வேண்டிண்டேன்.

நா ஊருக்குப் போயிட்டதா நீங்க நம்பணும்னு, ஸ்டேஷன்ல எறங்கிண்டு காரை அனுப்பிச்சுட்டு, டாக்ஸில ஆதம் பாக்கத்துக்குப் போனேன்.

மதர் சுப்பீரியரைப் பாத்தேன்.

நீளமாய் பொய் சொன்னேன். "நா டெல்லியைச் சேர்ந்தவ... சொந்தக்காரான்னு யாரும் கிடையாது. இருந்த ஒரு அக்காவும் சில மாசத்துக்கு முன்னால விபத்துல இறந்துட்டா... இப்ப யாருடைய ஆதரவும் இல்லாம, நானும் அக்கா குழந்தையும் தவிக்கறது போறாதுன்னு, பெரிசா இன்னொரு சோதனையும் சேர்ந்துண்டிருக்கு... கண்டவனெல்லாம் என்கிட்ட வா, என்கிட்ட வானு என்னைக் கூப்பிடறான்... இந்த அசிங்கமான வாழ்க்கைலேந்து தப்பி, நிம்மதியா இருக்கணும்னா, எனக்கு உங்க கான்வென்டுல சேர்றதைத் தவிர வேற வழி தெரியலை..."னு சொல்லி அழுதேன்.

மதர் சுப்பீரியர் லேசுல அசைஞ்சுகுடுக்கலை.

"டெல்லில எங்க இருந்தே? என்ன பண்ணிண்டிருந்தே? ரெஃபரென்ஸ் இல்லாம உன்னை சேர்த்துக்க முடியாது! விரக்தியடைஞ்சு கான்வென்ட்ல சேரக்கூடாது... முழு மனசோட கர்த்தர் மேல அன்பு வைக்கணும்! டெல்லில இருந்தவ, இங்க ஏன் வந்தே? குறிப்பா எங்க கான்வென்டுக்கு ஏன் வந்தே?"னு இன்னும் என்னென்னவோ கேட்டார். என்னவோ சொல்லி எப்படியோ சமாளிச்சேன்... அந்தக் கதையெல்லாம் இங்க எதுக்கு, பரத்?

கடைசியா, "உங்க கான்வென்ட்பத்தி சமீபத்துல பத்திரிகையில ஒரு கட்டுரை படிச்சேன்... நமக்கு ஏத்த

இடம் இதுன்னு அப்பத்தான் தோணித்து... கண்காணாத புது எடத்துல, புது வாழ்க்கை துவங்கறது மனசுக்குப் பிடிச்சிருந்தது... வந்துட்டேன்"னு சொன்னேன்.

எனக்கு வேற போக்கிடம் இல்லேன்னு சொல்லி நா அழுதது, அவர் மனசை நெகிழ்த்தியிருக்கணும்.

"ஆல்ரைட்... மேலிடத்துல பேசி, சில மாசங்கள் உன்னை எங்ககூட வெச்சுகிட்டு கவனிக்க நா பர்மிஷன் வாங்கப் பாக்கறேன்..."னு பெரிய மனசுபண்ணிச் சொன்னார்.

"எங்கக்கா சேர்த்து வெச்ச பணம்... இதை கான்வென்ட் பணமா நினைச்சு நீங்க ஏத்துண்டா, நா சந்தோஷப்படுவேன்"னு சொல்லி, என்கிட்ட இருந்த பணத்தைக் குடுத்தேன். கான்வென்டு ஹாஸ்டல்ல, ஸந்த்யாவோட ஒரு அறையில தங்கினேன். பகல் பூரா ஆபீஸ்ல லெட்டர் டைப்பிங், மத்த வேலைகள்ல உதவி பண்ணினேன்... சாயங்காலத்துல, சேப்பல்ல போய் உக்காந்துண்டு, 'ஏசுபிரானே, எனக்கு அமைதியைக் குடு'னு பிரார்த்தனை செஞ்சேன்.

ஆண்கள் வராத இடம்... தெரிஞ்ச முகங்கள் கண்ணுல பட சந்தர்ப்பமேயில்லாத இடம்...

ரெண்டு மாசம் ஆனப்பறம், ஆபீஸ் ரூம்ல தனியா இருக்க சமயம் கிடைச்சப்போ, முதல் முறையா உங்களுக்கு நா போன் பண்ணினேனே, அந்த நாள் ஞாபகமிருக்கா, பரத்?

மனசுல அத்தனை வைராக்கியம் இல்லாத நிலையில நா இருந்ததால், அன்னிக்கு மட்டும் நீங்க, 'ஐ'ம் ஸாரி மோஹனா, நா பண்ணுது தப்பு, வந்துடு'னு மனசு உருகக் கேட்டிருந்தா, அத்தனையையும் உதறிட்டு ஓடி வந்திருப்பேன்!

ஏசுவின் கருணையால, நீங்களும் அப்படிச் சொல்லலை, நானும் வரலை.

அன்னிக்கு ராத்திரி சேப்பல்ல நா ஒரு சபதம் எடுத்துண்டேன்... பரத் தப்பை உணர்றவரைக்கும் இனி எனக்கு இந்தக் கான்வென்டுதான் எல்லாம்னு சபதம் எடுத்துண்டேன்.

என் நல்ல நடத்தை மதருக்குப் பிடிச்சிருக்கணும்... சீக்கிரமே, பேசவேண்டியவாகிட்டப் பேசி, கான்வென்ட்ல சேர எனக்கு அனுமதி குடுத்தார்.

நீங்க கட்டின தாலியைக் கழட்டிட்டு, மதம் மாறி, நா ஒரு அமைதியான காலை நேரத்துல 'மோனிகா'வானேன்.

கடுமையான விதிமுறைகள்... அதைவிடக் கடுமையான மனக்கட்டுப்பாடு...

ஒரு குறிப்பிட்ட கட்டத்துக்கப்பறம், என்னை ஜீஸஸுக்கு அர்ப்பணிச்சதுக்கு சாட்சியா, மொட்டை அடிச்சுண்டேன்... ஒரு ஸிஸ்டருக்கான உடைகளை மாட்டிண்டேன்...

அன்னிக்கு என் இதயத்துல பரவின உணர்வை இப்போ நினைக்கறப்போகூட, என் தேகம் சிலிர்த்துப்போறது, பரத்!

மனசு அடங்க அடங்க நிம்மதி நம் கூடவே இருக்கும்ங்கற உண்மையைப் புரிஞ்சுண்டேன்.

இப்படித்தான் நா ஒரு கன்னியாஸ்த்ரீ ஆனேன்.

என்னைப் பத்தின விவரம் போதும்ணே நினைக்கறேன்... பாக்கி வருஷங்களை நா எப்படிக் கழிச்சேன், என்னென்ன செஞ்சேன்ங்கற விவரமெல்லாம் அனாவசியம்.

வெளி உலகைப் பத்தின எந்தத் தகவலும் தெரியாம நா வாழ்ந்துண்டிருந்தாலும், நீங்க சமூகத்துல பெரிய மனுஷராகத் தொடங்கினப்பறம், பேப்பர் மூலம் உங்களைப் பத்தின சில விவரங்கள் எனக்குத் தெரியவந்தது.

ஆரம்பத்துல, ஒளிஞ்சுக்க ஒரு நல்ல இடமா நினைச்சுதான் நா கான்வென்ட்ல சேர்ந்தேன்... ஆனா, போகப்போக,

நினைப்பாலும் மனசாலும் ஒரு உண்மையான கிறிஸ்தவரா மாறினது வாஸ்தவம்தான், பரத்!

ஆனா, மனசுல கையை வெச்சு, 'நா ஒரு உண்மையான கிறிஸ்தவராதான் வாழறேன்'னு ஆண்டவன் முன்னால நின்னு சொல்ல முடியாம நா தவிக்கறதுக்கு ரெண்டு காரணங்கள் இருக்கு...

கான்வென்ட்ல சேர்றதுக்கு முன்னால மதர்கிட்ட சொன்ன பொய்கள்... கல்யாணம் ஆகாதவ, எனக்கு மனுஷா யாருமே கிடையாது, ஸந்த்யா என் அக்கா குழந்தை... இன்னும்... கடவுளே, எத்தனை பொய்!

அப்பறம் ஒவ்வொரு வருஷமும் உங்களை நா செஞ்ச சித்ரவதைகள்...

இல்லாததையும் பொல்லாததையும் ரெண்டு நிமிஷத்துல சொல்லி, வருஷம் பூரா உங்களைத் தூக்கமில்லாம, சாப்பாடு எறங்காம, நிம்மதியில்லாம நா செஞ்ச சித்ரவதைகள்...

என் பயணத்தோட முடிவுக்கு வந்துட்டேனோங்கற சந்தேகம் இன்னிக்குக் கார்த்தால உங்களோட போன்ல பேசறப்போ எனக்குத் தோணித்து... சாயங்காலம் சென்டினரி ஹால் விழாவுல உங்களைப் பாத்து உங்க பேச்சைக் கேட்டப்பறம் நிச்சயமாயிடுத்து.

அந்த அழுகை, அந்தக் கெஞ்சல்...

ஆயிரம் பேர் நடுவுல, 'குழந்தைகளைப் பெத்துட்டாப் போறாது... இன்னிக்குப் பரிசு வாங்கற குழந்தைகள் மாதிரி சிறப்பா வளர்க்கணும். அவாளைப் பெத்து வளர்த்தவாளுக்கு என் பாராட்டு, நன்றி'னு சொல்லி, குரல் தழுதழுக்க நீங்க நின்ன கோலம்...

போதும், பரத்... நீங்க மனுஷனாயிட்டேள்! இனிமேயும் உங்களுக்கு தண்டனை வேண்டாம்!

உங்க பொண்ணைத் தூக்கிண்டு கிளம்பின நிமிஷத்திலேயே, 'இவளை ஊரும் உலகமும் புகழும்படி சிறப்பா வளர்த்துக் காட்டணும்'னு எனக்குள்ள நா சத்தியம் பண்ணிண்டதை இப்போ சொன்னா நீங்க நம்புவேளா, பரத்?

விபசாரி, கால் கேர்ல் அப்படின்ற வார்த்தையெல்லாம் நா உபயோகப்படுத்தினது, உங்களைப் பயமுறுத்தத்தான்... அவ்வளவு மோசமான பேச்சு பேசினதுக்காக என் மேலயே எனக்கு வெறுப்பு வந்தது... நம்புங்கோ, பரத்!

மாபாதகமான கொலையைச் செஞ்சவனுக்குக்கூட பல சமயம் ஆயுள்தண்டனையை நம்ம நீதிமன்றம் குடுக்கறது... ஆயுள்தண்டனைன்னா பதினாலு வருஷம் இல்லியா?

பதினாலு வருஷங்களா நீங்க பட்ட கஷ்டம், வேதனை, போதும் பரத்...

என் மனசைக் கொன்ன குத்தத்துக்காக, நீங்க ஆயுள் தண்டனையை அனுபவிச்சாச்சு... அது போதும்!

இனிமே, நீங்க சந்தோஷமா இருக்கணும்... நிம்மதியா, உங்க ஆயுசுக்கும் சிரிச்சிண்டிருக்கணும்! ஸந்த்யா, உங்களை அப்பான்னு கூப்பிடணும்... நீங்க உங்க பொண்ணை இனிமே ஒரு கணம்கூடப் பிரியாம பக்கத்துலயே வெச்சுக்கணும்!

நீ என்ன பண்ணப்போறேன்னு நீங்க கேக்கலாம்...

நானா?

நேரா மதர்கிட்ட ஓடப்போறேன்... பண்ண பாவங்கள், சொன்ன பொய்கள் எல்லாத்தையும் ஒண்ணுவிடாம சொல்லப்போறேன்... அப்பறம், முடிவு பண்றது மதர் கையில... எனக்கு தண்டனை குடுக்கறதோ, இல்லை என்னை மன்னிச்சு ஏத்துக்கறதோ, இனிமே மதர் கையிலதான் இருக்கு!

ஸிஸ்டர் மோனிகாவா மாறிட்ட நா, பழைய மோஹனாவா மார்றதுங்கறது மட்டும் இனி இந்த ஜன்மத்துல இல்ல! ஏசுபிரான் என்னை மன்னிச்சு ஏத்துப்பார்ங்கற நம்பிக்கை எனக்கு இருக்கு.

உங்க பொண்ணை, நீங்களே புகழறபடி வளர்த்து பத்திரமா ஒப்படைச்சுட்டேன்.

அவகிட்ட, நடந்த விவரங்களை சுருக்கமா சொல்லி, உங்கப்பாவோட நீ வாழ வேண்டிய நேரம் வந்துடுத்துன்னு சொல்லி அனுப்பியிருக்கேன்.

அவ்வளவுதான்... இனி சொல்ல பாக்கி என்ன இருக்கு?

உங்க ரெண்டு பேரையும் கடவுள் ஆசிர்வதிக்கட்டும்.

— ஸிஸ்டர் மோனிகா.

படித்துநிமிர்ந்தபோது, பரத்தின் உடல் நடுங்கிக்கொண்டிருக்கிறது.

கண்களில் நீர் பூத்திருக்கிறது.

என் மகளா? வந்திருக்கிறாளா?

எ... எங்கே?

"தம்...பூ..." பெரிசாய் குரலெடுத்து பரத் கத்தின கத்தலில், தம்பு என்னவோ ஏதோவென்று ஓடிவருகிறான்.

"இந்த லெட்டரைக் கொண்டுவந்தது யாரு? அவ எங்க?"

"வாசல்ல இருக்கச் சொல்லிட்டு வந்தேன்..."

தம்பு முடிப்பதற்காகக் காத்திருக்க முடியாமல் பரத் வேகமாய் வாசலுக்கு ஓடுகிறான்...

வாசல் வராந்தாவில் மங்கலாய் டோம் விளக்கு வெளிச்சம்...

வராந்தா நாற்காலியில் உட்கார்ந்திருந்த பெண், இவனைக் கண்டதும் எழுந்து நிற்கிறாள்.

ஸமந்தா...!

விழாவில் தலைசிறந்த மாணவி என்று பரிசு வாங்கின ஸமந்தா!

ஸமந்தாவா... ஸந்த்யாவா?

உடம்பும் மனசும் சிலிர்த்துப்போகின்றன.

கண்களில் பூத்த பூக்கள், கன்னத்தில் சிதறத் தொடங்குகின்றன.

சட்டென்று, மோஹனா... மோஹனா என்று வாய்கொள்ளாமல் அவள் பெயரை அரற்ற வேண்டும்போல இருக்கிறது...

எத்தனை உசத்தியான காரியத்தைச் சாதித்திருக்கிறாய், மோஹனா! நீ செய்திருக்கும் இந்த நல்ல செயலுக்காக, என்றென்றும் உன்னைப் போற்றுவேன், ஸிஸ்டர் மோனிகா... தாங்க்யூ ஸோ மச் பார் எவ்ரிதிங்!

பரத்தின் அவஸ்தை, அதிர்ச்சி புரிந்த தினுசில், ஸந்த்யா ஒரடி எடுத்து கிட்டத்தில் வருகிறாள்...

தலையைச் சாய்த்து அவனுடைய நளினி சிரிக்கிற மாதிரி அழகாய் சிரிக்கிறாள்...

அப்புறம், "ஹலோ, டாடி... ஹாப்பி நியூ இயர்!" என்கிறாள்.

— 1979

——— **முற்றும்** ———